ஷோபாசக்தி

எவராலும் கற்பனை செய்ய முடியாத நான்

தமிழ்க்கவி, ஸர்மிளா ஸெய்யித்,
பழ. ரிச்சர்ட், கருணாகரன் நேர்காணல்கள்
நிலாந்தன் முன்னுரையுடன்

ஷோபாசக்தி

எவராலும் கற்பனை செய்ய முடியாத நான்

தமிழ்க்கவி, ஸர்மிளா ஸெய்யித்,
பழ. ரிச்சர்ட், கருணாகரன் நேர்காணல்கள்
நிலாந்தன் முன்னுரையுடன்

கருப்புப் பிரதிகள்

எவராலும் கற்பனை செய்ய முடியாத நான் – நேர்காணல்கள்
ஷோபாசக்தி

முதற்பதிப்பு: அக்டோபர் 2014
இரண்டாம் பதிப்பு: டிசம்பர் 2023
வெளியீடு: கருப்புப் பிரதிகள்
பி55, பப்பு மஸ்தான் தர்கா, லாயிட்ஸ் சாலை
சென்னை 600 005 பேச: 9444272500
மின்னஞ்சல்: karuppupradhigal@gmail.com
முகப்பு: விஜயன்
உள்வடிவமைப்பு: ஜீவமணி
அலுவல் உதவி: அறிவொளி
அச்சாக்கம்: ஜோதி எண்டர்பிரைசஸ், சென்னை 600 005

விலை: ரூ 200.00

evaralum kaRpanai seyya mudiyatha naan - Interviews
Shobasakthi

First Published: October 2014
Second Edition: December 2023
by Karuppu Pradhigal
B55, Pappu Masthan Darga, Lloyds Road,
Chennai 600 005, Tamil Nadu, South India
Mobile: 94442 72500
Email: karuppupradhigal@gmail.com
Cover: Vijayan
Layout: Jeevamani
Printed by: Jothy Enterprises, Chennai 600 005

Price: Rs. 200

கருப்புக் குறிப்புகள்

போர்க்களத்தில் முதலில் பலியாவது மனிதர்களல்ல, அவர்களை பற்றிய உண்மைகள்தான் என்ற உலக வழக்கை ஈழப்போராட்ட காலங்கள் நமக்கு உறுதிப்படுத்தின எனலாம். போர் சார்ந்த உண்மைப்பாடுகளையும், அவை சார்ந்த படைப்பிலக்கியங்களையும் உலகிற்கு எடுத்துச் செல்வதைவிட, அவைப்பற்றிய பெருமிதங்களையும் வீரம் போற்றும் சார்பு நிலைகளையும் ஏந்தி சுகித்தலையும், மிகைக் கதையாடல்களை முன்வைப்பதையுமே நமது தமிழ்ச் சமூகம் முதன்மைத் தொழிலாய்க் கொண்டிருக்கிறது.

புலப்பெயர்வில் இருந்தோ அல்லது தமிழகத்தில் இருந்தோ இல்லாமல் ஈழத்து கள செயல்பாடுகளின் பின்புலத்தில் இருந்து இலக்கிய, அரசியல், சமூக போராட்டங்களை முன்னெடுத்தவர்களிடம் இருந்து தோழர் ஷோபாசக்தியால் பெறப்பட்டுள்ள நேர்காணல்கள் இது. நாம் விதந்தோதிக் கொண்டிருக்கும் பிம்பங்களிலிருந்தும் பிரதிமைகளிலிருந்தும் சுய விமர்சனத்தோடு வெளியேறவும், புதிய திசைவழிகளை உருவாக்கி விவாதித்துச் செல்லவும், ஜனநாயகப் பண்புகளை கைக் கொள்ளவும் உதவும் வகையில் அமைந்துள்ள இந்நேர்காணல்களில் இருந்துதான் ஈழச் சமூகத்தின் தேவைகளை, அரசியல் விருப்புணர்ச்சிகளை புரிந்து கொள்ள முடியும் என நாம் கருதுகிறோம்.

பொறுப்புள்ள மாற்று இதழியல் அல்லது ஊக்கம் மிகுந்த சிறுபத்திரிகையாளராக நின்று கேள்விகளை வைத்து பதிலீட்ட முனையும் அவரது அலாதியான இந்நேர்காணல்கள் பிரதியை அழகுணர்ச்சியோடு

வெளியிடுவதை சுயகடமையுணர்வாக கருப்புப் பிரதிகள் கருதுகிறது. வெளியிடுவதற்கு வாய்ப்பளித்த நண்பர் ஷோபாசக்திக்கும், இப்பிரதி உருவாக்கத்தில் துணை நின்ற தோழர்கள் அமுதா, ஜீவமணி, விஜயன், தியோரூபன் ஆகியோருக்கும், பதிப்பின் தொடர்ந்த தோழமைகளாகிய மதிவண்ணன், புனிதபாண்டியன், விஜய் ஆனந்த் (பெங்களூரு), பானு–தமயந்தி (நார்வே), மெலிஞ்சி முத்தன் (கனடா) உள்ளிட்ட தோழர்களுக்கும் நன்றியினை உரித்தாக்குவோம்.

தோழமை சார்ந்து,
நீலகண்டன்

நட்சத்திரங்களைக் காட்டிலும்
அதிகம் பேசுபவை
அவற்றிற்கிடையே உள்ள இருள்
                – பிரமிள்

தீண்டாமையாலும் சாதிய ஒடுக்குமுறைகளாலும்
தாழ்ந்து கிடக்கும் ஈழநிலத்தில் தலித் மக்களின்
விடுதலையை முன்னறிவித்துச் சென்ற
'சிறுபான்மைத் தமிழர் மகாசபை'யின்
நிறுவனர்கள் யோவேல் போல், ஜேக்கப் காந்தி,
எம்.சி. சுப்பிரமணியம், அ. அந்தோனிமுத்து,
ஞா. நல்லையா, ஆ.ம. செல்லத்துரை,
வ.டே கணபதிப்பிள்ளை, மி. பொன்னுத்துரை,
வ. அரியகுட்டி, ம. சின்னப்பு, எம்.ஏ.சி. பென்சமின்

முதலான பெரியோர்களிற்கு இந்நூல் காணிக்கை

உள்ளீடு:

ஷோபாசக்தி | 13
பறவையின் நுட்பம்

நிலாந்தன் | 17
கேட்கப்படாத கேள்விகளும்
சொல்லப்படாத பதில்களும்

தமிழ்க்கவி | 29
நான் இயக்கமாக இருந்து எழுதுகிறேன்

ஸர்மிளா ஸெய்யித் | 67
எவராலும் கற்பனை செய்ய முடியாத நான்

பழ. ரிச்சர்ட் | 86
புலம்பெயர்ந்தவர்களை முன்நிறுத்தி
நான் தோற்கடிக்கப்பட்டேன்

கருணாகரன் | 119
எல்லோருடைய கண்ணீரையும்
எடுத்துச் செல்பவன்

நேர்காணல்கள்: ஷோபாசக்தி | 11

பறவையின் நுட்பம்

எனது முதலாவது நேர்காணலை புத்தாயிரத்தின் முதல் வருடத்தில் 'எக்ஸில்' இதழுக்காக பாரிஸ் நகரத்தின் கஃபே ஒன்றிற்குள் வைத்து தோழர் அ. மார்க்ஸுடன் நிகழ்த்தினேன். அடுத்த நேர்காணல் எஸ்.பொவுடன். அதுவும் பாரிஸ் நகரத்தின் ஒரு கஃபேயில்தான் நிகழ்த்தப்பட்டது. இதுவரை தமிழின் முக்கியமான இருபது ஆளுமைகளை நேர்காணல் செய்திருக்கிறேன். தோழர். கே.ஏ. குணசேகரனை பிரான்ஸ் 'ஏ.பி.ஸி. தமிழ் வானொலி'க்காக நேர்கண்டதைத் தவிர்த்து, மற்றைய நேர்காணல்கள் சிறுபத்திரிகைகளிலும் எனது அகப்பக்கத்திலும் வெளியாகின. நான் கண்ட நேர்காணல்களின் முதற் தொகுப்பை 2010-ல் "நான் எப்போது அடிமையாயிருந்தேன்" என்ற பெயரில் கருப்புப் பிரதிகள் பதிப்பகமே வெளியிட்டிருந்தது. இது இரண்டாவது நேர்காணல் தொகுப்பு.

இந்தத் தொகுப்பில் இடம் பெற்றிருக்கும் நான்கு ஆளுமைகளும் இலங்கையில் வாழ்ந்துகொண்டிருக்கும் செயற்பாட்டாளர்கள். இலங்கையின் வெவ்வேறான சமூகங்களிலிருந்தும் நிலவியல் பகுதிகளிலிருந்தும் உருவானவர்கள். தங்களது பதின்பருவங்களிலிருந்தே எழுத்தையும் விடுதலை அரசியலையும் தங்களது வாழ்க்கை நெறியாகத் தேர்ந்துகொண்டவர்கள். முப்பது வருடங்களாக நிகழ்ந்த கொடிய யுத்தத்திற்குள் வாழ்ந்தவர்கள். யுத்தத்தின் நேரடிச் சாட்சியங்கள். இலங்கையில் இன்று நிலவும் கடுமையான கருத்து - எழுத்துச் சுதந்திர மறுப்புக் கண்காணிப்புச் சூழலுக்குள் வாழ்ந்தபோதும் தைரியமாகத் தமது குரல்களை ஒலிப்பவர்கள்.

இந்த நான்கு ஆளுமைகளில் ஒருவரைத்தன்னும் நான் இதுவரை நேரில் சந்தித்ததில்லை. கருணாகரனைத் தவிர மற்றைய மூன்று பேர்களுடனும் நான் இதுவரை தொலைபேசியில் கூட ஒரு சொல்

உரையாடியதில்லை. அவர்களது குரல் எப்படியிருக்கும் என்றே எனக்குத் தெரியாது. எனினும் அவர்களின் ஆகிருதிகளையும் அவர்கள் குறித்த சித்திரங்களையும் அவர்களது எழுத்துகளிலிருந்து நான் உருவாக்கிக்கொண்டேன். இந்த நான்கு நேர்காணல்களுமே முழுக்க முழுக்க மின்னஞ்சல் வழியேதான் நிகழ்த்தப்பட்டன. முதலில் ஒரு தொகுதிக் கேள்விகளை அனுப்பிவைத்து, கிடைத்த பதில்களிலிருந்து மறுகேள்விகளை உருவாக்கிக் கட்டம் கட்டமாக ஆனால் துரிதமாக நிகழ்ந்து முடிந்த நேர்காணல்கள் இவை.

நான் ஒருவரை நேர்காணல் செய்ய விரும்புவதற்கு ஒரேயொரு விதியை மட்டுமே கடைப்பிடிக்கிறேன். நான் நேர்காணல் செய்யவிருக்கும் ஆளுமை எந்த அரசியலைப் பேசினாலும் எனக்குப் பிரச்சினையில்லை. அவரது அரசியலை வெளிக்கொணரத்தான் நான் நேர்காணலைச் செய்யவே விழைகிறேன். அந்த ஆளுமை எதையும் ஒளிவு மறைவில்லாமல் பேசக் கூடியவராக எனக்குத் தோன்றினால் நான் நேர்காணலிற்காக அவரை அணுகுகின்றேன்.

எனது கணிப்புகள் இதுவரை பத்துத் தடவைகளிற்குக் கிட்டவாகப் பிழைத்தும் போயிருக்கின்றன. இன்றைய முக்கியமான ஈழத் தமிழ்த் தேசியவாதத் தலைவர் ஒருவரிலிருந்து, புலம்பெயர்ந்து வாழும் விடுதலைப் புலிகளின் முக்கிய பிரதிநிதிவரைக்கும் எனது நேர்காணல் செய்யும் கோரிக்கைகளை நிராகரித்துள்ளார்கள். இதுதவிர சில நேர்காணல்கள் நடுவில் முறிந்துபோயுள்ளன. சிலர் கேள்விகளை வாங்கி வைத்துவிட்டு வருடக்கணக்கில் மவுனம் காக்கிறார்கள்.

ஆரம்பத்தில் நான் செய்த சில நேர்காணல்கள் மோசமான நேர்காணல்களாக அமைந்துபோயின என்பதில் ஒளிக்க ஏதுமில்லை. அந்த நேர்காணல்கள் மோசமானதற்கு நானே முழுப் பொறுப்பு. ஆகவேதான் எனது தொடக்கால நேர்காணல்களை நான் தொகுப்பு நூலாகக் கொண்டுவரவில்லை. நேர்காணல் செய்யப்படும் ஆளுமையின் முழுச் சித்திரத்தையும்; நேர்காணலில் கொண்டு வருவதற்குப் பதிலாக நான் அவர்களோடு மல்லுக்கு நின்றேன். நான் அவர்களைப் பேச வைப்பதற்குப் பதிலாக அவர்களை வாயடைக்க வைக்கவே முயற்சித்துக்கொண்டிருந்தேன். இத்தகையை முதிராச் செயலைத்தான் எஸ்.பொ. மனம் நொந்து ‘பாரிஸில் பன்றியின் முன் முத்துகளை எறிந்தேன்’ எனத் தனது தன்வரலாற்றுச் சித்திரத்தில் பதிவு செய்தார். தொடர்ந்து செயற்படுவதன் மூலம் நான் கற்றுக்கொண்டேன். பானையின் அடியில் கிடக்கும் நீரைப்

பானையோடு கொட்டிக் கவிழ்க்காமல், சிறிய கூழாங் கற்களைப் போட்டு நீரை மேலே வரச் செய்யும் பறவையின் நுட்பத்தைக் கற்றுக்கொண்டிருக்கின்றேன்.

எனது நூல்கள் எதற்கும் இதுவரை யாரிடமும் நான் முன்னுரை பெற்றதில்லை. இனியும் பெறப் போவதில்லை. ஆனால் இந்தத் தொகுப்பைப் பொறுத்தவரை நிலாந்தனின் முன்னுரையை விடாப்பிடியாக நின்று கோரிப்பெற்றேன். அவரது முன்னுரையில்லாமல் இந்தத் தொகுப்பு முழுமையடையாது என நான் நம்புகின்றேன்.

நேர்காணப்பட்ட நான்கு ஆளுமைகளையும் நான் இதுவரை நேரில் கண்டதில்லை எனச் சொன்னேன். ஆனால் முன்னுரை எழுதியிருக்கும் ஆளுமையை எனது பதினாறு வயதிலிருந்து நான் அறிவேன். 1985-ல் திம்புப் பேச்சுவார்த்தைக் காலத்தில் அவர் எழுதிய 'விடுதலைக் காளி' தெருக்கூத்தில் எனக்கொரு பாத்திரம் கொடுத்திருந்தார். பின்னாளில் என்னுடைய 'கொரில்லா' நாவலில் அவரொரு பாத்திரம்.

நான் முன்னுரை எழுதக் கேட்டபோது, இந்நேர்காணல்களில் தனக்குப் பரவலாகக் கருத்து வேறுபாடுகள் இருப்பதாக நிலாந்தன் சொன்னார். அவ்வாறு கருத்து வேறுபாடுகள் இருப்பவரின் முன்னுரைதான் இந்த நூலுக்குத் தேவையானது, நீங்கள் எழுதும் ஓர் அட்சரமும் மாறாமல் பிரசுரிப்பேன் என்றேன். சொல்லப் போனால் இந்தத் தொகுப்பிலுள்ள நான்கு ஆளுமைகளுமே அரசியற் கருத்துருக்களில் ஒருவருக்கொருவர் முரண்பட்டவர்களாக இருப்பதை இத்தொகுப்பில் அருகருகாக வைத்து நாம் வாசிக்கிறோம். வெளிவெளியான முரண் உரையாடல்களின் வழியேதான் நாம் நிறுதிட்டமான கூட்டுச் சுயபரிசோதனைகளைச் செய்ய முடியும் என நான் விசுவாசிக்கிறேன்.

நான் சிறுவனாக இருந்தபோது யாழ்ப்பாணத்தின் சில தேநீர்க் கடைகளிலும் வாசிகசாலைகளிலும் 'இங்கே அரசியல் பேசக் கூடாது' என எழுதியிருப்பார்கள். நான் இளைஞனான போது நாட்டில் யாருமே அரசியல் பேச முடியாத நிலையிருந்தது. பேசியதற்காக எனது சக எழுத்தாளர்களும் கலைஞர்களும் கடத்தப்பட்டார்கள். சித்திரவதை செய்யப்பட்டார்கள். கொல்லப்பட்டார்கள். இந்த பேச்சுச் சுதந்திர மறுப்பை புலம் பெயர்ந்த தேசங்களில் கூட விடுதலைப் புலிகள் முன்னெடுத்தார்கள். எங்களது அருமைத் தோழர்

நேர்காணல்கள்: ஷோபாசக்தி | 15

சபாலிங்கத்தை புலிகளின் மூளையற்ற துப்பாக்கிக்கு பாரிஸில் நாங்கள் பறிகொடுத்தோம். தாய்நிலத்திலும் இந்தியாவின் பயிற்சி முகாம்களிலும் பேசியதற்காக இயக்கங்களால் கொல்லப்பட்ட போராளிகளின் கணக்கு யாருக்குமே தெரியாது. அவர்கள் மாவீரர்கள் பட்டியலிலுமில்லை. துரோகிகள் பட்டியலிலுமில்லை.

இது பேச வேண்டிய காலம். நல்லது பொல்லாதது எல்லாவற்றையும் பேச வேண்டிய காலம். தோல்வியுற்றோம் என்று பேசினால் மட்டும் போதாது. ஏன் தோல்வியுற்றோம் என்பதையும் நாம் ஒளிவு மறைவற்று மனம் திறந்து பேசுவோம். இதுவரைகாலமும் இரகசியங்களிற்கு ஊமைச் சாட்சிகளாக இருந்தவர்கள் இப்போது உண்மைகளைச் சாட்சியமளிப்பதைக் கேட்கக் காதுள்ளவர் கேட்கட்டும்.

07.09.2014 - **ஷோபாசக்தி**
பிரான்ஸ்.

கேட்கப்படாத கேள்விகளும் சொல்லப்படாத பதில்களும்

நிலாந்தன்

பி.பி.ஸி. தமிழோசையில் ஆனந்தி வேலை செய்த காலத்தில் கொழும்பிலுள்ள தமிழ் இயக்கங்களின் தலைவர்களைப் பேட்டி காண்பதுண்டு. இப்பேட்டிகளின்போது அவர் ஓர் அனைத்துலகப் பேரூடகத்தின் விதிகளுக்கு அமைவாகக் கேள்விகளை கேட்பவர் போல் தோன்றுவார். ஆனால் அவர் அக்கேள்விகளுக்குள் இனச்சாய்வுடைய நுட்பமான கொழுக்கிகளை மறைத்து வைத்திருப்பார். அக்கொழுக்கிகளின் மூலம் அரசாங்கத்தோடு சேர்ந்து இயங்கும் தமிழ் இயக்கங்களை அவர் அம்பலப்படுத்த முயற்சிப்பார். ஒரு வெளிப்பார்வையாளருக்கு ஆனந்தியின் கேள்விகள் பி.பி.ஸி. நியமங்களுக்கு உட்பட்டவையாகவே தோன்றும். ஆனால், இனச்சாய்வுடையோருக்கு அங்கே நுட்பமாக மறைக்கப்பட்டிருக்கும் கொழுக்கிகள் தெரியும். போர்க் காலங்களில் ஈழத் தமிழர்கள் ஆனந்தியின் கேள்விகளை ரசித்துக் கேட்பார்கள். அவருடைய கொழுக்கிகளில் மாட்டுப்பட்டு; இயக்கத் தலைவர்களும், அரசியல்வாதிகளும் தளம்புவதையும் தத்தளிப்பதையும் தமிழ் மக்கள் ரசிப்பார்கள்.

ஆனந்தியின் கேள்விகளுக்குள் கொழுக்கிகள் மறைக்கப் பட்டிருந்ததைப் போலவே ஷோபாசக்தியின் கேள்விகளுக்குள்ளும் கொழுக்கிகள் மறைக்கப்பட்டிருப்பதாக அவரை விமர்சிப்பவர்கள் கூறுகிறார்கள். ஆனந்தியின் கொழுக்கிகள் தமிழர்களுடைய ஆயுதப் போராட்டத்திற்கு ஆதரவானவை என்றும் ஆனால் ஷோபாசக்தியின் கொழுக்கிகள் அதற்கு எதிரானவை என்றும் அவர்கள் நம்புகின்றார்கள். தமிழீழ விடுதலைப் போராட்டத்திற்கு எதிராக, குறிப்பாக விடுதலைப் புலிகள் இயக்கத்திற்கு எதிராக

ஷோபாசக்தி மற்றவர்களை பேசத் தூண்டுகிறார் என்றும் அவர்கள் குற்றஞ் சாட்டுகிறார்கள். இந்நூலில் தொகுக்கப்பட்டிருக்கும் நான்கு நேர்காணல்களுக்கூடாகவும் அவர் அப்படி ஒரு நுட்பமான, சூதான வலையை விரிப்பதாகவும் அவர்கள் நம்புகின்றார்கள்.

இந்நூலுக்கு அவர் என்னிடம் முன்னுரை கேட்டபோது எனது நண்பர்கள் சிலர் அப்படித்தான் எச்சரித்தார்கள். இதில் என்னையும் சம்பந்தப்படுத்த அவர் வலை விரிக்கிறார் என்று.

நான் யோசித்தேன். மெய்யாகவே ஷோபாசக்தி அப்படி ஒரு வலையை விரிக்கிறாரா? ஆயின் அப்படி விரித்தால் பதில் சொல்பவர்களுக்கு என்ன மதி? இங்கு நேர்காணப்பட்டவர்கள் அனைவரும் ஏதோ ஓர் விதத்தில் துருத்திக்கொண்டு தெரியும் ஆளுமைகள்தான். எல்லோருமே செயற்பாட்டாளுமைகள்தான். தாங்கள் என்ன சொல்கிறோம் என்பதை நன்கு சிந்தித்து வழங்கிய பதில்களே இங்குள்ளன. எனவே, ஷோபாசக்தி கொழுக்கிகளைப் போட்டார் என்பதை விடவும், பதில் சொல்பவர்கள் அதுவாக இருந்தார்கள் என்பதே சரி. அவர்கள் எதுவாக இருந்தார்களோ அதைத்தான் ஷோபாசக்தி வெளியில் கொணர்ந்துள்ளார். அவர் என்னிடம் முன்னுரை கேட்டபோது "நான் எதுவாக இருக்கிறேனோ அதைத்தான் எழுதுவேன்" என்று அவருக்கு சொன்னேன். "அதைத்தான் நானும் எதிர்பார்க்கிறேன். நீங்கள் விரும்பியதை எழுதுங்கள்" என்று சொன்னார். "இந்த நேர்காணல்களில் எனக்கு உடன்பாடில்லாத பல அம்சங்கள் உண்டு" என்று சொன்னேன். "எனக்கும் அப்படித்தான், உங்கள் முன்னுரைக்கூடாக இந்த நூலை சமநிலைக்குக் கொண்டு வாருங்கள்" என்று கேட்டார்.

இதில் ஏதும் ரகசியக் கொழுக்கிகளோ அல்லது கண்களுக்குப் புலனாகாத வலைகளோ மறைக்கப்பட்டிருப்பதாக எனக்குத் தெரியவில்லை. எனவே, இந்த முன்னுரையை எழுதச் சம்மதித்தேன்.

இதைவிட மற்றொரு காரணமும் உண்டு. தமிழ் - சிங்கள அரசியல் அதிகபட்சம் கறுப்பு - வெள்ளையாகத் தான் இருக்கிறது. ஆனால், தமிழ் சமூகம் தமது அகச்சூழலை கறுப்பு - வெள்ளையாக வைத்திருக்க முடியாதென்று வலிமையாக நம்புகிறேன். ஆகக்கூடிய பட்சம் சாம்பல் பரப்புக்களை பேணுவதன் மூலம் ஆகக்கூடிய பட்ச பொதுத்தளம் ஒன்றை உருவாக்கினால் தான் தமிழர்கள் இப்போதிருக்கும் தேக்கத்தை உடைத்துக் கொண்டு வெளியில் வரலாம் என்றும் நம்புகிறேன். இப்போதுள்ள நிலைமைகளின்

படி அய்க்கியம் தான் ஈழத் தமிழர்களின் முதலாவது தேசியக் கடமையாகும். ஒரு நெல் மணிகூட வீணாகச் சிந்தப்படக்கூடாது. எனவே, இந்த முன்னுரையை எழுதுவது என்று முடிவெடுத்தேன்.

இங்கு நேர்காணப்பட்டிருக்கும் நால்வருமே எனக்குக் கிட்டவாகவோ அல்லது எட்டவாகவோ நான் வாழும் அரங்கினுள் வாழ்பவர்கள். செயற்பாட்டாளுமைகள். கருணாகரனும் தமிழ்க்கவியும் தமிழ்த் தேசியப் பாரம்பரியத்துக்கூடாகத் துலங்கியவர்கள். ஸர்மிளா ஸெய்யித் பெண்ணியச் செயற்பாட்டாளர். பழ.ரிச்சர்ட் இடதுசாரிச் செயற்பாட்டாளர்.

நான்கு நேர்காணல்களும் அவற்றுக்கேயான தனித்தனியான போக்குகளைக் கொண்டுள்ளன. அதேசமயம் ஒரு பொதுப்புள்ளியில் அவை சந்திக்கின்றன. ஸர்மிளா எதிர்கொள்ளும் சவால்கள் வேறு, பழ.ரிச்சர்ட் எதிர்கொள்ளும் சவால்கள் வேறு. கருணாகரனும் தமிழ்க்கவியும் எதிர்கொள்ளும் சவால்கள் வேறு. எனினும், தமிழீழ விடுதலைப் போராட்டம் தொடர்பான விமர்சனங்களைப் பொறுத்தவரை; குறிப்பாக விடுதலைப் புலிகள் இயக்கம் தொடர்பிலான விமர்சனங்களைப் பொறுத்தவரை அவர்களுக்கிடையில் ஒரு பொதுத்தன்மை உண்டு.

தமிழீழ விடுதலைப் போராட்டத்தின் மீதான விமர்சனம் எனப்படுவது; குறிப்பாக 1986 வசந்த காலத்தின் பின்னிருந்து விடுதலைப் புலிகளின் மீதான விமர்சனமாகத்தான் இருக்க முடியும். ஏனெனில், 1986 வசந்த காலத்தில்தான் விடுதலைப் புலிகள் இயக்கம் 'ரெலோ' இயக்கத்தைத் தோற்கடித்து அரங்கில் தனிப்பெரும் இயக்கமாக எழுச்சி பெறத் தொடங்கியது. இதிலிருந்து தொடங்கி படிப்படியாக ஏனைய எல்லா இயக்கங்களையும் தோற்கடித்து அல்லது உள்ளுறுஞ்சி, மிதவாதிகளையும் அரங்கிலிருந்து அகற்றி போராட்டத்தின் மையமாக விடுதலைப் புலிகள் இயக்கம் மேலெழுந்தது. அதற்குப் பின்னரான நல்லதுக்கும் கெட்டதிற்கும் அந்த இயக்கந் தானே பொறுப்பு? எனவே, அந்த இயக்கத்தின் மீதே அதிகம் விமர்சனங்கள் பாயும்.

ஆனால், இங்கு முக்கியமாகக் கவனிக்கப்பட வேண்டியது எதுவெனில், விடுதலைப் புலிகள் இயக்கம் எனப்படுவது ஒரு மூல காரணம் அல்ல என்பதுதான். மூல காரணம் இன ஒடுக்குமுறைதான். புலிகளும் ஏனைய இயக்கங்களும் விளைவுகள்தான். ஆயுதப்

போராட்டத்தில் நிகழ்ந்த மனித உரிமை மீறல்கள் அனைத்தும் அந்த விளைவின் விளைவுகள் தான்.

புலிகள் இயக்கம் தோன்று முன்பே அந்த மூல காரணம் இருந்தது. அந்த இயக்கம் தோற்கடிக்கப்பட்ட பின்னரும் கடந்த அய்ந்தாண்டுகளாக அது மாறாதிருக்கிறது. அது முன்னெப்பொழுதும் பெற்றிராத உச்ச வளர்ச்சியைப் பெற்றதால்தான் புலிகள் இயக்கம் தோற்கடிக்கப்பட்டது. அதாவது, இன ஒடுக்குமுறையின் உச்சக்கட்டமே முள்ளிவாய்க்கால். இப்படியாக மூல காரணமானது அதன் உச்சக்கட்ட வளர்ச்சியையும் உச்சமான வெற்றியையும் பெற்று வெற்றிவாதத்திற்குத் தலைமை தாங்கிக் கொண்டிருக்கும் ஓர் அரசியல் சூழலில் தோற்கடிக்கப்பட்ட மிகச் சிறிய மக்கள் கூட்டத்தின் மீட்சியைப் பற்றிச் சிந்திக்கும் எவரும் தமிழ் மக்களின் தேசிய இருப்பை ஏற்றுக்கொள்வார்களா? நிராகரிப்பார்களா?

இது தொடர்பில் ஆகப் பிந்திய ஓர் உதாரணத்தை இங்கு கூறலாம். ஒரு புலம் பெயர்ந்து வாழும் செயற்பாட்டாளர் என்னை அண்மையில் சந்தித்தார். அவர் ஒரு தீவிர புலி எதிர்ப்பாளர். சிங்கள இனவாதத்துக்கு எதிரான தமிழ் இனவாதமும் பிழை என நம்புமொருவர். தமிழ்த் தலைவர்கள் சிங்களத் தலைவர்களுடைய அச்சங்களைப் போக்கினால்தான் நாட்டில் நிரந்தரத் தீர்வெதையும் கொண்டுவர முடியும் என்றும் நம்புகிறவர். மே 19-இற்குப் பின்னர் இவர் கொழும்பில் 'ஹெல உறுமய' தலைவரைச் சந்தித்திருக்கிறார். இதன்போது 'ஹெல உறுமய' தலைவர் சொன்னாராம்... "நாங்கள் ஆனந்தசங்கரியோடு அதிகாரத்தைப் பகிர முடியும். அவரைக் குறித்து நாங்கள் பயப்படவில்லை. அவர் கேட்டால் தனி நாட்டைக்கூடக் கொடுக்கலாம்..." என்ற தொனிப்பட.

ஆனால், அவை இதயத்திலிருந்து வந்த வார்த்தைகள் அல்ல. ஆனந்தசங்கரியை விடவும் சிங்களவர்களை அதிகம் நெருங்கிச் சென்றவர் டக்ளஸ் தேவானந்தா. கடந்த இருபதாண்டுகளாக சிங்களத் தலைவர்களோடு அவரளவுக்கு வேறு யாரும் இணங்கிச் சென்றதில்லை. ஆனந்தசங்கரி கூட மே 19-இற்குப் பின் கூட்டமைப்பில் சேர்ந்தவர்தான். ஆனால், தேவானந்தா அப்படியல்ல.

அப்படிப் பார்த்தால் அவர்கள் ஆனந்தசங்கரிக்குக் கொடுக்க நினைப்பதை தேவானந்தாவுக்குக் கொடுக்கலாம் தானே? இந்தக் கதையை அய்ரோப்பாவில் உள்ள ஒரு நண்பருக்கு சொன்னேன்.

அவர் கேட்டார் "அவர்கள் தேவானந்தாவுக்கு தனிநாட்டைக் கொடுக்க வேண்டாம், குறைந்தது அவருடைய வீணைச் சின்னத்தையாவது கொடுக்கலாம்தானே?" என்று. அதுதான் உண்மை. கடந்த அய்ந்தாண்டுகளாக தேவானந்தாவை அவருடைய சொந்தச் சின்னத்தில்கூட போட்டியிட அனுமதியாத ஒரு வெற்றிவாதமே கொழும்பில் கோலோச்சி வருகிறது. அவர்களைப் பொறுத்தவரை தமிழர்களோடும் இணக்க அரசியல் இல்லை. முஸ்லிம்களோடும் இணக்க அரசியல் இல்லை. தமிழர்களும், முஸ்லிம்களும் வேண்டுமானால் சரணாகதி அரசியல் செய்யலாம். ஒரே நாடு! ஒரே தேசம்!!

எனவே, தோற்கடிக்கப்பட்ட மக்கள் கூட்டமாகிய தமிழர்களின் தேசிய இருப்பை ஏற்றுக்கொண்டு, அதைப் பலப்படுத்துவது பற்றிச் சிந்திப்பவர்களே மெய்யான செயற்பாட்டாளுமைகளாக இருக்க முடியும். அதற்கு, முதலில் தேசியம் என்று எதை நாங்கள் விளங்கி வைத்திருக்கிறோம் என்பது இங்கு முக்கியம்.

சிங்கள மக்கள் மத்தியில் அதிகம் பிழையாக விளங்கிக் கொள்ளப்பட்ட ஒரு வார்த்தை சமஸ்டி. அதைப் போலவே தமிழர்கள் மத்தியில் அதிகம் பிழையாக விளங்கிக்கொள்ளப்பட்ட ஒரு வார்த்தை தேசியம். எமது காலத்தின் அரசியல்வாதிகள், புத்திஜீவிகள், செயற்பாட்டாளர்கள், ஊடகவியலாளர்கள் என்று பல தரப்பட்டவர்களும் தேசியம் என்பதை இனமான அரசியலாகவே விளங்கி வைத்திருக்கிறார்கள். பெரிய இனத்தின் ஒடுக்குமுறைக்கு எதிரான சிறிய இனத்தின் போராட்டம் என்பதாகவே அதற்கு பொருள் கொள்ளப்படுகிறது. வாளேந்திய சிங்கத்திற்கு எதிராக துவக்கேந்திய புலி.

ஆனால், தேசியம் எனப்படுவது அதைவிட ஆழமானது. ஒரு மக்கள் கூட்டத்தின் கூட்டுப் பிரக்ஞையே தேசியம் எனப்படுகிறது. இது ஒரு பிரயோக நிலை விளக்கம்தான். எந்தவொரு கூட்டு அடையாளத்தின் பெயரால் ஒரு மக்கள் திரள் ஒடுக்கப்படுகிறதோ அந்தக் கூட்டு அடையாளத்தின் பேரால் வரும் ஒரு கூட்டுப் பிரக்ஞைதான் தேசியம். எல்லாக் கூட்டுப் பிரக்ஞைகளும் முற்போக்கானவைகளாகத்தான் இருக்கும் என்பதில்லை. அவை அவற்றின் வேரில் பிற்போக்கானவைகளாகவும் இருக்க முடியும். ஆனால், அத்தேசிய விடுதலைப் போராட்டத்தை முன்னெடுக்கும் அமைப்பு அல்லது கட்சிதான் குறிப்பிட்ட கூட்டுப் பிரக்ஞையின் உள்ளடக்கத்தை ஜனநாயக ஒளி கொண்டு இருள் நீக்கம் செய்ய

வேண்டும். அதாவது, தேசியத்தின் உள்ளடக்கம்; ஆகக் கூடிய பட்ச ஜனநாயகமாக இருக்க வேண்டும். *(பார்க்க: http://www.nillanthan.net/?p=180).*

எனவே, ஆயுதப் போராட்டத்தின் மீதான எந்த ஒரு விமர்சனமும் தமிழ்த் தேசியத்தின் உள்ளடக்கப் போதாமையின் மீதான விமர்சனம் தான். படைத்துறைமையச் சிந்தனை, இயக்கங்களுக்கிடையிலான மோதல்கள், முஸ்லிம்களுடனான மோதல்கள், பால், சாதி, பிரதேச அசமத்துவங்களை போதியளவு கடக்க முடியாமற்போனவை போன்ற எல்லா வகைப்பட்ட சறுக்கல்களும் தமிழ்த் தேசியத்தின் உள்ளடக்கப் போதாமையின் பாற்பட்ட விளைவுகள் தான்.

இது என்னுடைய விளக்கம். ஷோபாசக்தியும் மற்றவர்களும் இதை ஏற்கலாம், ஏற்காமல் விடலாம். ஆனால் இந்த விளக்கத்தின் வெளிச்சத்தில் வைத்தே இந்நூலை நான் வாசித்தேன். அப்போது என்னிடம் சில கேள்விகள் தோன்றின. அவை வருமாறு:

பழ. ரிச்சர்ட் குறிப்பிடத்தக்களவுக்கு கோட்பாட்டு பரப்பிற்குள் வருகிறார். எதையாவது செய்ய வேண்டும் என்று துடிக்கிறார். மூல காரணம் பொறுத்து அவர் மிகத் தெளிவாகப் பேசுகிறார். இன ஒடுக்குமுறைக்கு எதிரான ஒரு போராட்டம் முற்போக்கானது என்பதையும் ஏற்றுக்கொள்கிறார். அதில் புலிகளையும் மக்களையும் பிரித்துப் பார்க்க முடியாது என்பதையும் மிகத் தெளிவாக விளங்கி வைத்திருக்கிறார். ஆனால், இந்தத் தசாப்தத்திலும் அவர் ஜே.வி.பி.யுடன் ஓரளவுக்கு இணைந்து வேலை செய்யலாம் என்று எப்படி நம்பினார்?

ஜே.வி.பி.யுடன் முரண்பட்ட பின் அதிலிருந்து விலகிய அணியில் அவர் இணைகிறார். பின்னாளில் அந்த அணியுடனும் முரண்பட்டு ஈரோஸில் இணைகிறார். இலங்கைத் தீவின் நவீன வரலாற்றை, குறிப்பாக கடந்த அரைநூற்றாண்டு கால ஜே.வி.பி.யின் அரசியலை அந்த அமைப்பிற்கு அருகில் சென்றுதான் அறிய வேண்டுமா? தேசிய இனப் பிரச்சினைகள் தொடர்பில் உலகு பூராகவும் எப்பொழுதோ இடம்பெற்ற மார்க்ஸிய உரையாடல்களை கற்றிருக்கக் கூடிய எவரும் இன்றைய தசாப்தத்திலும் ஜே.வி.பி.யுடன் இணைந்து இயங்கலாம் என்ற முடிவுக்கு எப்படி வரமுடியும்?. பழ.ரிச்சர்ட் எல்லாவற்றையும் ஏன் சற்றுப் பிந்தியே கண்டுபிடிக்கின்றார்?

ஸர்மிளா, ஒரு பெண்ணியச் செயற்பாட்டாளராக எம்மைப் பிரமிக்க வைக்கிறார். பெண்ணிய நோக்கு நிலையில் நின்று

தமது சமூகத்தை விட்டுக் கொடுப்பின்றி எதிர்க்கும் அவர் இனப்பிரச்சினை என்று வரும்போது முஸ்லிம் நிலைப்பாட்டுக்குக் கிட்டவாக வருகிறார். அது ஒரு யதார்த்தம் தான். தமிழ் மக்களின் தேசிய இருப்பை வற்புறுத்தும் எவரும் முஸ்லிம்களின் தேசிய இருப்பையும் ஏற்றுக்கொண்டே ஆக வேண்டும். இலங்கைத் தீவின் இப்போதுள்ள அரசியல் யதார்த்தத்தின் படி முஸ்லிம்களுக்கு இணக்க அரசியலைத் தவிர வேறு தெரிவுகள் இல்லைதான். ஆனால், அதற்காக தமிழர்களும் முஸ்லிம்களும் ஒற்றுமைப்படுவது சிங்களவர்களுக்கு எதிரானது, ஆபத்தானது என்று ஒரு பெண்ணியச் செயற்பாட்டாளர் கூறமுடியுமா? இது யாருடைய நோக்கு நிலை? இது இறுதியிலும் இறுதியாக யாருக்குச் சேவகம் செய்யும்? ஒரு பெண்ணியவாதியாக பேசும் போது அனைத்துலகவாதியாகப் பிரகாசிக்கும் அவர் இன உறவுகள் பற்றி உரையாடும் போது இலங்கை முஸ்லிம்களின் அச்சங்களை அதிகம் பிரதிபலிப்பவராக மாறியது ஏன்? முஸ்லிம்களுக்கு இழைக்கப்பட்ட அநீதிகள் தொடர்பில் எழுதிய வ.ஐ.ச. ஜெயபாலனையும் வில்வரட்ணத்தையும் அவர்களைப் போன்றவர்களையும் புலிகளை எதிர்த்த தமிழ்த் தேசியவாதிகளாக அவர் அடையாளம் காண்பது சரியா?

தமிழ்க்கவி எல்லாவற்றையும் வெளிப்படையாகப் பேசுகிறார். வன்னியிலும் அவர் அப்படித்தானிருந்தார். ஆனால், அங்கே இருந்தபோது இயக்கத் தலைமை குறித்து அவர் வைத்திருக்கக்கூடிய விமர்சனங்கள் உட் சுற்றுக்குரியவை. இப்பொழுது அவை பகிரங்கமாக வருகின்றன. ஆனாலும் அவர் எதையும் மறைக்கவில்லை. தன்னுடைய அகமுரண்பாடுகளையும் கூட மறைக்க முற்படவில்லை. ஆயுதப் போராட்டம் வெற்றி பெறாது என்பது தனக்கு முன்கூட்டியே தெரியும் என்று அவர் சொல்கின்றார். ஆயின் வெல்ல முடியாத ஒரு யுத்தத்திற்காக ஆயிரக்கணக்கில் பிள்ளைகளை இணைத்த ஒரு பிரிவில் எப்படி அவரால் பணியாற்ற முடிந்தது? ஏன் அப்பொழுதே அதிலிருந்து விலகவில்லை? அவருடைய சொந்தப் பிள்ளைகளும் போராளிகளாக இருந்தனர் என்ற ஒரு தகுதி மட்டும் இந்த முரண்பாட்டை நியாயப்படுத்தப் போதுமா?

கருணாகரன் ஓரளவுக்கு கோட்பாட்டு ஆழங்களுக்குள் இறங்க முற்படுகிறார். ஆனால் தேசிய இனப் பிரச்சினை தொடர்பில் அவருடைய தரிசனம் முழுமையானது அல்ல. அல்லது 2009 மே-க்கு முன்பிருந்த நிலைப்பாட்டிலிருந்து இப்பொழுது அவர் விலகி வந்திருந்தால் அதற்குரிய தர்க்கபூர்வ நியாயங்களைக் கூற வேண்டும்.

மூல காரணமானது அதன் உச்சக்கட்ட வளர்ச்சியைப் பெற்றதால்தான் புலிகள் இயக்கத்தை தோற்கடித்தது. எனவே இன ஒடுக்குமுறையின் உச்சக்கட்டம் தான் முள்ளிவாய்க்கால். அதை வழமையான அரசு இயந்திரத்தின் ஒடுக்குமுறைகளோடு சமப்படுத்திப் பொதுமைப்படுத்த முடியாது. தென்னாபிரிக்க ஆயர் டெஸ்மென்ட் டுட்டு கூறியது போல "ஓரிடத்தில் அநீதி நடக்கும் பொழுது நீங்கள் நடுநிலைமை வகித்தால், ஒடுக்குமுறையாளனின் பக்கம் சேர்ந்துகொள்கிறீர்கள். ஓர் எலியின் வாலை யானை மிதித்துக் கொண்டிருக்கும் போதும் நீங்கள் நடுநிலைமையாக இருந்தால், எலி உங்களது நடுநிலைமையை மதிக்கப்போவதில்லை".

தமிழ்த் தேசியத்தின் உள்ளடக்கப் போதாமைகளின் விளைவுகளே பால், சாதி, பிரதேச வேறுபாடுகளை போதியளவு கடக்க முடியாமற் போனமையாகும். ஆனால் அதற்காக தமிழ்த் தேசியத்தை வெள்ளாளத் தேசியமாகக் குறுக்குவது ஒரு சிறிய மக்கள் கூட்டத்தின் கூட்டுக் காயங்களை மட்டுமல்ல, தனது சொந்தக் காயங்களையும் அவமதிப்பதாகும்.

கருணாகரனும், தமிழ்க்கவியும் உட்பட வன்னியால் வந்தவர்களின் அச்சங்களையும் நிச்சயமின்மைகளையும் நிலை பெறாத்தன்மைகளையும் இம்முன்னுரை ஏற்றுக் கொள்கிறது. பாதுகாப்பற்ற இறந்த காலத்தைப் பெற்றவர்கள் எல்லோரும் நிகழ்காலத்தில் சிலவற்றை உத்தி பூர்வமாகவேனும் அனுசரித்துப் போகவேண்டியிருப்பதையும் மிகக் குரூரமான, அவமானகரமான வாழ்நிலை யதார்த்தத்தோடு சுதாகரித்துக்கொள்ள வேண்டியிருப்பதையும் இம்முன்னுரை புரிந்துகொள்கிறது. ஆனால், அதற்காக உத்திகளை கோட்பாட்டாக்கம் செய்வது சரியா?

பொதுவாக உத்திகள் கோட்பாட்டின் செய்முறை ஒழுக்கத்துக்குரியவைகளாகத்தான் காணப்படுவதுண்டு. ஆனால், ஒரு யுகமுடிவொத்த அழிவின் பின்னர் உத்திகள் மூலக் கோட்பாட்டிற்கு மாறாகக் காணப்படுவதுமுண்டு. இவ்வாறான காலங்களில் உத்திகளை கோட்பாட்டாக்கம் செய்யக்கூடாது.

வரலாறு நெடுகிலும் மறுதலிப்புக்கள் உண்டு. மறுதலித்தவன் அதை ஓர் உத்தியாகச் செய்கிறானா அல்லது, மூலோபாயமாகச் செய்கிறானா என்பதையே இங்கு முக்கியமாகப் பார்க்க வேண்டும். காட்டிக் கொடுக்கப்பட்ட இரவில் பேதுரு ஆண்டவரை இரு முறை மறுதலித்தான். பின்னாளில் அவனே ஆண்டவரின் தாய்க்

கோவிலின் அத்திவாரக் கல்லாயானான். பேதுரு, ஆண்டவரை மறுதலிக்காதிருந்திருந்தால் அவனைக் கிறிஸ்துவோடு சிலுவையில் அறைந்திருப்பார்கள். மறுதலித்தபடியார்தான் பின்னாளில் அவன் முதற் கோவிலின் அத்திவாரக் கல்லாயானான் என்றும் எடுத்துக்கொள்ளலாமா?

பேதுருவைப் போலவே கலிலியோவும் தனது வாழ்நாள் கண்டுபிடிப்பை திருச்சபை அரங்கத்தில் மறுதலித்தார். இல்லையென்றால் அவர் கண்டுபிடித்த உண்மைக்காகவே அவரைக் கொன்றிருப்பார்கள். விசாரணை முடிந்து வெளியில் வந்தபோது அவருடைய மாணவர்கள் கேட்டார்கள், "ஏன் நீங்கள் கண்டுபிடித்த உண்மையை மறுதலித்தீர்கள்" என்று. அதற்கு கலிலியோ சொன்னார், "நான் தட்டையானது என்று பொய் சொன்னதால் பூமி தட்டையாகி விடப்போவதில்லை. அது எப்பொழுதும் போல உருண்டையாகவே இருக்கும்". அந்த உண்மையை பிறகொரு நாள் நிரூபிப்பதற்காக இன்று அதை மறுதலித்தேன் என்ற தொனிப்பட.

பேதுருவும் கலிலியோவும் வரலாற்றின் இருவேறு காலகட்டங்களில் வாழ்ந்தவர்கள். இருவரும் தமது உயிருக்கு நிகரான உண்மையை மறுதலித்து தமது உயிர்களைப் பாதுகாத்தவர்கள். ஆனால் அவர்கள் மறுதலித்த உண்மைகளே அவர்களை பிறகொருகாலம் மகிமைப்படுத்தின. எனவே மறுதலித்தவனெல்லாம் துரோகியுமல்ல, மறுதலியாதவன் புனிதனுமல்ல.

கருணாகரன், தமிழ்க்கவி இருவருக்கும் மாண்புமிகு இறந்த காலங்கள் உண்டு. அந்த இறந்த காலங்களில் ஒரு பகுதியை அல்லது பெரும் பகுதியை மறுதலிக்கும் ஒரு நிலைக்கு அல்லது சுயவிசாரணை செய்யும் ஒரு நிலைக்கு அவர்கள் வரக் காரணம் என்ன?

இத்தகைய கேள்விகளை அல்லது இதையொத்த கேள்விகளை ஷோபாசக்தி மேலும் மேலும் கேட்டிருக்கலாம். அப்படிக் கேட்டிருந்தால் இந்நேர்காணல்கள் வேறொரு தளத்திற்குச் சென்றிருக்கக் கூடும். அவை அவற்றுக்கேயான கோட்பாட்டு ஆழங்களை சென்றடைந்திருக்கக்கூடும். அவ்விதம் இந்நூல் இப்போதிருப்பதை விடவும் அதிகரித்த அளவில் அதன் கோட்பாட்டு ஆழங்களைச் சென்றடையத் தவறியதற்கு மூன்று முக்கிய காரணங்கள் இருக்கக்கூடும்.

ஷோபாசக்தி கூறினார், இந்நேர்காணல்களை செய்யும்போது தனக்கும் மற்றவர்களுக்கும் இடையில் தொழில்நுட்ப இடைவெளிகள் இருந்ததாக. அதாவது மின்னஞ்சல் மூலம் கேட்கப்பட்ட கேள்விகளும் பதில்களுமே இவை. இது ஒருவிதத்தில் ஒருவழிப் போக்குவரத்து தான். பதிலாக ஆளையாள் முகம் பார்க்கும் உரையாடல்களாக அவை அமைந்திருந்தால் அங்கே இருவழிப் போக்குவரத்து நிகழ்ந்திருக்கும். பதில்களின் மீது உடனடியாகக் கேள்விகளைக் கேட்கும் வாய்ப்புகள் இருந்திருக்கும். அவ்வாறான உரையாடல்களாக அமையும் போதே நேர்காணல்கள் அதிகபட்சம் அவற்றின் கோட்பாட்டு ஆழங்களை நோக்கிச் செல்கின்றன. ஆனால் இங்கு அது போதியளவு நிகழவில்லை. இது ஒரு தொழில்நுட்பப் பிரச்சினை. இது முதலாவது காரணம்.

மற்றது, இங்கு நேர்காணப்பட்ட அனைவருமே ஏதோ ஒருவிதத்தில் சர்ச்சைக்குரியவர்கள். எனவே இந்நேர்காணல்கள் பெரும்போக்காக அந்தச் சர்ச்சைகளைச் சுற்றிச் சுற்றியே வருகின்றன. அதாவது இது சர்ச்சை மைய நேர்காணல். இது ஓர் ஊடக உத்தி. சர்ச்சைகளை மையப்படுத்தும் போது அது குறிப்பிட்ட காலகட்டத்திற்குப் பரபரப்பாக ஓடும். இந்நேர்காணல்களும் அவ்வாறு பரபரப்பாக வாசிக்கப்பட்டவை தான். ஆனால் சர்ச்சைகள் நிகழ்காலத்திற்குரியவை. அவை எக்காலத்திற்கும் உரியவை அல்ல. ஆனால் கோட்பாட்டு உண்மைகள் அப்படியல்ல. இதனால் சர்ச்சை மைய நேர்காணல்கள் அவற்றுக்குரிய கோட்பாட்டு ஆழங்களைச் சென்றடையாவிட்டால் அதாவது கோட்பாட்டு உண்மைகளை வெளிக்கொணரத் தவறினால் இவை நிகழ்காலத்தின் பரபரப்பைப் பெற்றதற்கும் அப்பால் நீடித்து நிலைத்திருப்பதில்லை. எனவே சர்ச்சை மைய நேர்காணல்களைக் கொண்டிருப்பது இந்நூலின் பலம். அதுவே பலவீனம். இது இரண்டாவது காரணம்.

சர்ச்சைகளைக் கடந்து போயிருந்தால் இந்நூல் அதன் கோட்பாட்டு ஆழங்களை கண்டு பிடித்திருக்கக் கூடும். சர்ச்சைளை ஏன் கடக்க முடியவில்லை? இக்கேள்விக்கான பதிலே மூன்றாவது காரணம்.

சர்ச்சைகளைக் கடக்க முடியவில்லை என்பதை விடவும் மே 2009-க்குப் பின்னரான தமிழ் உளவியலைக் கடக்க முடியவில்லை என்பது அதிகம் பொருத்தமாக இருக்கும்.

மே 19-க்குப் பின்னரான தமிழ் உளவியல் எனப்படுவது பெருமளவிற்கு இயல்பற்றது. அதிகம் கொந்தளிப்பானது.

அதிகம் உணர்ச்சிப் பெருக்கானது. புலிகளுக்கு ஆதரவான தரப்புகளாலும் அதைக் கடக்க முடியவில்லை, புலிகளுக்கு எதிரான தரப்புகளாலும் அதைக் கடக்க முடியவில்லை. இது தான் பெரும்போக்கு. ஏனையவை ஒப்பீட்டளவில் சிறிய போக்குகள் தான். தமிழ்த் தேசியத்தின் ஜனநாயக உள்ளடக்கத்தைப் பலப்படுத்த விளையும் மிகச் சிறிய ஒரு தரப்பே ஒப்பீட்டளவில் நிதானத்திற்கு வந்திருக்கிறது. மற்றும்படி புலிகளை ஆதரித்த தரப்பு புலிகளால் முன்னெடுக்கப்பட்ட, தமிழில் தோன்றிய நவீன வீர யுகம் ஒன்றை அப்படியே மம்மியாக்கம் செய்ய முற்படுகிறது. அதேசமயம் புலிகளுக்கு எதிரான தரப்பு எல்லாப் பழிகளையும் புலிகளின் மீது சுமத்தி புலிகளின் தோல்வியை தமிழ்த் தேசியத்தின் தோல்வியாக மாறாட்டம் செய்ய முற்படுகிறது. மொத்தத்தில் இரண்டு தரப்புமே இறந்த காலத்தில் தேங்கி நிற்பவைதான். ஈழத் தமிழர்களைப் பொறுத்தவரை இறந்த காலத்தில் தேங்கி நிற்பது என்பது தோல்வியோடும் தோல்விக்கான காரணங்களோடும் வாழ்வது தான்.

ஆனால் இலங்கைத் தீவில் இப்போதுள்ள அரசியல் எனப்படுவது மே 2009-லிருந்து விலகி வந்து ஏறக்குறைய அய்ந்தாண்டுகள் ஆகிவிட்டன. அய்ந்தாண்டுக்காலம் எனப்படுவது தோற்கடிக்கப்பட்ட மிகச்சிறிய மக்களின் நோக்கு நிலையிலிருந்து பார்த்தால் குறிப்பிடத்தக்களவு தீர்மானகரமான ஒரு காலகட்டம் தான். எப்படியெனில் முழு ஆயுதப் போராட்ட காலகட்டமாகிய 38 ஆண்டுகளோடு ஒப்பிடுகையில் அது எட்டில் ஒரு பகுதி. அதே சமயம் புலிகள் இயக்கம் தனிப்பெரும் இயக்கமாக ஆதிக்கம் செலுத்திய 23 ஆண்டுகளோடு ஒப்பிடுகையில் அது நான்கில் ஒரு பகுதி. எனவே இலங்கைத் தீவின் அரசியல் குறித்து ஆராயும் எவரும் புலிகளுக்கு பின்னரான அய்ந்தாண்டு காலத்தை ஆழமாகக் கற்க வேண்டும். மூல காரணம் வீங்கிப்பெருத்து வெற்றிவாதமாக இறுகிக் கட்டிபத்திப் போயிருக்கும் ஓர் அரசியல் சூழல் இது.

இந்நிலையில் புலிகளுக்கு ஆதரவான தரப்புக்களும் சரி, எதிர்ப்பான தரப்புக்களும் சரி 2009 மே-யுடன் தேங்கி நிற்க முடியாது. தோல்வியில் இருந்து பெற்ற படிப்பினைகளோடு கடந்த அய்ந்து ஆண்டுகளில் பெற்ற படிப்பினைகளையும் கூட்டிக் கழித்துப் பார்த்தே எந்த ஒரு முடிவையும் எடுக்க வேண்டும்.

ஸர்மிளா, தனது நேர்காணலில் ஓர் இடத்தில் பின்வருமாறு சொல்கின்றார் "இலங்கை சிங்கள பௌத்த பெரும்பான்மை நாடு என்பது வேறு. இலங்கையில் சிங்கள பௌத்தர்கள்

பெரும்பான்மையாக வாழ்கிறார்கள் என்பது வேறு. முன்னையது பாசிசக் குறியீடு. பின்னையது எதார்த்தம்" என்று. கடந்த 60 ஆண்டுகாலப் படிப்பினைகளை வைத்துக் கூறின், குறிப்பாக அரங்கில் தமிழ் எதிர்ப்பு பூச்சியமாக்கப்பட்டிருக்கும் கடந்த அய்ந்து ஆண்டு கால அனுபவத்தின் அடிப்படையில் கூறின், ஸர்மிளா கூறிய பாசிசக் குறியீடுதான் இலங்கைத் தீவின் அரசியல் யதார்த்தமாகக் காணப்படுகிறது. தமிழ் எதிர்ப்பை தின்று செமித்த பின், அது இப்போது முஸ்லிம்களை நோக்கிப் பாய்கிறது.

எனவே ஒருபுறம் செயலூக்கம் மிக்க சிங்கள பௌத்த மேலாண்மை வாதம். இன்னொரு பக்கம் செயலுக்குப் போகாத் தமிழ்த் தேசியம் அல்லது செயலின்றி வெளியாருக்காகக் காத்திருக்கும் தமிழ்த் தேசியம். இது தான் இப்போதுள்ள களநிலவரம். சிங்கத்தின் தோட்டத்தில் சிக்கி விட்டதெங்கள் பட்டம்.

அதேசமயம் பூகோள அரசியலில் புதிய சிற்றசைவுகள் ஏற்பட்டு வருகின்றன. ஒரு துருவ ஒழுங்கிலிருந்து பல துருவ இழுவிசைகளின் பல்லரங்க உலக ஒழுங்கு ஒன்றை நோக்கி பூகோள அரசியல் நிலை மாறுகின்றதா என்ற கேள்வி வலிமையுற்று வருகின்றது.

இத்தகைய ஒரு பின்னணியில் இலங்கைத் தீவில் கடந்த சுமார் 60 ஆண்டு கால அரசியலை கற்றுத்தேறிய எந்தவொரு படைப்பாளியும் செயற்பாட்டாளரும் எப்படிப்பட்ட ஒரு தெரிவை மேற்கொள்வார்?

தமிழ்த் தேசியத்தின் உள்ளடக்கப் போதாமைகளை முன்னிறுத்தி தமிழ்த் தேசியத்தையே முற்றாக நிராகரிப்பதன் மூலம் எதிர்த் தரப்பிற்குச் சேவகம் செய்யும் ஒரு தெரிவையா? அல்லது தமிழ்த் தேசியத்தின் ஜனநாயக இதயத்தைப் பெலப்படுத்தி அதன் மூலம் தமிழ் அரசியலை அதன் அடுத்த கட்ட கூர்ப்பை நோக்கி மேலுயர்த்தும் ஒரு தெரிவையா?

இந்நூலை தொகுத்து உருவாக்கிய அய்ந்து ஆளுமைகளையும் நோக்கி இக்கேள்வியை முன்வைக்கிறேன்.

15 ஒகஸ்ட் 2014 **- நிலாந்தன்**
யாழ்ப்பாணம்.

தமிழ்க்கவி

நான் இயக்கமாக இருந்து எழுதுகிறேன்

வன்னிக் காடுகளின் புதல்வி தமிழ்க்கவி. தமிழீழ விடுதலைப் புலிகள் அமைப்பில் இருபது வருடங்களாகப் பல்வேறு துறைகளிலும் இயங்கியவர். கடைசிவரை புலிகளுடன் களத்தில் இருந்தவர். தமிழீழ சட்டக் கல்லூரியில் கற்றுத் தேறிய சட்டவாளர். புலிகள் இயக்கத்தின் நட்சத்திர மேடைப் பேச்சாளர். 'புலிகளின் குரல்' வானொலி, 'தமிழீழத் தேசியத் தொலைக்காட்சி' ஆகியவற்றில் முதன்மையான நிகழ்ச்சித் தயாரிப்பாளர். சிறுகதை, நாவல், பத்தி எழுத்து, நாட்டாரியல், நடிப்பு, இசை, ஒலி - ஒளிப்பதிவு, மொழிபெயர்ப்பு எனக் கலையின் வெவ்வேறு பரிமாணங்களையும் வசப்படுத்திக்கொண்டவர்.

இவ்வருடத்தின் தொடக்கத்தில் தமிழ்க்கவியின் 'ஊழிக்காலம்' நாவலை தமிழினி பதிப்பகம் வெளியிட்டபோது அனைத்துலகத் தமிழ் இலக்கிய வாசகப்பரப்பிலும் தமிழ்க்கவி கவனம் பெற்றார். இறுதி யுத்தத்திற்குள் சிக்கியிருந்த மூன்று இலட்சம் மக்களது சாட்சியமாக அந்த நாவல் இருந்தது. இலங்கை அரச படைகளது இனவழிப்பையும் கொடூரங்களையும் நிணமும் தசையுமாக முன்னே வைத்த நாவல்; விடுதலைப் புலிகள் தமது சொந்த மக்களையே கொன்றொழித்ததையும் அவர்களது மனிதவுரிமை மீறல்களையும்கூட பதிவு செய்யத் தவறவில்லை. தன்னை உறுதியான தமிழ்த் தேசியவாதியாகப் பிரகடனப்படுத்தும் தமிழ்க்கவி என்ற படைப்பாளியின் நேர்மைத்திறனான சாட்சியம் அந்த நாவல்.

இராணுவத்தின் பிடியிலும் புலனாய்வாளர்களின் கண்காணிப்பிலும் கிடக்கும் வன்னி நிலத்தில் வாழ்ந்துகொண்டிருக்கும் தமிழ்க்கவியிடம் மின்னஞ்சலூடாக நிகழ்த்திய இந்த நேர்காணலைத் தொகுக்கும்போது பதற்றமும் துயரும் என்னோடிருந்தன. தமிழ்க்கவி அம்மா வாரிப் பலிகொடுத்த அவரது மூத்த மகனுக்கும் எனக்கும் ஒரே வயது. போராட்டத்திற்காக தமிழ்க்கவியும் அவரது குடும்பமும் செய்த தியாகங்கள் மிகப்பெரிது. கண்ட இழப்புக்களும் பட்ட வலிகளும் ஏராளம். அந்த வலிகளைத் தாண்டியும் திமிர்த்து நிற்கும் போராளியின் - படைப்பாளியின் நேர்காணலிது. அதேவேளையில் வன்னியின் சாமான்ய மனுஷியின் கதையுமிது.

29.05.2014.

நான் வவுனியா மாவட்டத்திலுள்ள சின்னப்புதுக்குளம் கிராமத்தில் ஒரு செத்தை வீட்டுக்குள் இரண்டாவது பெண் குழந்தையாகப் பிறந்தேன். கந்தப்பு என் தந்தை. தாயார் பெயர் லட்சுமி. என் உடன் பிறப்புகள் பதினொருவர். இப்போதும் உயிருடன் அய்ந்து சகோதரங்கள் உள்ளனர்.

என் தந்தை காடுவெட்டி, விவசாயி, வேட்டைக்காரன், கடின உழைப்பாளி. அப்பு இரண்டாம் வகுப்புப் படித்தவராம். அம்மா அவரிடம் எழுத வாசிக்கக் கற்றிருந்தார். அப்புவுக்கு கல்கி, கலைமகள், ஆனந்த விகடன் இவற்றுடன் தினசரி வீரகேசரியும் வேண்டும். காலையில் தன் கொட்டப்பெட்டியிலிருந்து பத்துச்சதம் எடுத்து என்னிடம் தருவார். நான் அதை வைத்துக்கொண்டு படலைக்குள் நின்று பேப்பர்காரரிடம் ஒரு 'வீரகேசரி' வாங்குவேன். அதில் டார்ஸான், உதயணனின் கடற்கன்னி, கிருஷ்ணாவதாரம் என்பவற்றைப் படித்துவிட்டு அப்புவுக்காக வைத்திருப்பேன்.

ஏழுவயதிலேயே சேனைப்புலவுக்கு குரங்குக் காவல். மந்துக்காடுகளில் மாடு கலைக்க, வட்டுக்காய் குருவித்தலைப் பாகற்காய் ஆய, வற்றுக்குளத்தில் மீனுக்கு கரப்புக் குத்த, சீலைவார, ஊர்ப் பொடியளோடு கிட்டியடிக்க, மாபிளடிக்க, அப்பு பன்றிக்கு வெடிவைத்தால் நெருப்புமூட்ட, வாட்ட, மான்மரைக்கு வெடிவைத்தால் இறைச்சி விற்பனையைப் பார்க்க, காடுகளில் கதிகால் வெட்ட, அப்புவோடு காட்டுக்குப் போக என்றெல்லாம் இயங்கியவள் மேலதிகமாக ஒருமைல் தொலைவிலிருந்த

பாடசாலைக்கும் போவேன். பாடசாலை விட்டு வந்ததும் சாணியள்ளி பட்டிகூட்ட, மாடுகளைச் சாய்த்துப் பட்டியடைக்க என்று முடிக்க எப்படியும் இருளும். இருண்டதும் சாப்பிட்டுவிட்டு நேரத்தோடு படுத்து நேரங் கழித்து எழுவேன். அப்பு செல்லம், அவரோடுதான் உறங்குவேன். அவரோடு காடு கரம்பையெல்லாம் திரிவேன். வேட்டைக்காடுகளில் தடயம் பார்ப்பது எல்லாம் அத்துப்படி.

என்னுடைய படிப்பை அய்ந்தாம் வகுப்போடு நிறுத்தினார் அப்பு. "பிள்ளைக்கு எழுத வாசிக்க ஏலுந்தானே இனிக் காணும். பிலவுக்கு குரங்கு வருதம்மா விட்டா இந்த வரிச உழைப்புப் போச்சு" என்றார்.

"ஓ" என்று மகிழ்ச்சியாகத் தலையாட்டி ஏற்றுக் கொண்டேன். அதற்கு முந்தைய வருடம் அய்ந்தாம் வகுப்புக்கான அரசாங்கப் பரீட்சையில் மாகாணத்தில் முதல் மாணவியாகத் தேறியிருந்தேன். அது எனக்கும் தெரியாது, என் வீட்டுக்கும் தெரியாது. ஆனால் பாடசாலைக்கு அதற்கான விருது வந்து விட்டது. அப்போது நான் பாடசாலைக்குச் செல்வதை நிறுத்தியிருந்தேன். பாடசாலையிலிருந்து முத்துலிங்கம் ஆசிரியர் வந்து என் தந்தையைக் கண்டித்து மீண்டும் என்னைப் பாடசாலைக்கு இழுத்துச் சென்றார்.

நான் ஒன்பதாம் வகுப்புப் படித்துக்கொண்டிருந்தபோது பாடசாலைகளை அரசாங்கம் சுவீகரித்தது. அப்போது எனது படிப்பு மீண்டும் நின்று போனது. அதற்குப் பிறகு பதினான்கு வயதில் எனக்குக் கல்யாணம் செய்து வைத்தார்கள், பதினைந்து வயதில் தாயானேன். முப்பத்தியிரண்டு வயதில் எனக்குப் பேத்தி பிறந்தாள். அது என் வாழ்வின் இருண்ட காலம். இளவயதுத் திருமணங்கள் பற்றி யாரும் பேசினாற்கூட என் உடலும் உள்ளமும் நடுங்குகின்றன.

- **பேரினவாத ஒடுக்குமுறைக்கு எதிரான உங்களது போராட்ட வாழ்வின் ஆரம்பச் சுழி எங்கே தொடங்குகிறது?**

1956-ல் வவுனியாவில் தமிழரசுக் கட்சியின் மாநாடு நடந்தபோது எனக்கு எட்டு வயது. அப்பு அந்த மாநாட்டு ஊர்வலங்களிலெல்லாம் என்னைத் தனது தோள் மீது ஏற்றி நடந்துசென்றார்.

'துப்பாக்கிக் குண்டு விளையாடும் பந்து', 'சிறைச்சாலை பூஞ்சோலை' என்ற கோஷங்களிலெல்லாம் நானும் குரல் கொடுத்திருக்கிறேன். அதைத் தொடர்ந்து வந்த இன வன்செயலில்

பாதிக்கப்பட்ட தமிழ்மக்களை எங்களது வீட்டுக்கருகே புதிதாகக் கட்டப்பட்டுக் கொண்டிருந்த கூட்டுறவுக் கட்டடத்தில்தான் கொண்டுவந்து தங்கவைத்தனர். அந்த அகதிகளைப் பராமரிக்கும் பணியில் ஊர்ப் பெரியவர்களுடன் என் தந்தையும் கலந்து கொண்டார். அதனால் நானும் அப்புவுடன் அங்கெல்லாம் சென்றேன். புரிந்தும் புரியாமலும் தெரிந்த அவலம் எனக்குச் சிங்களவர்கள் மீது கோபத்தை ஏற்படுத்தியது. சில மாதங்களுக்குள்ளாகவே அரசாங்கம் அகதிகளை அவர்களது சொந்த இடங்களுக்குத் திரும்பக் கட்டளையிட்டு நிவாரண உதவிகளை நிறுத்தியது. அநேக மக்கள் திரும்பிப் போக விரும்பவில்லை. எனவே நம் ஊரவர்கள் அந்தக் குடும்பங்களை பங்கு போட்டு தமது வீடுகளில் தங்க வைத்தனர். அந்த வகையில் எமது வீட்டுக்கு மூன்று குடும்பங்கள் வந்தன.

வீட்டோடு ஒத்தாப்பு இறக்கி ஒரு குடும்பமும், கூடத்தில் ஒரு குடும்பமும், மால் என்ற பகுதியை இரண்டாகத் தடுத்து ஒரு குடும்பமும் குடியிருத்தப்பட்டனர். அவர்களிடமிருந்து நான் கேட்ட அதிர்ச்சிதரும் கதைகள் அரசாங்கத்தின்மீது எனக்குக் கோபத்தை ஏற்படுத்தியது என்றாலும் நான் என்ன செய்யமுடியும்.. நான் சிறுமியல்லவா! 1981-1983 இன வன்செயல்களிலிலும் பாதிக்கப்பட்ட மக்கள் எமது கிராமத்துக்கு இடம் பெயர்ந்து வந்தனர்.

1977-ம் வருடம் தமிழீழத்துக்கான பிரச்சாரக் கூட்டங்களில் முன்வரிசையில் இருந்தும் அரசியல் விளக்கம் கற்றோம். எமது கிராமத்தில் இவ்வகைப் பிரச்சாரக் கூட்டம் நடந்த போது மாதர் சங்கத் தலைவி என்ற முறையில் நான் அந்தக் கூட்டத்துக்குத் தலைமை தாங்கிப் பேசினேன். தொடர்ந்து வந்த இன வன்செயல்களில் எங்களது கிராமம் பாதிக்கப்படவில்லை எனினும் எமது அயற் கிராமங்கள் பெரிதும் பாதிக்கப்பட்டன. சிங்களவர்களால் எமது கிராம வீடுகள் கொள்ளையடிக்கப்பட்டன. கால்நடைகள் களவாடப்பட்டன. பெரும்பாலும் உழவு செய்யும் மாடுகளைக் கடத்திச் சென்று கப்பம் வசூலித்தபின் திருப்பிக் கொடுத்தனர்.

அது குறித்து பொலிஸில் முறைப்பாடு கொடுத்தால் மாடு மேசைக்கு கறியாகப் போய் விடும். நல்ல விதைப்புக் காலத்தில் இந்தக் களவு நடப்பதால் மாடுகளை மீட்கவே விவசாயிகள் விரும்புவார்கள். இந்தக் களவுக்கு சில தமிழர்கள் ஊருக்குள்ளேயே திருடர்களிற்கு உதவியாக இருந்தார்கள். பயிர் விளையும் தருணத்தில் சிங்கள மக்கள் ஆண்கள் - பெண்கள் - குழந்தைகளெனக் கூட்டமாகத்

தமிழர்களுடைய வயல்களில் இறங்கி கதிராகவே அறுத்துக்கொண்டு போனார்கள். திருடர்களைத் துரத்திச் சென்றவர்கள் கத்தியால் குத்தப்பட்டனர். அதைப்பற்றி முறைப்பாடு செய்யப் பொலிஸ் நிலையத்திற்குப் போனவர்கள் கைது செய்யப்பட்டு அவர்களுக்கு எதிராகப் பொலிஸார் வழக்குப் பதிவு செய்தனர். இந்தச் சம்பவங்களெல்லாம் இவர்களை எதிர்க்க - தட்டிக்கேட்க யாருமே இல்லையா? என்ற கொதிப்பை சினிமாப் பாணியில் என்னுள் வளர்த்தன.

எனது அரசியல் ஆர்வப்புள்ளி அங்குதான் ஆரம்பமானது. அதற்கான சந்தர்ப்பம், இயலுமை வந்தபோது நான் ஒரு குடும்பத் தலைவியாக குழந்தைகளைக் காப்பாற்றும் முயற்சியிலிருந்தேன். அதுவும் என்னை அரசியலுக்குள் வலிந்திழுத்தது. அதுதான் விதி!

- **உங்களது இரு மகன்களும் புலிகள் இயக்கத்தில் இணைந்தபோதும் அவர்களது மரணத்தின் போதும் ஒரு தாயாக எவ்வாறு எதிர்கொண்டீர்கள்?**

எனது சின்ன மகன் பதினான்கு வயதில் இயக்கத்துக்குக் கொண்டு செல்லப்பட்டபோது நான் எனது இன்னொரு மகனைத் தேடி யாழ்ப்பாணத்துக்குப் பயணமாகியிருந்தேன். வாகனங்கள் எதுவும் அப்போது ஓடுவதில்லை. எனவே புலிகளின் வவுனியா மாவட்டப் பொறுப்பாளரிடம் ஒரு கடிதம் வாங்கிக்கொண்டு வன்னியின் இருண்ட காடுகள் ஊடாக சைக்கிளில் யாழ்ப்பாணத்திற்குப் பயணமானேன். ஏ-9 வீதி மக்களுக்கு மறுக்கப்பட்டு இராணுவம் அங்கே குடியிருந்தது. மாங்குளம், ஆனையிறவு இரண்டும் பெரிய முகாம்கள். பூநகரியே கடவைப் பாதை, எனவே காட்டுவழி. எந்தப் பிரதேசத்திலும் புதியவர்கள் நடமாட முடியாது. புதியவர்களைக் கண்டால் புலிகள் பிடித்துக்கொள்வார்கள். எனவேதான் எங்கள் பகுதிப் பொறுப்பாளரிடம் கடிதம் வாங்கிச் செல்லவேண்டியிருந்தது. அப்படியிருந்தும் பாண்டியன்குளத்திலும் பிடிபட்டு, பின் யாழ்ப்பாணத்திலும் ஒருநாள் அடைபட்டேன். பெண்புலிகளிடம் என்னை இரவு ஒப்படைக்க முயன்றபோது அவர்கள்தான் என்னை மீட்டார்கள்.

தனியொரு பெண்ணாக இருண்ட வனத்தினூடாக என்மகனைத் தேடிச்சென்றேன். இந்தியப்படையின் காலத்தில் நடந்த பிள்ளைபிடியில் என் மகனை 'ஈ.என்.டி.எல்.எவ்.' இயக்கத்தினர் பிடித்துச் சென்றிருந்தனர். அப்போது இந்திய அமைதிப்படையோடு

இயங்கிய எல்லா இயக்கங்களும் இப்படி ஏராளமான பிள்ளைகளைப் பிடித்துச் சென்றிருந்தன. பிடிக்கப்பட்ட பிள்ளைகளிற்கு இந்திய இராணுவம் கட்டாய இராணுவப் பயிற்சி கொடுத்தது. எங்கு பார்த்தாலும் பெற்றார் அழுத கண்ணும் சிந்திய மூக்குமாகத் திரிந்தனர். அவர்களுள் ஒருத்தியாக நானும் திரிந்தேன்.

இந்திய இராணுவம் வெளியேறிக்கொண்டிருந்தபோது நான் என் மகனைத் தப்ப வைத்திருந்தேன். பிரபாகரன் - பிரேமதாஸ தேன்நிலவுக் காலத்தில் புலிகள் வெளியே வந்தனர். "மாற்று இயக்கங்களில் பயிற்சியெடுத்தவர்கள் யாராகயிருந்தாலும் எம்மிடம் சரணடையவேண்டும், நாங்களாகத் தேடிக் கண்டுபிடித்தால் விடமாட்டோம்" என்ற அறிவித்தலை ஒலிபெருக்கிகள் வழியே புலிகள் தெருவெங்கும் ஒலிபரப்பினார்கள். என்ன எங்கேயோ கேட்டமாதிரி இருக்கா! ஆம் ஓமந்தையில் 2009-ல் இதே வாக்கியத்தைத்தான் இராணுவத்தினரும் ஒலிபரப்பினார்கள். புலிகளின் அறிவிப்பைக் கேட்ட நான் எனது மகனை அழைத்துப்போய் புலிகளிடம் சரணடைய வைத்தேன். புலிகள் தாம் விசாரித்த பின்பு இரண்டு நாட்களில் என் மகனை என்னிடம் அனுப்புவதாகச் சொன்னார்கள். மகனை அவர்களிடம் ஒப்படைத்துவிட்டு திரும்பி வந்துவிட்டேன். ஆனால் பத்து மாதங்கள் கழிந்த பின்னும் மகன் திரும்பி வரவேயில்லை. புலிகளிடம் சரணடைந்த பலர் திரும்பிவரவில்லை. நான் புலிகளிடம் சென்று கேட்டபோது 'அவன் இயக்கத்தில் இணைய விருப்பம் தெரிவித்தான் அதனால் அவனை யாழ்ப்பாணம் அனுப்பிவிட்டோம்' என்றனர். நான் அவனைத் தேடி வனங்களிலும் இருளிலும் தனியாக அலைந்தேன்.

பலநாட்கள், பலமாதங்கள், பலமுகாம்கள் என அலைந்தேன். அவன் இன்னமும் இவர்களிடம் கைதியாகத்தான் இருக்கிறானோ என்ற சந்தேகமும் என்னைக் கலங்க வைத்தது. இந்நிலையில் விடுதலைப் புலிகளால் விடுவிக்கப்பட்ட சிலரை நான் சந்தித்து அவர்களிடம் மகனைப் பற்றிக் கேட்டேன். அவர்களில் யாரும் அவனைப் பார்த்திருக்கவில்லை. எனினும் புலிகளிடமுள்ள சித்திரவதை முறைகள், விசாரணை முறைகள் பற்றி அவர்கள் கதைகதையாக என்னிடம் சொன்னார்கள்.

'கடவுளே! என்மகன் புலிகளிடம் கைதியாக இருந்தால் அவனைக் கொன்றுவிடு' என்று கோயில் வாசலில் கிடந்து கதறினேன். ஆனால் என் மகனைப் பற்றிய செய்தி நான் புலிகள்

இயக்கத்தில் இணைந்து எனக்கென ஓர் இடத்தை தக்கவைத்த பின்பே எனக்குக் கிடைத்தது. நான் இயக்கத்தில் இணைந்து பல முக்கியஸ்தர்களை அறிமுகமாக்கி, தலைவருக்கு கடிதத்துக்குமேல் கடிதம்போட்டு - அப்போது நான் ஒரு அடிமட்டப் போராளிப் பேச்சாளர் - என் மகனைத் தேடிக்கொண்டிருந்தேன். பதினான்கு வயதில் இயக்கத்துக்குப் போயிருந்த என் இன்னொரு மகன் ஆனையிறவுச் சமரில் வீரச்சாவடைந்திருந்தான். அப்போது அவனுக்கு வயது பதினாறு. அவனுடைய சாவுச்செய்தி இரண்டு மாதம் கழித்துத்தான் என்னிடம் வந்தது. அப்போது நான் யாழ்ப்பாணத்தில் பெண்புலிகளின் முகாமொன்றிலிருந்தேன். வவுனியாவிலிருந்து மகனின் சாவுச்செய்தியைக் கொண்டுவந்தவரை மனதை இறுக்கிக்கொண்டு வரவேற்று உபசரித்து அனுப்பியதன் பின்பு முகாம் பொறுப்பாளரிடம் மகனின் சாவுச் செய்தியைக் கொடுத்தேன். அந்தத் துக்கத்தைக் கொண்டாட என்னை வீட்டுக்கு அனுப்பினார்கள். நான் புறப்பட்டு என் மகளுடைய வீட்டுக்குப் போனேன். சிற்றூர் அவையினரும் ஊர்ப் பெண்களும் சாவீட்டுக்கு வந்தார்கள் அவர்களுக்கு பிஸ்கட், தேநீர் கொடுத்தோம். வீரமகனைப் பெற்றேன் என்ற பெருமை என்னுள் இருந்தாலும் உள்ளே மனம் குமைந்து கொட்டுப்பட்டுக் கொண்டிருந்தது. நான் வெளிப்படையாக அழவில்லை. ஆம்! துக்கம் விசாரிக்க வந்த பெண்களைக் கட்டியழ வேண்டுமென்று எனக்குத் தோன்றவில்லை. மகன் எப்போது இயக்கத்துக்குப் போனானோ அப்போதே இந்த செய்தியும் எதிர்பார்த்ததுதானே.

ஆனையிறவுச் சமர் நடந்து கொண்டிருந்தபோது, நான் 'பத்தினியார் மகிழங்குளம்' புலிகளின் முகாமில்தான் இருந்தேன். அன்றாடம் வித்துடல்கள் வரும். இரண்டு, மூன்று, சில நாட்களில் ஆறேழு வித்துடல்கள். நித்தமும் செத்தவீடு. தினமும் சாவீடுகளிலும் இடுகாட்டில் மண்போடவுமாகத் திரிந்தோம். குறிப்பாக என் மகன் இறந்த அன்று இரு சாவீடுகளில் நான் நின்றிருக்கிறேன். ஆனால் என்மகன் ஆனையிறவிலே, அந்தக் கானல் வெளியிலே நாய்நரி கழுகுகளுக்கு இரையாகிப் போன செய்தி இரண்டு மாதங்கள் கழித்துத்தான் எனக்கு வந்திருக்கிறது.

"களத்திலே வீழ்ந்து பட்ட கணக்கற்ற புலிகளின்
பிணக்குவியலோடு சேர்ந்து நீ வரவில்லை.
நாள்முழுதும் பார்த்தழுது நான் தாங்க மாட்டேனென்றா
பூமாலை கட்டிப் பல புகழுடலில்போட்டுவிட்டாய்
போதுமம்மா கைவலிக்கும் என்றெண்ணிக் கொண்டாயா"

என என் துயரங்களை நான்கு பக்கக் கவிதையில் கொட்டி இரவு முழுதும் அழுது தீர்த்தேன். அப்படி அழுதாலும் மற்றவர்கள் புகழ, வீரத்தாயாக வீரத் திலகமிட்டு மகவையும் மற்றவர்களையும் போருக்கு அனுப்பிவிட்டு வீட்டிலிருந்த புறநானூற்றுத் தாயாக நான் இராமல் நானும் தொடர்ந்து போர்ப்பணிகளில் ஈடுபட்டேன். ஏனென்றால் என்னிடம் மீதமிருந்த ஒரேமகனும் தானும் இயக்கத்துக்குப் போகப்போவதாகச் சொன்னான். 'என்ன மசிர் வாழ்க்கை! இவங்களுக்காக இவங்களைக் காப்பாற்ற நான் எவ்வளவு துன்பமனுபவித்தேன். இவங்களுக்காகத்தானே வாழ்ந்தேன். இவங்களே போனா நான்? …இயக்கத்துக்குப் போக எனக்கும் தெரியாதா' என்ற வீம்பு அதுவரை இயக்கத்தின் ஆரம்ப சுகாதார நிலையத்தில் சிறு ஊதியத்துக்காக வேலை செய்துகொண்டிருந்த என்னை முழுமையாக இயக்கத்திற்குப் போக வைத்தது.

இவ்வளவும் நடந்ததற்குப் பின்பாக, சற்றேறக்குறைய இரண்டு வருடங்களின் பின்பாக; நான் புலிகளிடம் சரணடைய வைத்த, நான் அல்லும் பகலும் தேடிக்கொண்டிருந்த என்மகன் கொல்லப்பட்டான் என்று புலிகளின் தலைமைச் செயலகம் தந்த செய்தியை வவுனியா மாவட்டப் பொறுப்பாளர் எனக்கு அறியத்தந்தாள். நான் உடனேயே எழுந்து நின்று 'என்மகன் கொல்லப்பட்டதற்கு காரணம் என்ன?' என்று கேட்டேன். 'எனக்குத் தெரியாது, இவ்வளவு தகவலும்தான் தந்திருக்கிறார்கள், கூடவே மன்னிப்பும் கேட்டார்கள்' என்றாள். நான் எனது சைக்கிளை எடுத்துக்கொண்டு மாங்குளத்திலிருந்து புறப்பட்டேன். எமது முகாம் இருந்த பத்தினியார் மகிழங்குளத்தை நோக்கி என் சைக்கிளை மிதிக்க ஆரம்பித்தேன்.

என் மூன்று மகவுகளிலே ஒருவன் வீரச்சாவடைந்தான், ஒருவன் களத்திலிருக்கும் போராளி, ஒருவன் கொல்லப்பட்டான், நான் இரண்டுங்கெட்டான். புளியங்குளம் கடந்து பெருங் காட்டோரமாக மிதிவண்டியைக் கீழே போட்டுவிட்டு ஒரு பாலைமரத்தின் கீழே மல்லாந்து விழுந்தேன். தாகம் நாவை வரட்டியது, தொண்டைக்குழிக்குள் எதுவோ முள்ளுப்பத்தை போல அடைத்துக்கொண்டது. மேலே பாலைமரம் மஞ்சள் நிறமாகிப் பழுத்துக் குலுங்கிக் கிடந்தது. பறவைகள் வருவதும் போவதும் கடிபடுவதுமாகத் திரிந்தன. நான் கண்விழித்தபோது ஒரு குடிசையில் கிடந்தேன். வவுனியா மாவட்டத் தளபதி தேவன்தான் என்னை அங்கே கொண்டு வந்ததாக அந்தக் குடிசையிலிருந்த மலையகப் பெண் தெரிவித்தாள். கொஞ்சம் நீரருந்தினேன். புறப்பட ஆயத்தமான போது 'ஒங்கள இங்கனயே

வெச்சிக்கிறச் சொன்னாங்கம்மா அவிங்க வருவாங்களாம்' என்றாள் அந்தப்பெண். எனக்குள் எந்த உணர்ச்சியுமில்லை. தலை மட்டும் விறைத்துப்போயிருந்தது. கொஞ்ச நேரத்தில் 'பிக்கப்' வாகனம் வந்தது. அவர்கள் எனக்கு உணவு கொண்டுவந்தார்கள். நான் உண்ண மறுத்துவிட்டேன். மிதிவண்டியையும் என்னையும் ஏற்றிக்கொண்டு சென்று எமது முகாமில் இறக்கிவிட்டனர். இந்தச் செய்தியை எங்களது முகாமில் யாரும் அறிந்திருக்கவில்லை என அவர்களுடைய நடவடிக்கையிலறிந்தேன்.

அடுத்த வாரம் அறிக்கை கொண்டுசெல்லும் போராளிகளுடன் நானும் யாழ்ப்பாணம் புறப்பட்டேன். தலைமைச் செயலராக கண்ணன் இருந்தார். நான் நீதி கேட்டு மதுரைக்குச் சென்ற கண்ணகியாகியிருந்தேன். இரண்டு தினங்களில் புலிகளின் பிரதித் தலைவர் மாத்தையா வந்தார்.

"உங்களது மகன் பயிற்சிக்காக துணுக்காயில் இருந்தபோது விமானத் தாக்குதல் நடந்தது, அவனை பயிற்சியிலிருப்போருக்கான உணவுத் தயாரிப்பில் விட்டிருந்தோம். இறந்தவர்களின் விபரங்களை உடனடியாகத் திரட்ட முடியவில்லை. வேறிடங்களையும் சரிபார்க்க வேண்டியிருந்தது, அதனால் நீங்கள் எங்களை மன்னிக்க வேண்டும்" என்றார் மாத்தையா.

அந்தக்கணத்தில் என்மனம் ஒரு நிலைக்கு வந்தது. என்னுள் இருந்த கலக்கம் விடைபெற நிதானத்துக்கு வந்தேன். இல்லாத ஒன்றுக்காக இரண்டு வருடங்களுக்கு மேலாக அலைந்ததை எண்ணிப்பார்த்தேன், அவ்வளவுதான்.

என்னைப் பொறுத்தவரை நான் உங்களுடைய இக்கேள்விக்கு சரியாகத்தான் பதிலளித்திருக்கிறேன்.

- ***விடுதலைப்புலிகள் இயக்கத்தில் இணையும்போது உங்களுக்கு வயதென்ன?***

நான் இயக்கத்தில் இணைந்த போது எனக்கு வயது நாற்பத்து மூன்று. நான் படிப்படியாக இலக்கு வைத்தே இயக்கத்துக்குள் உள்ளிழுக்கப்பட்டேன் என்று லெப்.கேணல் நளாயினி கூறியிருக்கிறாள். அது ஒரு பெரிய கதை.

- ***இயக்கத்தில் எத்தகைய பணிகளைச் செய்தீர்கள்?***

ஆரம்பத்தில் ஆரம்ப சுகாதார நிலையத்தில் பணிக்கமர்த்தப் பட்டேன். வைத்திய வசதியற்ற பகுதியாதலால் இரண்டு பிரசவங்களும் பார்த்தேன். பாம்பால் தீண்டப்பட்ட இருவரைக் காப்பாற்றினேன். தரப்பட்ட மருந்துகளை மக்களுக்கு வழங்கினேன். எனது வீடு பணியிடத்திலிருந்து இருபத்துநான்கு மைல்கள் தொலைவில் இருந்தது. எனவே நான் அருகிலிருந்த முகாமில் தங்கி வேலை செய்தேன். சனிக்கிழமை எனது ஊருக்கு மிதிவண்டியில் போய் ஞாயிறு மாலை திரும்பி வருவேன். மாலையில் முகாமில் போராளிகளுக்கு கல்வியில் உதவினேன். அறிக்கை தயாரிப்பதிலும் தொகுப்பதிலும் உதவினேன். பிரதேசங்கள் பற்றியும் கடந்த கால அரசியல் பற்றியும் பேசுவோம். எனது வேலை நேரத்தில் எழுத நிறைய நேரம் கிடைத்தது. கவிதை, கட்டுரை, சிறுகதைகள் எழுதினேன். அப்போது சர்வதேச மகளிர் தின நிகழ்வொன்று புளியங்குளத்தில் ஏற்பாடு செய்யப்பட்டது. அதற்குத் தலைமை தாங்க ஓர் ஆசிரியையை ஒழுங்கு செய்திருந்தார்கள். அக்காலத்தில் புலிகளுடன் இணைந்து வேலை செய்தால் வவுனியா நகரத்துக்குள் போக முடியாது. போனால் திரும்ப முடியாது. பலர் நகரத்துக்குள் போய் நின்றுவிட்டனர். இந்த ஆசிரியையும் அப்படிப் போய்விட்டார். இறுதியாக உப்புக்குச் சப்பாணியாக முகாமிலேயே தங்கி வேலைசெய்த என்னைத் தலைமை தாங்கக் கேட்டார்கள். நான் சரியென்று போனேன். பேச்சு. அதுவும் பெண்ணியம் சார்ந்தது. நாங்க 'மைக்'கப் புடிச்சா விடமாட்டமே! அன்றிலிருந்து வவுனியா மாவட்டப் பொதுக்கூட்டங்களிலெல்லாம் நானும் ஒரு கோயில் மேளமாகப் பரிணமித்தேன். அத்தோடு மேடை நாடகங்களை எழுதித் தயாரிப்பதிலும் ஈடுபட்டேன். நான் எழுதியதெல்லாம் ஒரு உரப்பையை நிறைத்து நிமிர்ந்தாலும் எதுவும் பிரசுரமாகவில்லை.

யாழ்ப்பாணத்திலிருந்து வரும் உயர்மட்டப் போராளிகள் அவற்றைக் கேட்டு வாங்கிப் படிப்பார்கள். பாராட்டுவார்கள், பின்பு என்னிடம் தந்துவிட்டுப்போவார்கள். அப்போது சுதந்திரப்பறவைகள், விடுதலைப்புலிகள், வெளிச்சம் போன்ற பத்திரிகைகள் வன்னியில் பெரிதாகக் கால்பதிக்கவில்லை. தினசரியான 'ஈழநாதம்' அது வெளிவந்த மறுநாள் மாலையில்தான் எமக்குக் கிடைக்கும். பாவம் அதுவும் கிளாலிக் கடல் கடந்து வரவேண்டுமல்லவா. இவைகளுக்கு எழுதப் போதிய எழுத்தாளர்கள் யாழ்ப்பாணத்திலேயே இருந்தார்கள். அப்படித் தப்பித் தவறி மட்டு - அம்பாறை - திருமலை - வன்னி எழுத்துகள் வருமாயின் அவற்றை அந்தந்தப் பகுதி தளபதிகள் கொண்டுசென்று கொடுத்திருப்பார்கள்.

இயக்கத்தில் பயிற்சியெடுக்காத சீருடையணிந்த போராளிகள் பலரிருந்தனர். சீருடையணியாத போராளிகளும் இருந்தனர். ஆனையிறவுச் சமரின்போது அவசர வேலைகளுக்காக இவர்கள் களமிறக்கி விடப்பட்டனர். உடல்களை அடக்கம் செய்ய, வீரச்சாவு வீடுகளுக்குப் போக, புதிய போராளிகளை இணைக்க, மருத்துவ நிலையங்களில் சேவையாற்ற என்றவாறாக இவர்கள் செயற்பட்டனர். இவர்கள் முகாமில் போராளிகளாகக் கணிக்கப்படவில்லை. இவர்கள் பொறுப்பாளரால் அலட்சியப்படுத்தப்பட்டார்கள். எந்த விடயத்திலும் முன்வந்து பேசவோ கருத்துச் சொல்லவோ முடியவில்லை. இத்தகைய சீர்கேடுகளைக் கண்டபின் நான் ஆயுதப் பயிற்சியெடுத்து முழுப் போராளியாக மாற முடிவு செய்தேன். தவைருக்கு எழுதிப் போட்டேன். பயிற்சி முகாமுக்குப் போனேன்.

ஆயுதப் பயிற்சி முகாம்கள் குறித்து ‘புதியதோர் உலகம்’ கோவிந்தன் எழுதியதையும் ‘கொரில்லா’ ஷோபாசக்தி எழுதியிருந்தவற்றையும் நான் அப்போது படித்திருக்கவில்லை. உண்மையிலேயே பயிற்சி முகாம் என்பது சாவதற்காகப் பயிற்சி எடுக்கும் இடமே. அங்கு நடக்கும் ஓட்டு மாட்டு, தில்லுமுல்லு, அதுஇது எல்லாவற்றையும் வென்று பயிற்சியை முடித்தேன். தாய்மை என உலகால் புகழப்படும் பெண்களை அதிகாரம் எப்படிப் பேய்களாக மாற்றியிருந்தது என்பதை அங்கு கண்டுகொண்டேன்.

கடின உழைப்பாளியான எனக்கு பயிற்சி ஒரு தூசு! பயிற்சிக் காலத்தில் - சொன்னால் நம்பமாட்டீங்க - ‘லாஸ்ட் ரண் பாஸ்ட்’ என்றால் நூற்றைம்பது பேராவது என்னை விரட்டிக்கொண்டு வருவார்கள். அதேயளவில் விட்டத்தில் மந்தி போல் சுழன்று வருவேன். துப்பாக்கிப் பயிற்சியில் ‘டச்’ அடிக்கையில் ‘புல்புல்’லாகக் குறிபார்த்து அடித்து ஒரு ரைபிளைப் பரிசாகப் பெற்றேன்.

பயிற்சி முடிந்து அரசியற்துறைக்கு அனுப்பப்பட்டதும் முதல் வேலையாக அந்தத் துப்பாக்கியை எடுத்து பொறுப்பாளரிடம் கொடுத்துவிட்டேன். பிறகு நூலகத்தில் எனக்கொரு வேலை போட்டார்கள். குடிகாரனுக்கு சாராயக்கடையில வேலைகிடைத்த மாதிரியாகிவிட்டது. வெறிகொண்டு படிக்க ஆரம்பித்தேன். லெனின், மாவோ, சே குவேரா, ஹிட்லர், ஹோசிமின், பிடல் கஸ்ரோ என எல்லோரையும் படித்தேன். படிக்கக் கூடாதவை படிக்கக் கூடியவை எதையும் விடவில்லை. மொழிபெயர்ப்புகள், விருது பெற்ற நூல்கள் முடிந்ததா. ஆங்கில நாவல்களிலும்

தாவினேன். ஆச்சரியம், அற்புதம் மிகுந்த உலகில் சஞ்சரித்தேன். யாழ் பல்கலைக் கழகத்தில் ‘இதழியல் வெளிவாரி கற்கைநெறி’யைக் கற்றேன். உளவியலையும் அதேபோல கற்றேன். நான் திரும்பவும் வன்னிக்கு அனுப்பப்படவில்லை. எனக்கென காத்திரமான வேலை எதுவும் தரப்படவில்லை. ஒருதடவை நானே பொறுப்பாளரிடம் வலியச் சென்று “என்னை வீட்டுக்கு அனுப்புங்கள், இங்கே சும்மா இருப்பதைக்காட்டிலும் நான் அங்கே தோட்ட வேலைகள் செய்வேன்” என்றேன்.

அப்போதெல்லாம் எங்காவது தாக்குதலுக்குத் திட்டமிடும்போது, தாக்குதலில் இழக்கப் போகும் போராளிகளின் வெற்றிடத்தை நிரப்ப புதிய போராளிகளைத் திரட்டப் புலிகளின் நிர்வாகங்கள் அனைத்தும் களத்தில் இறக்கிவிடப்படும். புலிகளின் குரல், நிதர்சனம் தொலைக்காட்சி, நீதி - நிர்வாக சேவை, பொருண்மிய மேம்பாடு அமைப்பு, தமிழர் புனர்வாழ்வுக் கழகம், மாணவர் அமைப்பு, மாவீரர் பணிமனை என அனைத்துப் பிரிவுகளும் களமிறங்கும். பெரிய பொறுப்பாளர்களுடன் இரண்டு - மூன்று பேச்சாளர்கள் பிரச்சாரத்துக்கு இறக்கிவிடப்படுவார்கள். வீதி நாடகங்கள், தொலைக்காட்சிப் பெட்டியில் ஒளி வீச்சு, ஆங்கிலப் படங்களை ஒளிபரப்புதல் எனத் தமக்குரிய வட்டங்களில் தீவிர பிரச்சாரத்தைச் செய்து இயக்கத்துக்கு ஆட்களைத் திரட்டுவார்கள். மகளிர் அமைப்பிலிருந்தும் ஒவ்வொரு பிரிவுக்கும் ஒவ்வொரு பேச்சாளரைக் கொடுத்தாக வேண்டும். 1993-ல் பூநகரித் தாக்குதலுக்கான திட்டம் என நினைக்கிறேன், செப்ரம்பர் மாதம் பிரச்சாரம் ஆரம்பமாகியது. மகளிர் அமைப்பு சார்பில் யாழ் வட்டம் செல்ல வேண்டியவளாக தேன்மொழி இருந்தாள். தேன்மொழி, மாவீரர் பணிமனைப் பொறுப்பாளர் பொன். தியாகத்தின் மகள். யாழ் மாவட்ட பதில் பொறுப்பாளராக அவள் இருந்தாள். ஒக்ரோபர் 10-ம் தேதி வரயிருந்த தமிழீழ மகளிர் நாளான ‘மாலதி நினைவு தின’த்திற்கு முன் கோப்பாய் -கைதடி வீதியில், மாலதி உயிர்விட்ட இடத்தில் ஒரு நினைவுத் தூபியைக் கட்டிக் கொடுக்க வேண்டியிருந்தது. அதனால் அவளால் போக முடியவில்லை. மகளிர் அரசியற்துறைப் பொறுப்பாளரிடம் வந்து “வேறு யாரையாவது அனுப்புங்கள் அக்கா, நான் இரண்டு மூன்று நாட்களிற்குள் வந்திருவேன்” என்று கெஞ்சினாள். அனைவரையும் பிரித்துக் கொடுத்தாயிற்றே. இப்போது நான் மட்டுமே நூலகத்தின் புத்தகங்களோடு தனித்திருந்தேன். என்னைப் பார்த்து “போறீங்களா.. ஒரு இரண்டு நாளைக்குத்தான்..” என்று பொறுப்பாளர் கேட்டாள்.

சரி என்று என் மிதிவண்டியை எடுத்துக் கொண்டு யாழ் வட்டச் செயலகத்திற்குச் சென்றேன். அங்கே இயக்கத்தின் மிகச் சில புத்திஜீவிகளில் ஒருவரான டொமினிக் இருந்தார். அப்போது யாழ்ப்பாணத்தில் என்னை யாருக்கும் தெரியாது. எனக்கும் எல்லோருடைய பெயர்களைத் தெரிந்திருந்தாலும் ஆட்களைத் தெரியாது. டொமினிக் நகைச்சுவையாக எதையும் நெற்றிக்கு நேரே சொல்லக் கூடியவர். என்னுடன் பேச்சாளராக அம்பாறை மாவட்ட மாணவர் அமைப்புப் பொறுப்பாளர் வின்சன் வந்திருந்தார். இரண்டு மாதங்களுக்கு முன்புதான் மட்டு - அம்பாறைப் போராளிகள் பின்வாங்கி வந்து யாழ்ப்பாணம் எழுதுமட்டுவாளில் தங்கியிருந்தனர். அப்படிப் பின்வாங்கி வந்தவர் தான் வின்சன். மிரட்சியோடு அமர்ந்திருந்தார்.

டொமினிக் வந்தார். "எங்கே மகளிர் தரப்புப் பேச்சாளர்?" என்றார்.

"அன்ரி வந்திருக்கா" என்றனர் பெண்கள். என்னை திரும்பிப் பார்த்த டொமினிக் உடனேயே "ஏன் தேன்மொழி வரவில்லை, இந்தக் கிழவியை வச்சு நான் என்ன செய்கிறது?" என்றார்.

"இரண்டு நாளைக்குத் தானாம் அண்ணை, அங்கால அக்கா வந்திடுவா" என்றாள் என்னை அழைத்து வந்தவள்.

"ரவிராஜண்ணை ஒருக்கா ரிகர்சல் பாருங்க, இதுகள் என்னக் கவுட்டுப் போடுங்கள் போல" என்றார் டொமினிக். அப்போது அவருக்கு 'வோக்கி' அழைப்பொன்று வந்தது. எழுந்து போய் விட்டார். நான் ஏதோ பேருக்கு பேச வேண்டிய விடயங்களைக் கூறினேன். சும்மா எப்படியாம் பேசிக் காட்டுவது!

மாலையில் நாச்சிமார் கோயிலடியில் யாழ்ப்பாணத்தின் எனது முதல் அரங்கு. எந்த அறிமுகமும் இல்லாமல் ஒலிவாங்கியைக் கையில் எடுத்தேன். இருபது நிமிடங்கள் 'சிச்சுவேசன் ரிப்போர்ட்'. முடிவு உங்கள் கையில் என்று விட்டு வெளியே வந்தேன். நீங்கள் ஆச்சரியப்பட வேண்டாம்... ரவிராஜ் என்னிடம் ஓடி வந்தார். "உங்களை டொமினிக் அண்ணை கூப்பிடுகிறார்" என்றார். நான் சற்று யோசித்தவாறே அவரைப் பின் தொடர்ந்தேன். ஓர் அழகிய சிவப்புக் காரின் பின் கதவைத் திறந்து "ஏறுங்கள்" என்றார். நான் உள்ளே ஏறினேன். உள்ளே டொமினிக் அமர்ந்திருந்தார். "அன்ரீ நீங்கள் ஆர் அன்ரீ.. இனி எனக்கு தேன்மொழி வேண்டாம். உங்கள

விட ஏலாது'' என்றார். அன்று முதல் நான் பேச்சாளர், மக்களைக் கவர்ந்த பேச்சாளர்!

பிரச்சாரக் காலம் முடிந்தவுடன் பழையபடி புத்தகங்களுடன் கொட்டாவி விட ஆரம்பித்தேன். சோம்பல் மிகுந்தால் சும்மா யாழ் வீதிகளில் சுற்றிவருவேன். ஒருநாள் நல்லூர் வீதியால் வரும்போது வின்சனைக் கண்டேன். என்னை வரவேற்ற அவர் தனது அலுவலகத்திற்கு என்னைக் கூட்டிச் சென்றார். அது 'புலிகளின் குரல்' செயலகம். "இங்கே நான் பதில் பொறுப்பில் இருக்கிறேன் அன்ரி, நீங்கள் இவ்வளவு நன்றாகப் பேசுகிறீர்கள்.. உங்களால் எழுதவும் முடியும் கதை, நாடகம் என்று ஏதாவது எழுதித் தாருங்கள்'' என்றார். நான் ஏற்கெனவே எழுதி வைத்திருந்த ஒரு சிறுகதையைக் கொடுத்தேன். அது ஒலிபரப்பாகும் நாளை எனக்கு வின்சன் கூறினார். காத்திருந்து கேட்டேன். அதுவே வெளிவந்த எனது முதற்படைப்பு. எனக்குள் ஆனந்தம் சிறகடித்தது. பின்னர் நாட்டார் பாடல் நிகழ்ச்சிக்கு உண்மையான நாட்டார் பாடலுடன் பிரதி கொடுத்தேன். மெட்டுகள் சிதைந்து விடாமல் நானே பாடினேன். 'புலிகளின் குரல்' ஒட்டிக் கொண்டது. வாரம் ஒரு பிரதி கொடுத்தேன். அக்காலப் போக்கில் சுதந்திரப்பறவைகளோ, ஈழநாதமோ, வெளிச்சமோ என்னை மட்டுமல்ல வெளி மாவட்டப் போராளிகளையே ஏற்கவில்லை. புலிகளின் குரல் வன்னிக்கு இடம் பெயர்ந்த பின் 'குயிலோசை' நிகழ்ச்சித் தயாரிப்பாளர் என்னை அந்த நிகழ்ச்சியை முழுமையாகத் தயாரிக்கப் பழக்கினார். 'பறை' என்ற பெயரில் பறை பற்றி நான் நடத்திய நிகழ்ச்சி தலைவரை எட்டியது. தலைவருடைய விருப்பத்தின்படி அந்த நிகழ்ச்சி எனது பொறுப்பில் விடப்பட்டது. நானும் அத்துறையில் படித்தும் கேட்டும் என் அறிவை விருத்தி செய்தேன். பிரச்சாரத்தின்போது அறிமுகமான நிர்வாக சேவைக்கெனப் பயிற்றப்பட்ட போராளிகள் என்னுடன் நெருங்கிப் பழகினார்கள். ஞாயிற்றுக்கிழமைகளில் அவர்களைச் சந்திக்கப்போவேன். அருகிலேயே கல்விக்குழுப் போராளிகள் இருந்தார்கள். அதன் பொறுப்பில் ஆர்த்தி இருந்தாள். ஆங்கில நாவல்களைத் தந்து படிக்கச் செய்தாள். 'ஈவ்' என்ற ஆங்கில நாவலைப் படித்தபோது எனக்கும் சில விடயங்களை எழுத வேண்டும் போல் இருந்தது. என் இளைய மகனை நான் பிரசவித்த தருணம் பற்றி எழுதத் தொடங்கினேன்.

நாற்பது தாள் குறிப்பேட்டில் எனக்கு வலி கண்ட இடத்தில் ஆரம்பித்தேன். அது இப்படி வளருமென்று நான் நினைத்திருக்கவில்லை. எழுதியெழுதித் தாள்கள் தீர்ந்தன.

அதைக் கொண்டுபோய் ஆர்த்தியிடம் படிக்கக் கொடுத்தேன். படித்தவள் "தொடர்ந்து எழுது மனிசி, உன்னால ஏலும்" என்று ஊக்குவித்தாள். ஒரு நுற்றியிருபது பக்கக் குறிப்பேடும் தந்தாள். அடுத்தநாள் தொடர்ந்தேன். மூன்று தினங்களில் குறிப்பேடு தீர்ந்தது. ஆர்த்தியிடமிருந்து பெற்று நிர்வாக சேவை மாணவிகளும் போட்டி போட்டுக்கொண்டு வாசித்தனர். தொடர்ந்தேன், குறிப்பேடுகளை அவர்கள்தான் வாங்கித் தந்தார்கள். சுமார் இருபத்தெட்டு நாட்களில் நாவல் முடிந்தது. கட்டிப் பெட்டியில் போட்டேன்.

வன்னியிலிருந்து நாவல் வெளிவருவது அவ்வளவு சுலபமல்ல என்பதை 'இனி வானம் வெளிச்சிரும்' எனக்குக் கற்றுத் தந்தது. சுமார் ஏழு வருடங்கள் பல கைகளுக்கு மாறி, பாதி அடியோடு தொலைந்ததன் பின்பாக தலைவரிடம் கொடுத்த பிரதியை அவர் பத்திரமாகத் திருப்பித் தந்தார். அதனால்தான் அது உயிர் பெற்றது. வன்னியைச் சேர்ந்த ஒருவரே அதைப் பதிப்பித்தும் உதவினார்.

இயக்கத்தில் பிரதேச வேறுபாடுகளைப் பார்க்காத ஒரே நபர் தலைவர் மட்டும்தான். இயக்கத்திற்குள் பிரதேச வேறுபாடு பேசுவது கடுமையான கண்டனத்துக்குரியது, ஆதலால் யாரும் அதைப் பேசமாட்டார்கள்.. ஆனால் பார்ப்பார்கள்.

புத்தகத்தை வவுனியாவில்தான் வெளியிட்டோம். அது சமாதான காலம். எனது நாவலுக்கு மாகாண சபையினதும் அகில இலங்கைத் தமிழ் எழுத்தாளர் சங்கத்தினதும் முதற்பரிசு கிடைத்தது. நான் பரிசைப் பெறச் சென்றபோது என்னுடன் யாரும் வரவில்லை.

'எப்படி தமிழ்க்கவி அந்தப் பரிசைப் பெறலாம்' என்றொரு கேள்வியையும் சிலர் கேட்டனர். ஆனாலும் மேலும் சில போராளிகளின் ஆக்கங்கள் வெளியில் பரிசுகளை வென்றபோது கமுக்கமாகப் போய் பெற்றுக்கொண்டனர்.

என்னை யாரும் எழுது என்று கேட்காத போதும் நான் எழுதினேன். 'இனி வானம் வெளிச்சிரும்' வெளியாகிய பின்பு 'இருள் இனி விலகும்' என்ற நாவலை எழுதினேன். நாட்டார் இலக்கியங்களில் ஈடுபாடு ஏற்பட்டபின் நிறைய ஆய்வுகளில் ஈடுபட்டேன்.

'சூரியக்கதிர்' நடவடிக்கைக்குப்பின் வன்னிக்குள் நாங்கள் வந்ததோடு யாழ்ப்பாணத்து எழுத்தாளர்களின் பங்கு குறைந்தது. வன்னி - மட்டு - அம்பாறை - திருமலை எழுத்தாளர்கள்

பத்திரிகைகளிலும் வானொலியிலும் கால்பதித்து முன்னேறினர். நான் வானொலிக்கு எழுதிவந்தாலும் 'குயிலோசை' நிகழ்ச்சியை நானே தயாரிக்க வேண்டிய கட்டாயச் சூழல் உருவானது. நான் வாய்ப்பை நன்கு பயன்படுத்திக்கொண்டு ஏராளமான இரசிகர்களைத் தேடிக்கொண்டேன். வானொலி நாடகப் போட்டியில் முதற்பரிசை வென்றேன். ஒளிவீச்சிலும் எனக்கு பதினைந்து நிமிடங்கள் ஒதுக்கப்பட்டன. நா. யோகேந்திரநாதன் 'உயிர்த்தெழுகை' என்ற தொடர் நாடகத்தை எழுதி இயக்கினார். அதில் 'குஞ்சாத்தை' என்ற பாத்திரம் எனக்குக் கிடைத்தது. வன்னி வழக்குத் தமிழில் வக்கணையாகவும் பழமொழிகளுடனும் சுயமாகப் பேசும் வாய்ப்பை அந்த நாடகம் எனக்குக் கொடுத்தது. அந்தப் பாத்திரம் என் நடிப்புக்கு பெருமளவு வரவேற்பைப் பெற்றுத்தந்தது.

மகளிர் அமைப்பினர் எனக்கென எந்த வேலையும் தரவில்லையாயினும் எனது வேலைகளில் குறுக்கிடவும் இல்லை. புலிகளின் குரலில் வாரம் மூன்று நிகழ்ச்சிகளை எழுதித் தயாரித்தேன். புதன் 'பார்வை' சஞ்சிகை, வியாழன் 'தீச்சுடர்' பெண்களுக்கான நிகழ்ச்சி, சனி 'குயிலோசை' நாட்டார் பாடல்களுடனானது. இந்த நிகழ்சியொன்றைக் கேட்ட தலைவர் நிலையத்துக்கு ஒரு நேயர் கடிதம் அனுப்பியிருந்தார். குறித்த நிகழ்ச்சியைத் தான் மிகவும் ரசித்ததாகவும் அந்நிகழ்ச்சியில் பங்குகொண்டோரைப் பாராட்டிக் கவுரவிக்க விரும்புவதாகவும் எழுதியிருந்தார். பொறுப்பாளர் அக்கடிதத்தை எல்லோருக்கும் வாசித்துக் காட்டினார். நிலையத்தில் சிலர் பாராட்டினார்கள், சிலர் வெளிப்படையாகவே "நாங்கள் இத்தனை வருடங்களாக உழைக்கிறோம் எம்மை யாரும் இப்படிப் பாராட்டவில்லையே" என அங்கலாய்த்தனர்.

நிதர்சனத்தின் புதிய பயிற்சிக் கல்லூரி ஆரம்பமானது. ஆரம்ப விழாவுக்கு நானும் போனேன். தொலைக்காட்சி நிகழ்ச்சிகள் செய்வதால் அதன் நுட்பங்களை அறிய விரும்பினேன். விழாவுக்கு சு.ப. தமிழ்ச்செல்வன் வந்திருந்தார். "நானும் ஒலி-ஒளி படிக்க விரும்புகிறேன்" என்றேன். "தாராளமாக, படிக்க விரும்பும் எவருக்கும் அனுமதியுண்டு எனத் தலைவரே கூறியுள்ளார்" என்றார். நான் வகுப்பில் இணைந்தேன். வானொலியில் ஒலிப்பதிவு செய்யும் நேரத்தை மாற்றி இரவில் போட்டேன். பிரதிகளை அதிகாலையிலும் மதிய உணவு நேரத்திலும் எழுதினேன்.

தமிழீழத் தேசியத் தொலைக்காட்சி தொடங்கியது. ஒரு நிகழ்ச்சித் தயாரிப்பாளர் தனது நிகழ்ச்சியில் என்னை நடித்துத் தரும்படி

கேட்டார். எனது முகத்தை நான் ‘கமரா’வுக்குக் காட்டுவதில்லை. சின்ன வயதிலிருந்தே எனது முக லாவண்யம் குறித்து எனக்குத் தாழ்வுணர்ச்சி உண்டு. ஆனால் அந்த நிகழ்ச்சித் தயாரிப்பாளர் விடுவதாயில்லை. தயக்கத்தோடு போனேன். என்பங்கை ஒரே ‘டேக்’கில் முடித்துவிட்டேன். முதல் நிகழ்ச்சியாதலால் பார்வையாளர்களும் அதிகமாக இருந்தனர். ‘எடிட்டிங்’ முடிந்ததும் கூப்பிட்டுக் காட்டினார்கள். ஆனால் துரதிர்ஷ்டவசமாக அதன் தயாரிப்பாளர் மாரடைப்பால் இறந்து போனார். அந்த நிகழ்ச்சியைக் கைவிட விரும்பாத பொறுப்பாளர் என்னிடம் அந்த நிகழ்ச்சியைப் பொறுப்பேற்குமாறு கேட்டார். எப்போதோ நான் கற்ற ஒலி-ஒளி பாடநெறிகளின் உதவியுடன் தயாரிக்கப்பட்ட ‘அம்பலம்’ என்ற அந்த நிகழ்ச்சி எனது தயாரிப்பில் உலகம் முழுவதும் போனது. வெளிநாடுகளிலிருந்து வருவோர் என்னை ‘அம்பலம் அன்ரீ’ என அழைக்குமளவுக்கு அந்நிகழ்ச்சி பிரசித்தமானது.

முதலிரு நிகழ்ச்சிகளைத் தயாரிக்கும்போது லைட்ஸ், வாகனம் எனக் கொண்டுவந்து தொலைக்காட்சி நிலையத்தினர் படப்பிடிப்பில் அமர்க்களப்படுத்தினர். அதன்பிறகு பகல் வெளிச்சத்தில் ஒரேயொரு கமெராவை வைத்துக்கொண்டு மூன்று மணித்தியாலத்துக்குள் படப்பிடிப்பை முடித்தேன். லொக்கேசனுக்கும் அலையவில்லை. வேலியடைப்பு, சூடடிப்பு, பணியாரச்சூடு, கூரை வேய்தல், வேலிச்சண்டை, வைக்கோற்கத்தைக் கட்டு, அரிவுவெட்டு என மண்வாசனையைக் கலந்து விட்டேன். போட்டி, பொறாமை, இடையீடு, கேலி, எச்சரிக்கை எல்லாம் உள்ளிருந்தே வந்தன. அவற்றை எனது உழைப்பால் கடந்தேன்.

ஒருகட்டத்தில் ‘புலிகளின் குரல்’ நிறுவனத்தில் பொறுப்பாளருடைய உறவினர்கள் ஊதியம் பெறும் ஊழியர்களாக வந்து சேர்ந்தனர். அவர்கள் என்னைப் போதியளவு அவமானப்படுத்தத் தவறவில்லை. அதுகுறித்து நான் பொறுப்பாளருக்கு அறிவித்தும் பயனில்லை. எனது ஒன்பது வருட ‘புலிகளின் குரல்’ சேவையைத் தூக்கிப் போட்டுவிட்டு வெளியே வந்துவிட்டேன். அய்ந்து வருடங்கள் அந்த எல்லைக்கே போகவில்லை. என்னை யாரும் கட்டுப்படுத்தவில்லை. கட்டளையிடவுமில்லை. நான் இயக்கத்தின் எல்லாப் பிரிவுகளுக்கும் அவர்கள் கேட்ட வேலைகளைச் செய்து கொடுத்தேன். எனது தன்மானத்துக்கு இழுக்கு வரும்போது விட்டுவிட்டு வந்திருக்கிறேன்.

தமிழீழ சட்டக் கல்லூரி, வெளிவாரி கற்கைநெறியை ஆரம்பித்தது. கட்டணம்தான். நான் அரசியற்துறை நிதிப் பொறுப்பாளரிடம் போய், சட்டம் படிக்க அய்நூறு ரூபா கேட்டேன். அவன் "நானும் சட்டம் படிக்கிறேன் எனக்கும் சேர்த்துக்கட்டு" என்று ஆயிரம் ரூபா தந்தான். மாதக் கட்டணம் ஆயிரத்து அய்நூறு ரூபா தந்தார்கள். இடையிடையே சண்டை, சமர், இடப்பெயர்வு எல்லாம் கடந்து அய்ந்து ஆண்டுகள் தமிழீழ சட்டக் கல்லூரியில் கற்று சிறப்புத் தேர்ச்சி பெற்று சட்டவாளராக வெளியே வந்தேன்.

மகளிர் அமைப்பினர் என்னை எட்டி நின்றே பார்த்தனர். எனது வேலைகள் எனது விருப்பப்படி நடந்தாலும் செலவுகளை சு.ப. தமிழ்ச்செல்வனின் நிதிப்பிரிவே செய்தது. நான் கேட்டதெல்லாம் வாங்கித் தந்தார்கள். மின்சாரமில்லாத ஊரில் எனக்கு மின்சாரம் போட்டுக்கூடத் தந்தார்கள் எரிமலை, புலிகளின் குரல், ஐ.பி.சி, உலகத் தமிழர், ஈழமுரசு, சுதந்திரப்பறவைகள், நாற்று, தெகல்கா போன்ற பத்திரிகைகளில் எனது ஆக்கங்களோ பேட்டிகளோ வந்தன. சிலவற்றில் தொடர்களும் வந்தன. ஈழநாதம் எனக்கொரு பத்தியை ஒதுக்கியது. 'காரசாரம்' என்ற பெயரில் இயக்கத்தின் பலதுறைப் பொறுப்பாளர்களுக்கு மறைமுகமாகச் சூடு வைக்கவும் மக்களுடைய பிரச்சினைகளை வெளியே கொண்டுவரவும் முடிந்தது. நான் யாருக்கும் அஞ்சவில்லை! தலைவர் எனக்கு ஆதரவாக நின்றார்! சம்பந்தப்பட்டவர்களுக்கு கூட்டங்களுக்கு அழைப்பும் அறிவுறுத்தல்களும் போனதையும் அறிவேன். 'தமிழ்க்கவி அன்ரியா.. அவ அறிஞ்சா பேப்பரில வரும் கவனம்' என்ற கருத்து பொதுவாக நிலவியது. மக்களுக்கு எதிராக இயக்கப் பொறுப்பாளர்கள் அநீதி இழைத்தபோதெல்லாம் அதைத் தலைவர்வரை கொண்டுசென்று தீர்வு பெற்றுக் கொடுத்திருக்கிறேன். அது இன்றைக்கும் எனக்குப் பெருமையாக உள்ளது. அதே மரியாதையுடன இன்றும் என்னை மக்கள் நடத்துகிறார்கள்.

கிளிநொச்சியில் கணினி கற்கை நெறியை ஒரு நிறுவனம் 2007-ல் ஆரம்பித்தது. மாதம் மூவாயிரத்து அய்நூறு ரூபா நிதிப்பொறுப்பாளரிடம் வாங்கிக்கொண்டு போய் கட்டிப் படித்தேன். எனக்கு இயக்கத்தில் குடும்பக் கொடுப்பனவு இல்லை. உதவிப்பணமாக நாலாயிரம் ரூபா தருவார்கள். இயக்கத்தில் என்ன பணி செய்தீர்கள் என்றால் இதுதான் பதில். இதெல்லாம் பணியா என்பதில் எனக்கொரு சந்தேகமுமுண்டு.

- **ஒரு படைப்பாளியாக சுயமாகத் தடைகளற்று இயங்குவதற்கு உங்களது இயக்க வாழ்வு சாதகமாக இருந்ததா?**

சுதந்திரமாக எல்லாவற்றையும் எழுத முடியவில்லை. போராளியல்லாதவர்களாலும்தான் சுதந்திரமாக எல்லாவற்றையும் எழுத முடியவில்லை. நான் என் எண்ணத்துக்கு வெளிப் பத்திரிகைகளுக்கு எழுத முடியாது, எழுதக்கூடாது. எல்லா வெளிப் பத்திரிகைகளும் தொலைக்காட்சிகளும் எமக்குத் தடை. சினிமாப் படங்கள் முற்றாகத் தடையிலிருந்தன. சினிமாப் பாடல்களை திருமணமாகாத போராளிகள் கேட்கக்கூடாது. எல்லாப் பத்திரிகைகளையும் படிக்கப் பாக்கியம் கிடைத்தவர்கள் ஊடகத்துறைப் பொறுப்பாளர்களே. ஏனைய துறைப் பொறுப்பாளர்களுக்கும் சிலது வரும். உங்களுக்குத் தெரியுமோ 'கொரில்லா' என்ற நாவலை ஒரு பொறுப்பாளருக்காகக் காத்திருக்கையில் அவருடைய மேசையிலிருந்து எடுத்து திருட்டுத்தனமாகத்தான் படித்தேன்.

கட்டையில் நீண்ட கயிறுகொண்டு பிணைக்கப்பட்ட மாடுகள் கயிறு எட்டும் வரை சுற்றிச் சுற்றி மேய்வது போல குண்டுச்சட்டிக்குள் குதிரையோடினோம். களமுனைகளையும் அரசியல் நிலைப்பாடுகளையும், மக்களை யுத்தத்தை நோக்கியே வைத்திருக்கவும் எழுதினோம். சுதந்திரமடைந்த நாடுகள் பற்றியும் களமுனைகளில் எமது போராளிகள் நிகழ்த்திய சாதனைகள் பற்றியும் எழுதினோம். அவையும் தணிக்கை என்ற பெயரில் உயிர்நிலை கிள்ளப்படாமல் வெளியே வரவேண்டுமே என்ற திகிலில் எப்போதும் இருப்போம். எழுத்துத்துறையின் ஆரம்ப அறிவேயின்றி, வாசிப்புப் பழக்கமேயில்லாதவர்கள் எனது பிரதியை தணிக்கை செய்வதை என்னால் தாங்கவே முடிவதில்லை. இது எல்லா ஊடகத்துறைகளிலும் இருந்தது. சில இடங்களில் எனது பிரதியை நிராகரித்துவிட்டு அதிலிருந்து தகவல்களைத் திருடி தனது நிகழ்ச்சில் சேர்த்த தணிக்கையாளர்களை அப்படியே விட முடியாமல் நிகழ்ச்சியையே இடைநிறுத்திவிட்டு தலைவர் மட்டத்தில் விசாரணைக்குப் போட்டிருக்கிறேன். அதில் வெற்றியும் பெற்றேன். என்பிரதியில் எனது சம்மதமின்றி எந்தத் திருத்தமும் செய்வதில்லை என்ற வாக்குறுதியையும் பெற்றிருந்தேன்.

குருதி, கல்லறை, ஆயுதம், வீரச்சாவு, எதிரி, பதுங்குகுழி, களம், பொருளாதாரத்தடை, அரச பயங்கரவாதம், போராளி, இலக்கு, ஈகம், கையிலேந்திய கருவி.. இவற்றில் ஒன்றோ பலதோ

இல்லாமல் கதையில்லை கட்டுரையில்லை கவிதையில்லை! நாங்களும் அதற்குள்தான் எழுதினோம். கொஞ்சம் மிகையாகப் பெண்ணியமும் பேசினோம். நான் இன்னும் கொஞ்சம் மேலே போய் மக்களுடைய அன்றாடப் பிரச்சினைகளையும் எழுதினேன். இவற்றைக் கடந்து இருந்த யதார்த்தம் எமக்குப் புரியாமலில்லை. ஆனாலும் செக்கு மாடுகள்போலச் சுற்றிச் சுற்றி வந்தோம்.

- **புலிகள் இயக்கத்தில் இருந்த சக படைப்பாளிகளுடனான உங்களது உறவு எப்படியிருந்தது?**

படைப்பாளிகள் என்னை மிக மரியாதையுடன் அணுகினார்கள். என்னுடைய எழுத்து நடையும் மொழி நடையும் பாரம்பரிய பேச்சு வழக்குகளைக் கொண்ட தனித்துவமானது. அதை யாராலும் வசப்படுத்த முடியவில்லை. எனது பார்வையும் நான் தேர்ந்தெடுக்கும் விடயங்களும் வேறு கோணங்களில் இருந்தன. அதனால் என்னை எல்லோரும் வியந்தனர். யோசனை கேட்பார்கள். சுதந்திரப்பறவையில் எனக்கொரு பத்தி ஒதுக்குமளவுக்கு மனம் மாறினார்கள். 'நாற்று' என்ற சஞ்சிகையில் 'பெண்களும் சட்டமும்' என்ற பகுதியை தொடர்ந்து எழுதினேன். ஒருபோதும் அவர்கள் என்னோடு முரண்பட்டதில்லை. சிலவேளைகளில் வேடிக்கை செய்வார்கள். "அன்ரி தாறுமாறாகக் குத்தி எழுதுகிறாய், கவனம் மாட்டப் போகிறாய்" என்பார்கள்.

- **புலிகளின் தலைவர் பிரபாகரனுடனான உங்களது அனுபவங்களை எங்களுடன் பகிர்ந்துகொள்வீர்களா?**

1991-ம் வருடம் நான் தலைவரை முதன் முதலில் பார்த்தேன். முதலாவது மகளிர் மாநாடு யாழ்ப்பாணம் வின்சர் தியேட்டரில் நடந்து முடிய எம்மில் இருபது பேர்கள் தலைவரைச் சந்திக்க அழைத்துச் செல்லப்பட்டோம். வல்வெட்டித்துறையின் ஒரு வீட்டு விறாந்தையில் அச் சந்திப்பு நிகழ்ந்தது. தலைவருக்கு மிக அருகில் எனக்கு இருக்கை கிடைத்தது. மூன்று தினங்களும் மாநாட்டில் நடந்த நிகழ்ச்சிகளை தலைவர் ஒளிநாடாவில் பார்த்திருந்தார். எம்மை அழைத்துச் சென்றவர்கள் தேவையற்ற வகையில் பேச வேண்டாம் என எம்மிடம் கூறியே கூட்டிச் சென்றிருந்தனர். இயக்க முகாமும் எனக்குப் புதிது. மகாராஜாக்கள் பாணியிலான பாதுகாப்பு ஒழுங்குகள் சற்றே பயத்தை ஏற்படுத்தினாலும், மாத்தையா தலைவரைச் சுட்டுக் கொன்றுவிட்டார் என்ற வதந்தி இந்திய இராணுவத்தால் பரப்பப்பட்டு அதை நம்பியும் நம்பாமலும் மக்கள்

இருந்த காலமது. புன்னகையோடு இரு மெய்ப் பாதுகாவலர்களுடன் வந்து எம்முன்னே கைக்கெட்டும் தொலைவில் தலைவர் அமர்ந்த அந்தக் காட்சி இன்னும் என் கண்களை விட்டு அகலவில்லை. "பிறகு ... சொல்லுங்கோ..." என்று ஆரம்பித்து எல்லாவற்றையும் - நாம் சொல்ல நினைத்த எல்லாவற்றையும் - அவரே சொல்லி முடித்தார். பத்து நிமிடங்கள்தான் சந்திப்பு எனக் கூறியிருந்தனர். ஆனால் சுமார் ஒரு மணி நேரம் பேசினோம். தனித்தனிப் புகைப்படங்களும் எடுத்துக்கொண்டு விடைபெற்றபோது எம்மை இயக்கத்தில் இணைந்துகொள்ளும்படி தலைவர் கேட்டுக்கொண்டார். ஆனால் நாங்கள் வீடுகளுக்குச் சென்றுவிட்டோம்.

நான்கு வருடங்களின் பின்பாக 'புலிகளின் குரல்' ஆண்டு விழாவில் அவரிடமிருந்து பரிசு பெற்றேன். ஒரு வருடத்துக்குள் நாட்டாரியல் சார்ந்த ஓர் ஆக்கத்துக்காக மீண்டும் அவரிடமிருந்து ஒரு விருது கிடைத்தது. அவர் கலந்துகொண்ட சில நிகழ்ச்சிகளில் பார்வையாளராக இருந்தேன்.

எனது வளர்ச்சி இயக்கத்திற்குள் பலருக்குப் பிடிக்கவில்லை என்பது அவர்களது நடவடிக்கைகளில் தெரிந்தது. மகளிர் தினத்தை முன்னிட்டு ஒரு முக்கிய சந்திப்பு நடந்தது. இது நிகழ்ச்சி பற்றிய ஆலோசனைக் கூட்டம்தான். தலைவர் பங்கு கொண்டிருந்தார். ஆனால் என்னை இந்தக் கூட்டத்துக்கு அழைக்கவில்லை. மகளிர் அணியில் நான் முக்கிய பங்காற்றும் நிதர்சனப் பிரிவினர் முழுமையாகச் சென்றிருந்தனர். அரசியற்துறை மகளிரும் சென்றிருந்தனர். நான் இந்த இரண்டு அணியிலும் இல்லாமலாக்கப்பட்டேன். எனக்கு அசாத்தியக் கோபம்தான். பழிவாங்கக் காத்திருந்தேன். இயக்கப் போராளிகள் அனைவருக்கும் அடையாள அட்டை வழங்கும் வேலையை தலைமைச் செயலகம் செய்துகொண்டிருந்தது. அனைவரையும் பதிவு செய்த பின்பு எனது பெயர் விட்டுப் போயிருந்ததால் தலைமைச் செயலகத்தினர், என்னை அழைத்துவரும்படி அரசியற்துறையிடம் கேட்டனர். ஒரு போராளி என்னிடம் வந்தாள். நான் வீட்டிலிருந்துதானே வேலை செய்தேன். வீட்டுக்கு வந்தாள். நான் முகாமுக்குப் போனேன். வந்திருந்த தலைமைச் செயலகத்தினர் கேள்விக் கொத்தின்படி எந்தப்பிரிவு என்று கேட்டனர். நானும் 'அரசியற்துறை மகளிர் பிரிவு' என்றேன். அவள் 'மகளிர் பிரிவு' என்று எழுதினாள். நான் அதில் ஒப்பமிட மறுத்து விட்டேன். பிரச்சினை தலைவரிடம் போனது. நான் எனது தரப்பு நியாயத்தைச் சொன்னேன். அவர் அதை

நேர்காணல்கள்: ஷோபாசக்தி | **49**

ஏற்றுக்கொண்டு என்னை சு.ப. தமிழ்ச்செல்வனுக்குக் கீழ் பதிவு செய்யும்படி கூறிவிட்டார்.

தலைவரிடம் நான் அளப்பரிய மரியாதை வைத்திருந்தேன், வைத்திருக்கிறேன், வைத்திருப்பேன். வெறும் வாயை மெல்லுவோர் கூறுவது போல அவர் தன்னிச்சையாக ஒருபோதும் முடிவுகளை எடுப்பவரல்ல. அவர் ஒரு மத்திய குழுவை வைத்திருந்தார். முக்கியமான முடிவுகளைக் கலந்து ஆலோசித்தே எடுத்தார். எனக்கு நன்கு தெரியும்... ஒருவருக்கு மரணதண்டனை வழங்குவது பற்றி அவர் தனியே முடிவு எடுப்பதில்லை. எல்லாப் பொறுப்பாளர்களும் கூடிய சபையில் பிரச்சினை பேசப்பட்டு என்ன தண்டனை வழங்கலாம் என்று கேட்கப்பட்டு பெரும்பான்மையினரின் முடிவே தீர்ப்பாகியது. இயக்கத்தின் ஆரம்ப காதலர்களை சுட்டுக்கொல்வதாக முடிவெடுத்த பெண்கள் அது பற்றிப் பெருமையாகப் பேசியதை நான் அருகிலிருந்து கேட்டிருக்கிறேன். பின்நாளில் அந்தப் பெண்களும் காதலித்தே திருமணம் செய்தார்கள். தலைவர் காதலித்த போது அவருக்கெதிராக முடிவெடுக்க யாராலும் முடியவில்லை. அதனால்தான் இயக்கத்தில் காதல் வாழ்ந்தது.

எந்தப் பிரச்சினைக்கும் குழுவாக முடிவு எடுத்துவிட்டு 'தலைவர் முடிவெடுத்தார்' என்பதுதான் இயக்கத்தின் பொதுவான வழக்கு.

ஒரு பிரச்சினையில் ஒரு நல்ல முடிவை சிறுபிள்ளை எடுத்திருந்தால்கூட அதைத் தலைவர் வரவேற்பார். இது நான் கண்ட உண்மை. ஒருதடவை, பாலியல் வன்புணர்வுக்காக நீதிமன்றம் ஒருவனுக்கு மரண தண்டனை வழங்கியது. அந்த விசாரணைக் கோப்பு நீதிமன்றத் தீர்ப்பை உறுதி செய்வதற்காகத் தலைவரிடம் போனது. அந்த கேஸ் விபரங்களை முற்றாகப் படிக்கிற சந்தர்ப்பம் எனக்குக் கிடைத்தது. அதை வாசித்தபின், சம்பவங்களிலுள்ள முரண்பாடுகளின்படி அங்கே ஒரு குற்றம் நடந்திருக்கவில்லை எனத் தனிப்பட தலைவருக்கு ஒரு கடிதத்தை எழுதி அவருடைய கைக்குக் கிடைக்கும்படி அனுப்பினேன். அதன்பின் சில நாட்களில் அந்த இளைஞன் விடுவிக்கப்பட்டான். வேறுகோணத்தில் வழக்கு விசாரணை மாற்றப்பட்டது.

புலிகளின் குரலில் நான் நடத்திய பிரதான நிகழ்ச்சியான 'குயிலோசை' நிகழ்ச்சியை நேரமுள்ள போதேல்லாம் தலைவர் கேட்பார். ஒரு நிகழ்ச்சியைப் பாராட்டி நிலையத்துக்கு நேயர் கடிதம் எழுதியிருந்தார். சில நாட்களின் பின் அந்நிகழ்ச்சியில் பங்குகொண்ட

அனைவருக்கும் பரிசு வழங்கினார். என்னையும் அப்பாடலைப் பாடிய தவமலரையும் தனியே அழைத்து உரையாடினார். அப்போது எனது நிகழ்ச்சிகள் அனைத்தையும் தான் தவறவிடுவதேயில்லை என மனம் திறந்து சொன்னார். ஒரு முறை 'ரீடர்ஸ் டைஜஸ்டி'ல் வந்த ஒரு சீனக்கதையை மொழி பெயர்த்து ஒலிபரப்பினேன். மூன்று வாரங்கள் தொடராக வந்தது. ஒவ்வொரு வாரமும் அதை விடாமல் கேட்டது மட்டுமன்றி அந்த வாரம் நடந்த பொறுப்பாளர்களுக்கான கூட்டத்திலும் அது குறித்துப் பாராட்டிப் பேசினாராம். 'புலிகளின் குரல்' பொறுப்பாளர் அதன்பிறகே அதன் ஒலிபரப்பை போட்டுக் கேட்டார்.

தனது ஒவ்வொரு போராளிமீதும் எவ்வளவு கண்டிப்பை வைத்திருந்தாரோ அவ்வளவு கரிசனையும் கவனமும் வைத்திருப்பார். ஒரு கூட்டத்தில் எமது தளபதி விதுசாவிடம் "ஏன் பிள்ளைகளுக்கு தலைக்கு எண்ணெய் இல்லையா? முகத்தை அலம்பி நல்ல ஆடைகளை அணிவதில்லையா? நான் பிள்ளைகளை வீதியில் பார்க்கும்போது வாட்டமாகப் போகிறார்கள், களமுனைகளில் நின்றால் பரவாயில்லை அங்கு இவற்றை செய்ய முடியாது, மக்களிடையே நிற்பவர்கள், திரிபவர்கள் கவனமாக இருக்க வேண்டாமா" என்றார்.

என்னிடம் "இந்தப் பாரம்பரியக் கலைகளை பெரிய அளவில் தயாரித்து ஆவணப்படுத்துங்கள் என்ன செலவானாலும் பரவாயில்லை" என்றார். அவர் அப்பால் போனதும் அவற்றை நிறைவேற்ற வேண்டிய துறைப் பொறுப்பாளர்கள் அசட்டையாக விட்டுவிடுவார்கள். வெளிப்பூச்சுக்கு தலைவருடைய ஆணையை உடனே செய்வதாகக் கூறுவார்கள். இதை நான் பலமுறை, பல சந்தர்ப்பங்களில் கண்டிருக்கிறேன், கேட்டுமிருக்கிறேன். உயர்மட்டப் போராளிகள் சிலர் தலைவருடைய கொள்கைக்கு மாறாக நடப்பதை அஞ்சாமல் சுட்டிக் காட்டியுமிருக்கிறேன். மிகச்சில விசுவாசிகள் தலைவரிடும் ஆணைக்கு தம்முயிர் கொடுத்துமிருக்கிறார்கள்.

"குமரிமுதல் இமயம்வரை
கொடிநாட்டிப் புகழ் கண்ட
கொற்றவர் கண்ட தமிழின்
நற்றவம்தான் எங்கள் நலமான வளமான
வல்வை நகர் தந்த வீரன்.
தலைவனிடும் ஆணைக்குத் தளராது களமாடி

தலைசிதறும் வீரமறவர் உளமார தம்மோடு
உணர்வாகக் கொண்டதோ தமிழீழமென்ற கனவு..."

என்று கவிதையெழுதி அதைக் கவியரங்கில் வாசித்திருக்கிறேன். இதன்பிறகே ஈழநாதத்தில் பத்தியெழுதும் பணி கிடைத்தது. 1997-ல் யாழ்ப்பாணம் சென்ற 'பிஸ்டல்' குழுவினருக்கு கிறிஸ்துமஸ் விழாவுக்காக நாடகம் பழக்கினேன். அப்போது என் இரண்டாவது நாவலுக்காக அவர்களுடனேயே தங்கியிருந்து குறிப்பெடுத்துக் கொண்டிருந்தேன். கரும்புலிகளின் ஆண் - பெண் குழுவினரும் நிகழ்ச்சிகளைக் கொண்டுவந்திருந்தார்கள்.

முக்கிய தளபதிகளுடன் தலைவர் முன்வரிசையில் அமர்ந்திருந்தார். எனது நிகழ்ச்சியை நாட்டுக் கூத்துப் பாணியில் அமைத்திருந்தேன். கருப்பொருள் தற்காலத்துக்கானது. பாத்திரமேற்றவர்களும் சிறப்பாகவே செய்தார்கள். ஆயினுமென்ன! அது சில பெண்போராளிகளைக் கவரவில்லை. நான் மேடையைவிட்டு இறங்கி வரும்போது முகத்தைக் கடுப்பாக்கி வைத்துக்கொண்ட போராளியொருத்தி "அண்ணைக்குப் போடுற நிகழ்ச்சியே உது? ச்சீக்.. பட்டிக்காடுமாதிரி" என்றாள். நான் இடிந்து போனேன். தலை குனிந்தவாறே போய் முன்வரிசையில் தரையில் அமர்ந்திருந்த போராளிகளுடன் அமர்ந்தேன். நிகழ்ச்சிகள் நிறைவடைந்தன. அப்போது தணிகைச்செல்வியிடம் விதுசா "நிகழ்ச்சிய முதல் போட்டுப் பாக்கயில்லையா? உவளவை என்ன பாத்தவளவை?" எனக் கண்டித்ததும் எனது நிகழ்ச்சி பற்றித்தான். அவள் அப்பால் நகர்ந்ததும் என்னருகே வந்த தணிகைச்செல்வி "விடு அன்ரீ கவலைப்படாதை, உங்களுக்குத் திருப்திதானே" என்று ஆறுதல்கூற, பெண்களை விலக்கிக்கொண்டு உள்ளே வந்த அரசியற்துறை பதில் பொறுப்பாளர் தங்கன் "எங்கே? தமிழ்க்கவி அன்ரி எங்கே" என்றவாறே வர நான் முன்னே சென்றேன் "அன்ரீ வாங்க அண்ணை கூட்டிவரட்டாம்" என்றான். நான் அவனைத் தொடர்ந்தேன், வெளியே ஒரு தென்னை மரத்தடியில் தலைவர் நின்றார் . "வணக்கம்" என்றார் நான் பதிலுக்கு "வணக்கம்" என்றேன். "எனக்கு நல்லாப் பிடிச்சுது அக்கா உங்கட நிகழ்ச்சி. இப்பிடித்தான் எங்கட நிகழ்ச்சியள் இருக்கோணும். எங்கட பாரம்பரியங்கள விட்டிட்டு ...என்ன கலை. நவீன நாடகங்கள்ள பூடகமாகக் கருத்துச் சொல்லுறது சரியா இருக்கலாம், ஆனா இப்ப உள்ள நிலையில உதையெல்லாம் ஆர் குந்தியிருந்து யோசிக்கப்போறாங்கள். கருத்தை முகத்தில அறையிற மாதிரிச் சொன்னியள் நல்ல கரு" என்று ஆரம்பித்து நீண்ட நேரம் அது

பற்றி உரையாடிக் கொண்டிருந்தோம். மண்டபம் உணவுக்காகத் தயார் செய்யப்பட்டபின் வந்து கூப்பிட்டார்கள். தலைவர் என்னிடம் "அக்கா பன்னெண்டு மணியாகுது சாப்பிடுவம் வாங்க" என்றார். நான் தொடர்ந்தேன். பிள்ளைகளுக்கு மத்தியில் தலைவருக்கான மேசை இருந்தது. என்னையும் தன்னோடு அமரும்படி கேட்டுக்கொண்டார். அவருடன் அமர்ந்தேன். இந்த சமபந்தி போஜனம் பல தளபதிகளுக்குக் கூட வாய்த்ததில்லை. நான் யார்? என்னால் அவருக்கு ஆகப்போவது என்ன? அந்தஸ்துப் பாராது, யாரிடமிருந்தாலும் திறமைகளை ஊக்குவிக்கும் அவரது பண்பு எனக்குப் பிடித்தது.

அதன் பிறகு மேலும் இரு தடவைகள் அவரிடம் எனது பாடலுக்காகவும் எழுத்துக்காகவும் பரிசு பெற்றேன். அவ் வருடத்துடன் மகளிர் அரசியல் துறையினரின் பொறுப்பாளர் மாற்றம் நடந்தது. இடையிடையே பெரும் சமர்களும் நடந்தன. எனக்கும் பரப்புரை, நிகழ்ச்சித் தயாரிப்புகள் எனப் பணிகள் அதிகரித்தன. முள்ளியவளையில் இருந்து வட்டக்கச்சிக்கு ஒரு பேட்டி எடுப்பதற்காக மிதிவண்டியில் சென்று விட்டு திரும்பும்போது களைப்பினால் ஒரு மர நிழலில் நின்றேன். அப்போது கேணல் சங்கருடன் அவ்வழியே வந்த தலைவர் "எங்கத்தையால?" என்றார். நான் "வட்டக்கச்சிக்கு" என்றேன். "மிதிவண்டியிலா" என்றுவிட்டுப் போனார். ஒரு வாரத்தின் பின்பாக தமிழ்ச்செல்வன் என்னை அழைத்து "அக்கா மோட்டார் சைக்கிள் ஓட்டத் தெரியுமா..." என்றார். தெரியும் என்றேன். அரதப்பழசான 'எக்கணேபர்' உந்துருளியைத் தந்தார். அதை வைத்துக்கொண்டு அவிவேக பூரண குருவும் சீடர்களும் குதிரையோடு மாரடித்த மாதிரி படாத பாடெல்லாம் பட்டு இயலாத இடத்தில் போட்டு விட்டு வந்துவிடுவேன். பின்னர் ஒரு நல்ல 'எம்.டி. நைன்ரி' உந்துருளி கிடைத்தது. முழங்காவில் தொடக்கம் முல்லைத்தீவு வரை வட்டக்கண்டல் தொடக்கம் தாளையடி வரை ஓடியோடி வேலை செய்தேன். அதை வட்டுவாகல்வரை கொண்டு வந்தேன்.

இந்த நிலையில், இயக்கத்தில் இருந்த என் மகனுக்கு ஒரு பெண்ணை திருமணம் செய்து வைத்தோம். இதன்பின் என் சம்பந்தி அவர்களுடைய வீட்டுக்கு நான் அடிக்கடி போக வேண்டிய சந்தர்ப்பங்களும் தலைவரின் மனைவியார் மதிவதனியுடனான நெருக்கமும் ஏற்பட்டது. எல்லாத் தளபதிகளின் மனைவியருடனும் பழக்கம் ஏற்பட்டது. இதனால் எனது நிகழ்ச்சிகள் பெரிய மட்டங்களில் இரசிக்கப்படுவதையும், தலைவர் எல்லோரிடமும்

அதைக் கேட்டீர்களா? இதைப் பார்த்தீர்களா? என வினவுவதையும் அறிந்தேன். அநேகமாக ஈழநாதம் பத்தியான 'காரசாரம்' ஏதாவது ஒரு துறையைக் கிண்டல் செய்துவிடும். அது அவர்களைத்தான் என்று என்னிடம் பேச முடியாதபடி மக்களை மையப்படுத்தி எழுதிவிடுவேன். இப்படி கிளிநொச்சி வைத்தியசாலைக் கட்டடம் பற்றி நான் எழுதிய ஆக்கம் வெளிவந்த மறுநாள் மதிவதனி என்னிடம் "சிரித்ததில் ஆளுக்கு புரையேறிவிட்டது" என்றார்.

நான் தலைவருடன் முரண்பட்ட சம்பவங்களும் உண்டு. நேருக்கு நேர் வாதத்திலும் ஈடுபட்டு மற்றப் போராளிகளிடம் திட்டும் வாங்கியிருக்கிறேன். ஆனால் அவர் சிறுபிள்ளை போல வாதித்துவிட்டு பின்பு புன்னகையோடு இருந்துவிடுவார். "ஆற்ற துறையப்பா எப்பிடிச் சமாளிக்கிறியள்?" என்று வேடிக்கையாகக் கூறுவார். வெளியிலே அவரைப்பற்றி ஏற்படுத்தப்பட்டிருந்தது பெரும் மாயை என்றும் அது சரியல்ல என்றும் கூறுவார். ஒரு பாடலில் 'முருகனுக்கே அவன் நிகரானவன்' என்ற வரி இடம் பெற்றிருந்தது. தலைவர் மிகுந்த வேதனையுடன் 'இதெல்லாம் என்ன பேத்தல், இந்தப் பாடலை ஒலிபரப்ப வேண்டாம்' என்றார். யார் கேட்டார்கள்! எந்த ஒலிநாடாவிலும் அவரைப்பற்றி ஒரு பாடல் கட்டாயம் போட்டார்கள். அவரிடமிருந்தது புகழ்ச்சிக்கு மயங்கும் குணம் என்ற பிரமை எனக்கும் உண்டு. அவர் காதலித்த பின்பாக காதல் சரி என்றது போல, அரசனுக்குப் பின் இளவரசன் என்ற கொள்கையும், முன் வழுக்கையை மறைக்க அவர் தொப்பி அணியவேண்டி இருந்தபோது அனைத்துப் போராளிகளுக்கும் தொப்பி சீருடையின் ஒரு பகுதியானது எனவும் நான் நினைக்கிறேன். அவரும் சாதாரண மனிதர்தானே.

அவரை நாத்திகர் என்று சொல்வதுண்டு. அவர் எல்லா மதங்களையும் சமமாகப் பார்த்தார். மக்களிடையே போராளிகள் மதம் சார்ந்து அடையாளப்படுத்தப்படக் கூடாது என்றார். ஒருதடவை, போராளிகள் கோயில்களுக்குச் செல்வதைத் தடை செய்ய வேண்டும் எனப் பொதுக்குழுவில் பிரேரணை கொண்டு வரப்பட்ட போது "இது நடைமுறைச் சாத்தியமாகாது" எனத் தலைவர் கூறினார். ஆனால் பலர் உறுதியாக நின்றதால் போராளிகளை இப்படி ஒரு வாக்குறுதி ஒப்பந்தத்தில் கைச்சாத்திட வைப்பதாக முடிவெடுத்தனர். ஆனால் நான் அவையிலேயே மறுத்துவிட்டேன். ஏன் மறுக்கிறீர்கள்? எனக் கேட்டார் ஒருவர். "எனக்கு பிரபாகரனை எழுபத்தேழாம் ஆண்டுக்குப் பின்தான் தெரியும், பிள்ளையாரை பிறந்ததிலிருந்தே

தெரியுமே" என்றேன். அந்த ஒப்பந்தத்தில் நானும் புதுவை இரத்தினதுரையும் ஒப்பமிடவில்லை.

இறுதிக் காலத்தில் தலைவர் தப்பிச் செல்ல பல சந்தர்ப்பங்கள் இருந்தபோதும், மக்களுக்கு நடப்பதே எனக்கும் என்று களத்திலேயே நின்றவர் அவர். 'வெற்றி அல்லது வீர மரணம்' என்ற அவருடை வீரம் போற்றப்பட வேண்டியதுதான். இப்படி ஒரு தலைவரின் கீழ் நின்றோம் என்பதில் எனக்குப் பெருமைதான். அவர் எல்லோரும் நினைப்பது போல தெய்வமில்லை. ஆசாபாசங்களுள்ள சராசரி மனித குணங்களுடன் கூடிய வீரன். அவ்வளவுதான்!

- **புலிகளது போராட்டம் வெற்றி பெறும் என்ற உங்களது நம்பிக்கை எப்போது தகர்ந்தது?**

புலிகள் போரிட்டு நாட்டைப் பிடிப்பார்கள் என்ற நம்பிக்கை எனக்கு ஒரு போதும் இருந்ததில்லை. இது ஒரு வெல்லப்பட முடியாத யுத்தம் என்பதை நான் இயக்கத்தில் இணைவதற்கு முன்பே என்னால் உணர முடிந்தது. தலைவரே ஒரு தடவை "நாம் இப்படித் தாக்குதல்களைச் செய்து நாட்டை அடையமுடியாது. அது ஒரு பேச்சுவார்த்தையில் தான் முடியும். நமது தாக்குதல்கள் மூலம் ஒரு நெருக்கடியை அரசாங்கத்துக்குக் கொடுத்து அதைப் பேச்சுவார்த்தைக்கு இழுப்பதே எனது நோக்கம்" என்றார்.

நீங்களே நினைத்துப் பாருங்கள்.. ஒட்டுமொத்தத் தமிழர்களில் ஈழத்தில் இருந்தவர்கள் அனைவரும் போரிட முன்வரவில்லை. போருக்கான நிதியைக்கூடப் பலவந்தமாகத்தான் திரட்ட முடிந்தது. போராளிகள் பலரது உறவினர்கள் அநேகமாக வெளிநாடுகளுக்குச் சென்றுவிட்டனர். பொருளாதார வசதியற்றவர்களே நாட்டில் இருந்தனர். உதாரணத்திற்கு ஒன்று சொல்கிறேன். வல்வெட்டியில் என் சகோதரி இருந்தாள். அவளிற்கு இளந்தாரிப் பிள்ளைகள் இருந்தனர். அவர்கள் வீட்டிற்கு மிக அருகே திலீபன் நினைவு உண்ணாவிரதப் பந்தல் போடப்பட்டிருந்தது. அங்கே மத்தியானப் பொழுதுக்கான பேச்சாளராக நான் போயிருந்தேன். நேரமிருந்ததால் என் சகோதரி வீட்டுக்கும் போனேன். அங்கே பிள்ளைகள் விளையாடப் புறப்பட்டார்கள். "ஏன் இங்கே திலீபன் நிகழ்வு நடக்குதே, இவங்கள் போக மாட்டாங்களா?" என்று கேட்டேன். "சீக்.. அதுக்க நாலு பதினெட்டுச் சாதியும் வந்திருக்கும் இவங்கள் போமாட்டாங்கள்" என்றாள் சகோதரி. அந்தக் கிராமத்தின் மேட்டுக்குடிகள் எவரும் அந்த நிகழ்வில் கலந்து கொள்ளவில்லை.

என்றாலும் நடந்த போரைக் காரணம் சொல்லி - பயன்படுத்தி - அவர்கள் இன்று வெளிநாடுகளில் வசதியாக வாழ்கிறார்கள். ஆக ஏராளமான மக்கள் புலிகளின் ஆட்சியை விரும்பவில்லை என்பது கண்கூடு.

'சூரியக்கதிர்' நடவடிக்கையின்போது நான் மானிப்பாயில் நின்றிருந்தேன். மானிப்பாய், சண்டிலிப்பாய், பண்டத்தரிப்பு போன்ற பகுதிகளிலிருந்த மக்கள் புலிகளோடு வெளியேற முனையவில்லை. அவர்களது விருப்பத்துக்கு மாறாகவே தென்மராட்சி நோக்கித் திருப்பி விடப்பட்டனர். சில யாழ்ப்பாண வர்த்தகர்கள் தமது கடைப் பொருட்களை சுழிபுரம், சண்டிலிப்பாய் நோக்கி நகர்த்தினர். இருந்துமென்ன அவர்கள் அனைவரும் வலிந்து தென்மராட்சிக்கு இயக்கத்தால் திருப்பிவிடப்பட்டனர். அப்போது, புலிகளுக்கு மக்கள் அனைவரும் தம்முடன் வந்து விட்டார்கள் என்ற பிரச்சாரத்துக்கு அது உதவினாலும் தென்மராட்சியிலிருந்து மக்கள் வடமராட்சி நோக்கி நகர்ந்த போது நிலைமை மாற்றமடைந்தது. இலவசப் படகுச் சேவை வழங்கி, மக்களை வன்னிக்கு நகர்த்த பெரும் பரப்புரை செய்யவேண்டியதாயிற்று. போராளிக் குடும்பங்களும் ஆதரவாளர்களும் தாமாக முன்வந்து வன்னிக்கு நகர்ந்தனர். இப்படியே வெளியே போய்விடலாம் என்ற குறிக்கோளுடன் நகர்ந்தவர்களும் உண்டு. ஏதோ ஒரு இக்கட்டு, இராணுவத்தைப் பற்றிய பயம் இவைதான் புலிகளைச் சகித்துக்கொண்டிருக்க வைத்தது. மேலும் தேசப்பற்றும் யார் குத்தியாவது அரிசியாக வேண்டுமென்ற நப்பாசையும் புலிகள்மீது மக்கள் நம்பிக்கை வைக்கக் காரணங்களாக அமைந்தன.

ஆயினும் வெளியே தெரிந்த புலிகளின் பிரமாண்ட பிம்பம்போல உள்ளே நிலைமைகள் இருக்கவில்லை. இவர்கள் வெல்லப்போவதில்லை. சாண் ஏற முழம் சறுக்கும் நிலையே இருந்தது. தலைவருடன் முன்னரங்கக் காவல் நிலைகளில் சாவை எதிர்பார்த்து எதிரிக்காகக் காத்து நின்றவர்களை மட்டுமே போராளிகள் எனக் கருத முடிந்தது. அதேவேளையில் இயக்கத்தின் உள்ளே அதிகாரப்போட்டி, பொறாமை, தகடுவைத்தல் (கோள்சொல்லுதல்), காத்து இறக்குதல் (பதவி பறிப்பது), அதிகாரமுள்ளவருக்கு யாரையாவது பிடிக்காது போனால் பிடிக்காதவரை முன்னரங்கக் காவல் நிலைக்கு அனுப்புவது எனப் பல சீர்கேடுகள் நிறைந்து கிடந்தன.

சக போராளிகளைக் குறித்துக் கேலி பேசினார்கள். அழகிய, படித்த, வேலைபார்க்கும் மனைவியையே தேடினார்கள். போராளிகள் சாதி பார்க்கக் கூடாது என்பதெல்லாம் போதனைக்கு மட்டுமே. கல்யாணத்திற்குத் தாலியும் கூறையும் வாங்கிய பின்பும் சாதியால் தடைப்பட்ட போராளிகளின் திருமணங்கள் உண்டு. இவற்றுக்கெல்லாம் இயக்கம் நடவடிக்கை எடுக்கவில்லை. "நான் சாதி பாக்கேல்ல ...அதுக்காக ஆகவும் அடியில பாத்திடாதையுங்கோ" என்றவர்களும் முப்பத்தைந்து வயது கடந்தும் பதினெட்டு வயதுப் பெண் தேடியவர்களும் இயக்கத்தின் பெரும் தலைகளே. இவர்களை வைத்துக்கொண்டா சமதர்ம தமிழீழம் உருவாக்க முடியும்! தமக்கெனச் சொத்துச் சேர்க்கவும் தனிப்பட்ட வாழ்க்கையை வளப்படுத்தவும் அலைந்தோர் அதிகம்.

இவர்களிடையே அப்பழுக்கற்ற தியாக சிந்தையுடன் தமது சொத்துகளையும் இயக்கத்தில் கொண்டுவந்து போட்டுவிட்டு, திருமணமும் செய்யாமல் வீரச்சாவடைந்தவர்களும் இருக்கவே செய்தார்கள். ஆக எல்லாம் தேசப்பற்றில் நடக்கவுமில்லை. தேசப்பற்றில்லாமல் நடக்கவுமில்லை.

1991-ல் விடுதலைப் புலிகள் வசம் ஒரு பெரு நிலப்பரப்பு வந்தது எப்படி? போரிட்டு வென்றதா என்ன! இந்திய இராணுவத்தின் பிடி விலகியபோது பிரேமதாஸவுடனான சங்காத்தத்தில் கிடைத்த பரிசு அது. இக்காலப் பகுதியில் ஒட்டுமொத்தத் தமிழர்களும் இவர்களுடைய கைகளில் போடப்பட்டனர். அழிக்க முடியாத கறை படிந்த வரலாற்றைப் புலிகள் உருவாக்கினர். இவர்கள் நமது பொது எதிரியைப் பற்றிச் சிந்திக்கவேயில்லை. தமது சொந்த இனத்தை அழிப்பதில் மும்முரமாக இயங்கினர். அது சிங்கள அரசை மகிழ்விக்கவும் இருந்திருக்கலாம். இந்தியப் படையின் துணையுடன் பலவந்தமாகப் பிடித்துச்செல்லப்பட்டு பயிற்சி கொடுக்கப்பட்ட ஆயிரக்கணக்கான அப்பாவி இளைஞர்கள் புலிகளால் சுற்றிவளைக்கப்பட்டுக் கொல்லப்பட்டனர். பொதுமன்னிப்புத் தருவோம் என்ற வாக்குறுதியுடன் கொண்டு செல்லப்பட்ட இளைஞர்களும் கொல்லப்பட்டனர். மற்றைய இயக்கங்கள் நாட்டை விட்டோடிவிட அந்த இயக்கங்களின் ஆதரவாளர்கள் என ஏராளமானவர்கள் ஆண்கள் - பெண்கள் என்ற பேதங்களின்றிப் புலிகளால் கொல்லப்பட்டனர்.

இதெல்லாம் கடந்து இவர்கள் போரிட்டு வென்ற சிறு நிலங்களைக்கூட வெகு நாட்களுக்கு இவர்களால் தக்க வைக்க

முடியவில்லை. நான்கு லட்சம் மக்கள் வாழ்ந்த யாழ்ப்பாணத்தை வெறும் நாற்பதாயிரம் இராணுவத்தினரே தக்க வைத்திருந்தனர். பின் எப்படி இவர்கள் வெல்வார்கள் என நம்பலாம். நான் ஐம்பத்தைந்து வருடங்களாக நிகழ்வுகளை அலசிக்கொண்டிருப்பவள். நான் சிறுபிள்ளையில்லையே. ஒரு கட்டத்துக்குப்பின் பல முடிவுகளைத் தப்புத் தப்பாகவே புலிகள் எடுத்தனர். "அதெல்லாம் இறுதி முடிவு தலைவர்தான்" என்பார்கள். ஆனால் அவர் எந்த முடிவையும் தனியாக எடுப்பதில்லை என்பது பலருக்கும் தெரியும். அவருக்கே இந்த நம்பிக்கை இல்லை. நடந்த போராட்டம் எங்கள் இருப்புக்காக மட்டுமே.

- இறுதி யுத்தத்தின் போக்கு மாற்றப்படலாம், அமெரிக்கக் கப்பல் வரும், இந்தியாவில் ஏற்படும் ஆட்சி மாற்றம் போரில் மாற்றத்தைக் கொண்டுவரும் என்றெல்லாம் அப்போது வன்னியில் நிலவிய நம்பிக்கைகளை நீங்களும் கொண்டிருந்தீர்களா?

இல்லை! அது ரொம்ப சின்ன பிள்ளைத்தனமான நம்பிக்கை. அது எப்படிங்க, அமெரிக்கா தனக்கு இம்மியளவும் நன்மை பெற முடியாத தமிழீழ மண்ணுக்காக மூச்சுவிடும். இந்தியாவில் உள்ள தமிழர்களே எத்தனையோ விதமாக ஒடுக்கப்படுகிறார்கள். தமிழ்நாட்டின் நகரங்கள் கேரள, கர்நாடக, வடநாட்டார்களின் முதலீடுகளில் நிரம்பிக்கிடக்கின்றன. தண்ணீருக்காகவும், மின்சாரத்திற்காகவும் தமிழக மக்கள் படும்பாடு கொஞ்சநஞ்சமா என்ன! போதாததற்கு மீனவர் பிரச்சினை வேறு. 'தன்ரை குண்டி அம்மணமாம், தங்கச்சி குண்டிக்கு பச்சைவடம் கேக்குதாம்' என்றொரு பழமொழி உண்டு. இலங்கைத் தமிழருக்காக இந்தியாவில் அதுவும் தமிழ்நாட்டில் ஒற்றைத் துரும்புகூட அனுதாபத்தோடு அசைவதில்லை. ஈழத் தமிழர்களான நாங்கள் அவர்களுக்கு வர்த்தகமும் அரசியலும் கலையும் வளர்க்க உதவுகிறோம். அவ்வளவுதான். நீண்டகாலமாக தமிழகத்து அகதி முகாம்களில் வாழும் ஈழத் தமிழர்களது நிலை பற்றி நான் அறிவேன். அங்கிருந்து கள்ளதோணிகளில் மீண்டும் இலங்கைக்குள் வந்த மக்களை நான் அப்போதே சந்தித்துப் பேசியிருக்கிறேன். சில ஆக்கங்களைக் கூட நான் எழுதினேன். ஆனால் எழுதியதைப் பிரசுரிக்கக் கொடுத்தபோது "நாங்கள் இந்தியாவின் ஆதரவை எதிர்பார்க்கிறோம், இந்த நிலையில் இதைப் பிரசுரிக்கக் கூடாது" என மறுத்துவிட்டனர். இலவு காத்த கிளியாக நான் இல்லை. எனக்கு அந்த நம்பிக்கையிருக்கவில்லை.

- **புலிகள், ஆயுதங்களை மவுனிப்பதாகச் சொல்லி தங்களது சரணடைவை அறிவித்த போது உங்களது மனநிலை எப்படியிருந்தது. போராளிகளது கூட்டு இலட்சியம் தகர்ந்த தருணமல்லவா?**

புலிகள் சரணடைவதற்கான ஏற்பாடுகள் முள்ளிவாய்க்கால் கடந்துதான் செய்யப்பட்டன. திரு. பா. நடேசனிடமோ, புலித்தேவனிடமோ மீதமுள்ள புலிகளின் தொகையோ, பட்டியலோ இல்லை. அப்படியொன்றைத் தயாரிக்க அவர்கள் முனைந்தாலும் அது உயிருடன் இருந்த முக்கியமானவர்களை மட்டுமே அடக்கியிருக்கும். 'புலிகள் அனைவரும் வந்து அலுவலகத்தில் பதிவு செய்யுங்கள்' என ஒலிபெருக்கியில் அறிவித்தாலும் அப்படியான அலுவலகம் எதுவுமிருக்கவில்லை. புலிகள் ஒன்றுகூடவும் முடியவில்லை.

நான் பிள்ளைகளுடன் வட்டுவாகல் வந்தேன். அவர்களுடனேயே ஓமந்தை வந்தேன். ஓமந்தையில் ஆயிரக்கணக்கானவர்கள் அறிவித்தல் மூலம் பிரிக்கப்பட்டனர். 'இயக்க உறுப்பினர்கள் - ஒருநாள் இருந்தவரோ பல ஆண்டுகள் இருந்தவரோ - பதிவு செய்துவிட்டுப் போங்கள். யாராவது பதிவு செய்யாமல் மக்களுடன் சென்று அங்கிருந்து நாம் பிடித்தால் நீங்கள் கைதி. நீங்களாகப் பதிவு செய்தால் பொதுமன்னிப்பு வழங்குவோம்' என அறிவித்தனர். என்னை நன்கு தெரிந்த போராளிகளே இராணுவத் தரப்பில் நின்று இதனை அறிவித்தனர். அவர்களில் ஒருவன் என்னிடம் வந்து "ஆரோடை வந்தனீங்கள் அன்ரி?" என்றான். "நான் பிள்ளையோடை வந்தனான்" என்றேன். போராளிகள் பதிவுக்காக ஒரு புறமும் பொதுமக்கள் பதிவுக்காக ஒரு புறமுமிருந்தது. இயக்கத்தில் சம்பளத்துக்கு வேலை செய்தோருக்கும் போராளிக் குடும்பங்களிற்கும் பதிவு செய்யத் தனிப் பகுதிகள். என்னை அழைத்தவனுடைய பெயர் சுரேஷ். பழைய போராளி. என்னையும் என்னுடன் இருந்த காயமடைந்த போராளிகளையும் பதிவு செய்யும் இடத்திற்குக் கூட்டிக்கொண்டு போனான். எனக்கு முன்பே ஏராளமான போராளிகள் அங்கிருந்தனர். நாம் வாயால் சொன்ன விபரங்களை எழுதினார்கள். நிழற்படங்கள் எடுத்தனர். பின்னர் புனர்வாழ்வு முகாம்களுக்கு அனுப்பினர். வேறெந்தப் பிரச்சினையுமில்லை. மனநிலை வெறுமையாக இருந்தது. அவ்வளவுதான்.

- **'ஊழிக்காலம்' நாவலுக்கு இலங்கையில் எவ்வகையான வரவேற்பு இருக்கிறது?**

'ஊழிக்காலம்' இங்கு வெளியிடப்படவில்லை. மிகச் சில நண்பர்கள் இந்தியாவிலிருந்து கொண்டுவந்தனர். வன்னியில் சம்பவத்துள் இருந்து வந்தவர்கள் நால்வர் படித்துவிட்டு, "ஒவ்வொரு சம்பவத்துக்கும் பிறகு இதுதான் வருமென்று தெரிகிறதே, நடந்தது எதையும் தவறவிடாமல் எழுதி இருக்கிறீங்க.. மற்றும்படி 'திறில்' இல்லை" என்றனர். சம்பவத்தில் சம்பந்தப்படாத ஒருவர் ஒரு பிரதியை இரவல் வாங்கிக்கொண்டு சென்றார். அதை நான்கு நண்பர்கள் படித்தனர். பன்னிரெண்டு கிலோ மீற்றர்கள் தொலைவிலிருந்து மிதிவண்டியில் வந்து பாராட்டினார்கள். கட்டாயம் செய்யவேண்டிய வரலாற்றுக் கடமை என்றார்கள். என்னை கண்டதிலேயே பரவசப்பட்டார்கள். சிங்கள அன்பர் ஒருவர் வாங்கிச் சென்றார். தான் மிகவும் ஆறுதலாக வாசித்ததாகவும் தாங்கமுடியவில்லை என்றும் சொன்னார். இதை மொழிபெயர்க்க கொடுக்கலாமா என்றும் கேட்டார். என்னை முன்னமே தெரிந்தவர்தான். சாதாரணமாகப் பழகியவர். இப்போது மிகுந்த மரியாதை கொடுக்கிறார். எனக்கு அது இடைஞ்சலாயிருக்கிறது என்றாலும் கேட்பதாயில்லை. அவர் ஒரு புலனாய்வாளர் கூட. நான் ஒரு பத்துப் புத்தகங்கள்தான் இந்தியாவிலிருந்து கொண்டுவந்தேன். வெளியிடும் அல்லது அறிமுகம் செய்யும் அளவுக்கு என்னிடம் பணபலம் இல்லை.

- **இராணுவக் கட்டுபாட்டுப் பகுதிக்கு தப்பி செல்ல முயன்ற மக்களை புலிகள் சுட்டுக் கொன்றது, புலிகள் பலவந்தமாக சிறுவர்களை இயக்கத்துக்குப் பிடித்துச் சென்றது குறித்தெல்லாம் நீங்கள் விபரமாக எழுதியிருப்பது தமிழ்த் தேசியத் தரப்புகளிடம் உங்களுக்கு கடுமையான விமர்சனத்தைப் பெற்றுத் தந்திருக்குமல்லவா?**

உலைவாயை மூடினாலும் ஊர்வாயை மூடேலாது. மூன்றரை இலட்சம் மக்களைச் சாட்சியாக வைத்து நடந்தவைகளை நான் எழுதுகிறேன். அதில் பொய்யாக ஒரு சொல் எழுத முடியுமா? அல்லது நடந்தவற்றைத் திரித்துத்தான் எழுத முடியுமா? இன்னுமொரு காலம் இதுபோன்ற போராட்டம் வரும். அந்தக் காலத்தில் எதுவெல்லாம் மக்களிடமிருந்து புலிகளைப் பிரித்தது என்பதை வருங்காலச் சந்ததி அறிய வேண்டும் என நான் நினைத்தேன். 'மக்கள் கடல் போன்றவர்கள், அதில் வாழும் மீன்கள் போன்றவர்கள் புலிகள்' எனத் தலைவர் வாக்கு ஒன்றிருக்கிறது. இரவல்தான், இது சீன விடுதலைப் போர்க் காலத்தே மாவோ சொன்னது. பிறகு எப்படி இந்தக் கடல் மாறியது. சந்திக்குச் சந்தி

இராணுவம் நின்றபோது பத்துப் பதினைந்து இளைஞர்களோடு தொடங்கின இயக்கம்தானே. அப்போது காப்பாற்றிய மக்கள் ஏன் இப்போது இயக்கத்தை எதிர்க்கத் தொடங்கினார்கள்? இதை நான் எனது நாவலில் விசாரணை செய்கின்றேன்.

நமது வெற்றிகளையே கொண்டாடிப் பழகியவர்கள், தமது தவறுகளைச் சுட்டி காட்டியவர்களை இயக்கத்தை விட்டே துரத்தியவர்கள் இதை எப்படி ஏற்றுக்கொள்வார்கள் என்கிறீர்களா? என்னுடைய மனநினையில் இன்னும் ஏராளமான போராளிகள் இருக்கின்றனர் என்பதும், அவர்கள் இதைத் தம்மால் செய்ய முடியவில்லை என அங்கலாய்த்தனர் என்பதும் உண்மை. எதிர்ப்பு என் வீட்டிலேயே கிளம்பியது. "இயக்கத்தில் இருந்த நீ இதை எப்படி எழுதலாம்" என்று கதையில் நாயகனாய் வரும் என் பேரன் தினேஸ் கேட்டான். பழைய தளபதிகளின் மனைவிகள் கேட்டனர். இவர்களுக்கு எல்லாம் நான் அளித்த பதில்: "நான் இயக்கமாக இருந்துதான் எழுதுகிறேன்."

இன்னமும் எனக்கு எனது சந்ததி சுதந்திரமாக வாழவேண்டும் என்ற நப்பாசை உண்டு. காரணமேயில்லாமல் இதை எழுதவில்லை. இது என்னுடைய கடமை. நான் தமிழ்த் தேசியத்தை நேசித்த - நேசிக்கும் - நேசிக்கவுள்ள எழுத்தாளர். எழுத்தும் பேச்சும் எனக்குக் கைவரப் பெற்றதே மொழியையும் நாட்டையும் உணரவும் உணர்த்தவும்தான். எதிர்ப்பு இல்லாமல் எதுவுமில்லைத் தானே.

● **நீங்கள் நாவலில், புலிகள் இழைத்ததாகக் குறிப்பிடும் கொடுமைகளை அவர்கள் முன்பும் இழைத்தனர். கட்டாய ஆள்சேர்ப்பு வன்னியில் 2009க்கு முன்னும் நடந்தது. அப்போது நீங்கள் அமைப்பில்தானே இருந்தீர்கள்?**

ஒரு குடிகாரத் தந்தை தன் பெண்ணை இன்னொரு குடிகாரனுக்குக் கட்டிவைத்து விட்டான். இங்கேயும் கணவன் குடித்துவிட்டு வந்து மனைவியைத் துன்புறுத்துகிறான், அடிக்கிறான். ஆனாலும் உடை, உணவு என்பவற்றையும் அன்பையும் கொடுக்கவே செய்கிறான். அவள் அடிவாங்கி அழும்போது பக்கத்து வீட்டுக்காரர்கள் தாங்க முடியாமல் 'நீ உன் அம்மா வீட்டுக்குப் போய்விடு' என்கிறார்கள். அம்மா வீடு இவளுக்கு இதை விடப் பெரிய கொலைக்களம். எப்படிப் போவாள்? வேறெங்காவது கடல் கடந்தும் போக முடியாது. முழுதாக ஆயிரம் ரூபாவைக்கூட கண்ணால் பார்க்க முடியாதவள் இலட்சக்கணக்கில் கொடுக்க எங்கே

போவது? போதாததற்கு பிள்ளைகள் வேறு. அந்தப் பெண் ஆயுள் தண்டனையை ஏற்க வேண்டியதுதான்.

நான் அமைப்பில் விரும்பித்தான் சேர்ந்தேன். மறுபடியும் கழற்றிக்கொள்ள முடியாமல் நன்கு மாட்டிக்கொண்டேன். புலிகளின் மட்டு - அம்பாறை பகுதிதான் முதலில் கட்டாய ஆட்சேர்ப்பை 2003-2004 காலப்பகுதியில் செய்தது. வன்னியில் 2006-ன் பிற்பகுதியில் வீட்டுக்கொருவர் கட்டாயம் எனவும், இயக்கத்திலிருந்து விலகியவர்கள் கட்டாயமாக மீண்டும் இணைக்கப்பட்டதும் நடந்தது. இயக்கத்திலிருந்து விலகக் கடிதம் கொடுத்து, தண்டனைக் காலம் இரண்டு வருடங்கள் முடிந்து வீட்டுக்குப் போனவர்கள் வர விரும்பவில்லை. அவர்களைக் காவற்துறையினர் வேட்டையாடிப் பிடித்தனர். அகப்பட்டவர்கள் கைதிகள் போல் ட்ரக்குகளில் ஏற்றப்பட்டு மணலாற்று காட்டுப்பகுதிக்குக் கொண்டு செல்லப்பட்டனர். வீதியில் இந்த ட்ரக்குகளில் பெண்கள் தனியாகவும், ஆண்கள் தனியாகவும் கொண்டு செல்லப்படும்போது அழுதுகொண்டே செல்வார்கள். அப்போதெல்லாம் என் மனம் அழியும். போனவர்கள் போராட வேண்டுமல்லவா. அவர்களை ஆற்றுப்படுத்த, பேசிச் சரிக்கட்ட என்னை அழைத்துப் போனார்கள். 'இக்கட்டான சூழல், பயிற்சி எடுத்தவர்கள் கூடிக் கைகொடுத்தால் தானே வெல்ல முடியும்' என்று பலவாறு பேசினாலும் அவர்கள் என்னைக் கேட்ட கேள்விகளுக்கு என்னால் பதிலளிக்க முடியவில்லை. பின்பு அவர்கள் போரில் ஈடுபடுத்தப்பட்டு பலர் தப்பியோடினார்கள். பலர் கொல்லப்பட்டனர். புதியவர்களோடு பழைய போராளிகள் ஒட்டவேயில்லை. நாங்கள் இதை மூன்று வகையாகக் கூறுவோம். ஒன்று முதல் ஒன்பதாம் பயிற்சி அணிவரை 'கீழ்ப்படிவு - உத்தரவிற்குப் பணிதல்' குழு. பத்து முதல் பதினெட்டாவது பயிற்சி அணிவரை 'நீ சொல்லு நான் விரும்பினால் செய்வன்' குழு. பதினெட்டாவது பயிற்சி அணிக்கு மேல் 'நீ யார் சொல்லுறது? நான் யார் கேட்கிறது?' குழு.

2006-2007ல் இந்தப் பிரச்சாரப் பிரிவில் என்னையும் ஒரு அணியில் போட்டிருந்தாலும் நான் போகவில்லை. தமிழ்ச்செல்வன் கூப்பிட்டுக் கேட்டார். "அதுதான் கட்டாயமாக்கிற்றீங்களே.. போய்ப் பிடிக்கிற இடங்களில அடியும் நடக்குது. நம்மால முடியாது சாமி. அப்பிடிப் போகத்தான் வேணும் எண்டால் எழுதவோ நிகழ்ச்சிகள் செய்யவோ முடியாது" என்றேன். அப்போது என்னை விட்டு விட்டார்கள். மீண்டும் ஒரு தடவை அப்படி என்னைக் கேட்டபோது

“நீங்கள் வேண்டாம் அன்ரி நாங்களே செய்கிறோம்” என்று குழுத் தலைவனே மறுத்துவிட்டான். தலைவருடைய கட்டளைக்கு மாறாக நடக்கத் தொடங்கியிருந்தனர். நான் நின்றால் நடக்கும் அநீதிகள் உடனுக்குடன் நேரடி ஒலிபரப்பாகிவிடும் என்ற பயம் எல்லோருக்கும் இருந்தது.

ஒரு வீட்டில் உழைக்கும் பிள்ளை அதுதான் என்றிருந்தால் எடுக்க வேண்டாம், ஒரே பிள்ளை வேண்டாம், வீட்டுக்கு ஒரே ஆண்பிள்ளை மற்றது எல்லாம் பெண்பிள்ளை என்றால் வேண்டாம், வீட்டுக்கு ஒரே பெண் அடுத்ததெல்லாம் ஆண் என்றால் வேண்டாம், பதினாறு வயது நிரம்பியிருக்க வேண்டும், போராளி - மாவீரர் குடும்பங்களில் பிடிக்க வேண்டாம் என்றெல்லாம் கட்டளைகள் இருந்தன. இதை யார் கடைப்பிடித்தார்கள்.. எவருமில்லை! நாங்கள் மதிவதனி, திருமதிகள் சிலர் கூடிப் பேசி வேதனைப்படத்தான் முடிந்தது. ஒரு போராளி புதிய போராளியாக இணைந்த பெண்ணொருவரை பலாத்காரம் செய்த சம்பவம் ஒன்றும் பிடிபட்டது. எனினும் அவன் சிறு விசாரணையின் பின் விடுவிக்கப்பட்டான். காரணம், பிள்ளை பிடியில் அவனை மிஞ்ச ஆளில்லை என்பதாகும். ஈற்றில் ஒரு சந்தர்ப்பத்தில் மக்கள் அவனைக் கொன்றனர். அவனுக்கு லெப்.கேணல் விருது கூட வழங்கப்பட்டது. இப்படி நிறையச் சம்பவங்களுண்டு.

- **மக்களை விடத் தாங்கள் உயர்வானவர்கள், மக்களை விடவும் அதிகாரமும் சலுகையும் படைத்தவர்கள் என்ற எண்ணம் புலிகளிடம் இருந்ததாகக் கருதுகிறீர்களா?**

தமக்கென ஒரு பெரு நிலப்பரப்பு, அதிகாரம், பதவி, வரி வசூலிக்கும் இறை, சொத்துகளைக் கையகப்படுத்தும் அதிகாரம், நீதி வழங்கும் அதிகாரம், காவற்துறை, ஆயுதப்படை எல்லாவற்றையும் கொண்டு தம் மக்களின் வெளியுலகத் தொடர்புகளைக் கட்டுப்படுத்தி, கடவுச்சீட்டு நடைமுறையைக் கொண்டு வெளிப் பயணங்களையும் கட்டுப்படுத்தி, வர்த்தக மேலாண்மையையும் தமக்குள் வைத்துக்கொண்டு அரச அதிகாரிகளையும் தம் கட்டுக்குள் வைத்துக்கொண்டிருந்த புலிகள் மக்களை விட மேலானவர்கள் தானே. என்னதான் சட்டம் - ஒழுங்கை நிலைநாட்ட காவற்துறை, நீதிமன்றம் என்பவை இருந்தாலும் வனத்துறை தானே கைது செய்து தானே தண்டனை வழங்கியது. பொருண்மிய மேப்பாட்டுத்துறையும் அவ்வாறே. நிர்வாக சேவை, புலனாய்வுத்துறையும் அவ்வாறே.

திரைப்பட வெளியீட்டுத்துறையும் அவ்வாறே. இவ்வாறு ஏகப்பட்ட நீதிபதிகளுக்குப் பணிந்து மக்கள் வாழும்போது யார் பெரியவர்?

அது முந்தியொருகாலம்.. மூத்தண்ணர் இருக்குங் காலமொண்டு... சிங்கள இராணுவமும் பொலிசும் இருந்த காலத்தே மக்களே பெரிசு. புலிகள் சோத்துக்கும், பாதுகாப்புக்கும் மக்களை நம்பியிருந்த காலம்.. மக்கள் பெரிசு! வேறு ஏதாவது நல்ல கேள்வியாகப் போடுங்கோ.

- **இறுதி யுத்தத்தில் புலிகளின் தளபதிகளும் பொறுப்பாளர்களும் தலைமையின் கட்டளையை மீறி நடந்தார்கள் என்கிறீர்கள். தலைமை தனது தளபதிகள் மீதான கட்டுப்பாட்டை இழந்திருந்ததா?**

உண்மை! 2007-ல் நடந்த பல அராஜகங்களை விசாரிக்க வேண்டும் எனக் கோரப்பட்டபோது "யுத்தம் நெருக்கமாக இருக்கும்போது நாம் விசாரணை அது இது என்று போட்டுக் கொண்டிருந்தால் அப்படி அப்படியே போட்டுட்டு போயிடுவாங்க, நான் பொறுத்துத்தான் போக வேண்டும்" என்று தலைவர் கூறினார். வாய் வார்த்தைக்கு ஆதாரம் கேட்காதீர்கள். கூட இருந்த இருவருமே கொல்லப்பட்டுவிட்டனர். மேலும் இவர்களிடம் நம்பிக்கையிழந்த தலைவர் ஆனந்தபுரச் சமருக்கு நேரடியாகவே இறங்கிவிட்டார். அவரை மீட்க நடந்த சமரில் தான் பெரிய தளபதிகள் இறந்தனர். இச் சமரில் என் பேத்தியும் நின்றிருந்ததால் என்னிடம் விபரம் சொன்னாள்.

- **எமது போராட்டத்தின் இயங்கு திசை இனி எதுவாக இருக்க வேண்டும் எனக் கருதுகிறீர்கள்?**

புயல் ஓய்ந்த பின் முறிந்த மரங்களுக்கு முட்டுக் கொடுக்க வேண்டும். இருக்கும் செடிகளை மீளெழுப்ப வேண்டும். உடைந்த குளங்களைச் செப்பனிட வேண்டும். புதிய விவசாயிகளுக்கு விதை வேண்டும். இதையெல்லாம் யார் செய்கிறார்கள்? மக்கள் உறங்கிவிட்டார்கள் என்று எண்ணக்கூடாது. அவர்கள் பசி மயக்கத்தில் கிடக்கிறார்கள். அவர்கள் எழட்டும், நடக்கட்டும், தமது பாதைகளில் தடைகளை அகற்றவும், தமது வீடுகளிற்குள் அந்நியர் புகாமல் பாதுகாக்கவும், தாம் கைகளை வீசி நடக்கவும் கற்றுக்கொள்ள வேண்டும். உங்களுக்குத் தெரியுமா? வன்னியில் இவ்வருடம் தேன் இல்லை. பாலைப்பழம் இல்லை. உடும்பு, முயல், பன்றி எதுவுமில்லை. காடுகளில் விறகு பொறுக்கக்

கூட யாரும் போவதில்லை. எமது மக்கள் எங்கள் காடுகளில் காடேறிகள் உலாவுவதாக உணர்கிறார்கள். பேய்களுக்குப் பயந்து பெண்கள் போவதுமில்லை. எப்போது மீட்பர் வருவாரென்று தமக்குள் பேசிக் கொள்கிறார்கள். நாங்கள் எழுதலாம். வாசிப்போர் அருகிவிட்டனர். செத்த வீடு, கலியாணவீடு, சமூர்த்திக் கூட்டம் எல்லாயிடமும் உதுதான் கதையாம். பாலனைப் பொலிசு கொண்டு போட்டான். கள்ள மரம் அரிஞ்சதாம். 'அவன் பொமிற் எடுத்தவன் தானே', 'பொமிற் மூன்று நாளைக்கு தானாம் அதுக்குள்ளை அரிஞ்சு கூரைக்கு ஏத்திப் போடணுமாம்'. இல்லாட்டி வீட்டிலை கிடந்த மரமும் போச்சு அவனும் கைதி. பெண்டில் கதறுகிறாள் ஒன்றரை இலட்சம் கொடுத்து அழிஞ்சதாம். உள்ள நகையும் போச்சு மரமும் போச்சு. இந்த நிலை நீடிக்கிறது. பல முனைகளிலும். புதிய போராட்டத்திற்கு விதை ஊன்றியாகிவிட்டது. மக்கள் உணரவேண்டும், உணர்த்த வேண்டும்!

- **உங்களது மேடும் பள்ளமுமான நீண்ட வாழ்க்கைப் பாதையைத் திரும்பிப் பார்க்கும்போது எப்படி உணர்கிறீர்கள்? உங்களது இயக்க வாழ்வைப் பெருமிதமாக உணர்கிறீர்களா?**

நான் ஆன்மீகத்தில் நாட்டமுள்ளவள். மனிதனோ மற்றவையோ காரணமில்லாமல் காரியமில்லை. எனது வாழ்க்கை எந்த அசம்பாவிதமுமின்றி இருந்திருந்தால் இந்தப் பேனா என் கையிலிருந்திருக்காது. எனக்குப் பதினான்கு வயதில் கல்யாணம் ஆகாதிருந்திருந்தால் குடும்பச் சுமையை நான் இப்போதும் சுமந்திருப்பேன். இருபத்து நான்கு வயதுக்குள் பிரசவம் முடிந்தது. நாற்பத்து மூன்று வயதில் எந்தக் குடும்பப் பொறுப்பும் என்னிடமில்லை. காட்டாறு போன்ற என் வாழ்க்கைக்கு ஒரு அர்த்தம் கொடுத்துப் பார்க்கலாம். எனக்குத் துன்பங்கள் வரும் போதெல்லாம் நான் வருந்தியிருக்கிறேன். அழுதிருக்கிறேன். துடித்திருக்கிறேன். ஒரு காலகட்டத்திற்குப் பின் நான் அழுததை யாரும் பார்த்திருக்க முடியாது. தியானம் என்னை வழிப்படுத்தியது. வாழ்க்கையில் நான் விரும்பிய அனைத்துமே எனக்குக் கிடைத்திருக்கிறது. அதற்கு என்னுள்ளேயே எனக்கு உருவம் கொடுத்து முயன்றேன். எனக்கு வெளியே கடவுள் இருப்பதை நான் நம்பவில்லை. ஆனால் என் எண்ணங்களின் சக்தியை எனக்குத் தெரியும். அதில் நல்ல எண்ணங்களையே விதைக்கப் பழகினேன். இன்பம்-துன்பம் எல்லாமே சமமாகிவிட்டது. அவமானம் என்று எதையும் கருதவில்லை. அவை எனக்களித்த பாடங்கள் தெளிவானதாக இருந்தன. கொடுப்பதில் இன்பம், அணைப்பதில் இன்பம்.

வாழ்கையில் எல்லாமே கற்பதற்கான செயல்கள் தான். அந்த வகையில் என் இயக்க வாழ்வு எனக்குப் பெருமிதமானது. அந்த வாழ்க்கையில் நான் அநேகருக்கு நன்மை செய்திருக்கிறேன். ஒரு கிராமத்தையே வாழ வைத்திருக்கிறேன். இன்றும் என்னிடம் அதே அன்புடன் பழகுகிறார்கள். வேறென்ன வேண்டும்! அன்புள்ளவர் எங்கிருந்தாலும் வாழ்வில் அன்பையே பெறுவார். நான் பெருமிதமாக உணர்கிறேன். பல மடங்கு பெருமிதமாக இப்போதும் உணர்கிறேன்.

- இப்போது என்ன எழுதிக்கொண்டிருக்கிறீர்கள்? வாழ்வின் மீதியை எவ்வாறு கழிக்க விரும்புகிறீர்கள்?

நான் சரணடைந்ததிலிருந்து விடுவிக்கப்பட்டதுவரை எழுதிவிட்டேன். 'எங்கே அவள்' என்றொரு சிறு நாவலை எழுதி பதிப்பகத்துக்குக் கொடுத்து விட்டேன். 'ஊழிக்காலம்' மூலம் பதினைந்தாயிரம் இந்திய ரூபாய்கள் கிடைத்தன. ஆனால் என்னுடைய இந்தியப் பயணம் நாற்பத்தைந்தாயிரத்தை விழுங்கி விட்டது. மேலும் மேலும் ஆக்கங்களைக் கோருவோர் எதுவும் தருவதில்லை. 'ஆம்பல்' என்றொரு இணையப் பத்திரிகை மாதம் பத்தாயிரம் ரூபாய்கள் தந்தார்கள். அதுவும் இம்மாதத்துடன் நின்றுவிட்டது. ஆனாலும் நான் எழுதிக் கொண்டுதான் இருக்கிறேன். வாழ்க்கையின் மீதிதான் இப்போது வாழ்ந்து கொண்டிருப்பது. பார்க்கலாம்.. இயற்கை என்ன வழி வைத்திருக்கிறதோ! பொதுவாகவே புலமையும் வறுமையும் சேர்ந்துதானே இருக்கின்றன. மகளுடனும் பேத்திகளுடனும் சேர்ந்திருக்கிறேன். மகிழ்ச்சிதான். அது மனதைப் பொறுத்தது.

என்னை இதயம் திறந்து பேச வைத்ததற்கு நன்றி.

ஸர்மிளா ஸெய்யித்

எவராலும் கற்பனை செய்ய முடியாத நான்

கிழக்கு இலங்கையின் சிற்றூர் ஒன்றில் 1982-ல் பிறந்த ஸர்மிளா ஸெய்யித் 'சிறகு முளைந்த பெண்' என்ற கவிதைத் தொகுப்பு ஊடாக நவீன தமிழ் இலக்கியப் பரப்பில் தனது தடத்தைப் பதித்தவர். தொடர்சியாக, புனைவுப் பிரதிகளை மட்டுமல்லாமல் அ-புனைவுப் பிரதிகளையும் அவர் முனைப்புடன் எழுதிக்கொண்டிருக்கிறார். முப்பதாண்டு கால ஈழப் போருக்குப் பின்னான காலத்தில், போரின் காயங்களோடும் வடுக்களோடு அலைந்துறும் மாந்தர்களையும் இலங்கையின் இனத்துவப் பிரச்சினைப்பாடுகளையும் மையமாக வைத்து ஸர்மிளா ஸெய்யித் எழுதிய நாவலான 'உம்மத்' இந்த வருடத்தின் தொடக்கத்தில் 'காலச்சுவடு' பதிப்பகத்தால் வெளியிடப்பட்டது.

சமகால அரசியற் பிரச்சினைகளிற்குள் சிக்கிக்கொள்ளாமல் லாவகமாக நழுவப் பார்க்கும் அல்லது வலுவான காற்றடிக்கும் பக்கமாகச் சாயும் எழுத்துச் சந்தர்ப்பவாதியல்ல ஸர்மிளா ஸெய்யித். அரசியல் - மதம் - கலாசாரம் - உடல் என அனைத்தின்மீதும் கேள்விகளை எழுப்பிக்கொண்டிருக்கும் ஸர்மிளா ஸெய்யித் 'என்மீதான தடைகளையும் அடக்குமுறைகளையும் என் கேள்விகளால் நான் மீறினேன்' என்கிறார்.

தான் சொல்லிய கருத்துகளிற்காக மத அடிப்படைவாதிகளால் மிகக் கடுமையாகப் பாதிக்கப்பட்டிருந்தாலும், இன்றுவரை சமூகப் புறக்கணிப்புகளை எதிர்கொண்டாலும்; கருத்துகளும் எழுத்துகளும் அரசால் மட்டுமல்லாமல் உப ஆயுதக்குழுக்களாலும் மதநிறுவனங்களாலும்

கடுமையாகக் கண்காணிக்கப்பட்டுக்கொண்டிருக்கும் சபிக்கப்பட்ட ஈழ நிலத்திலிருந்துகொண்டு தனது உரத்த குரலை ஒளிவுமறைவின்றி இந்நேர்காணலில் நம்முன்னே வைத்திருக்கிறார் ஸர்மிளா ஸெய்யித்.

17.07.2014.

ஏறாவூரில், கயறுநிஸா - ஸெய்யித் அகமது தம்பதியருக்கு நான் மகளாகப் பிறந்தேன். ஒரு சகோதரன், மூன்று சகோதரிகள் கொண்ட சலசலப்பு நிரம்பிய இயல்பான குடும்பம். முற்றிலும் இயற்கையின் கரங்களால் அணைக்கப்பட்ட ஊராக ஏறாவூர் அப்போது இருந்தது. எனது இளமைக்காலம் இன்பமயமானது, சாகசங்கள் நிரம்பியது. மட்டக்களப்பு மீன்பாடும் தேனாடு எனச் சொல்லப்படுகின்ற நகரம். மீன்பிடியும் விவசாயமும் பிரதான தொழில்கள். தந்தை கிழக்கிலங்கைக்கும் தலைநகருக்கும் ஏற்றுமதி - இறக்குமதி வியாபாரத்தினூடாக ஊரில் அறியப்பட்டவராக செல்வமும் செல்வாக்குமுடையவராக இருந்தார். அவரது பிரதான ஏற்றுமதிப் பொருளாக மீன் இருந்தது. வியாபாரத்தில் மும்முரமாகவிருந்த நிலை அவருக்கும் எங்களுக்குமிடையில் இடைவெளியை ஏற்படுத்தியிருந்தது. ஒரு நாளில் குறிப்பிட்ட ஒரு பொழுதில் மட்டும்தான் தந்தையைச் சந்திக்கக் கிடைக்கும். பெரும்பாலும் அந்தப் பொழுது இரவுப் போசனமாக இருக்கும். இந்த நேரத்தை மகிழ்ச்சியாக அனுபவிக்கக் கருதியோ என்னமோ அவர் எங்களைக் கண்டித்ததே கிடையாது. எங்களது குற்றங் குறைகளை ஆராய்வது, தோலுரிய அடித்துக் கண்டிப்பது எல்லாமும் உம்மாவின் காரியங்களாக இருந்தன. ஆனால் அவர் பாசமிக்க தாய். உம்மா, வாப்பா இருவரினதும் படிப்பு வாசிக்கவும் எழுதவும் அறிந்தது மட்டும்தான். எனினும் வெகு பவ்வியமாகக் கற்றுத்தேர்ந்தவர்களின் பிள்ளைகளைப்போல நூதனமாகச் சுதந்திரமாக, பாலியல் சமத்துவத்துடன், எல்லா வளங்களுடனும் வளர்க்கப்பட்டோம்.

பையனைப் போலவே நான் வளர்ந்தேன். ஏறாவூர் முற்றிலும் இஸ்லாமியச் சூழல் கொண்டது. பச்சிளம் பருவத்தில் குர்ஆன் மதரஸாவுக்கு கால்களை மறைக்கும்படியான நீண்ட உடைகளை அணிய முடியாதென்றதிலிருந்து பர்தா வரைக்கும் சர்ச்சைக்குரியவளாகவே வளர்ந்தேன். ஒழுக்கம், மதக் கட்டுப்பாடு என்ற வேலிகளால் சிறைப்பட்ட ஏறாவூரில் பையனைக்கூட பொத்திப் பொத்தியே வளர்த்தார்கள். ஒரு பையனுக்கு சைக்கிள் வாங்கித் தருவதற்கு அவன் பத்தாம் வகுப்புச் சித்தியடையும்

வரைக்கும் காத்திருக்கச் செய்வதே பெரும்பாலான பெற்றோர்கள் செய்யக்கூடிய காரியமாக அப்போதைய காலம் இருந்தது. இந்த வேலிகளை நான் ஒருபோதும் பொருட்படுத்தியவள் கிடையாது. ஆறு வயதிலிருந்தே சைக்கிள் ஓட்டினேன். பள்ளிக்கூடம் செல்வதற்கு கார், வேன் வாகனங்கள் வீட்டிலேயே இருந்தபோதும் சைக்கிளில் செல்லவே விரும்பினேன். பன்னிரெண்டு வயதிலும் முட்டிக்கால் தெரியும் சட்டையும் இரட்டை ஜடையுமாக சைக்கிளோட்டித் திரிந்த என்னைப் பார்த்து மொத்த ஊருமே வியப்பில் ஆழ்ந்து கிடந்தது. ஒரு பெண் பிள்ளையை எப்படி வளர்ப்பதென்று என் பெற்றோருக்குப் பலரும் வகுப்பெடுத்தார்கள். ஆனால் அதே பெற்றோரினால் வளர்க்கப்பட்டுக்கொண்டிருந்த என் மூன்று சகோதரிகளையும் சந்திக்க நேர்ந்தவர்கள் வாயடைத்து நின்றார்கள். தங்கைகள் இஸ்லாமியப் பெண்கள் என்று சொல்லப்படக்கூடியவர்களின் பிரதியுருவங்களாக இருந்தார்கள். பெண் குழந்தையின் சிறுபிராயங்களை அனுபவிக்கத் தராத, சிறுமியை அவளது ஏழு வயது முதலே பெண்ணாகப் பார்க்கிற ஊரில் நான் வளர்ந்த விதம் முற்றிலும் வியப்பூட்டக்கூடியது. என்னை மாற்றவும் எனது சுதந்திரக் குணாதிசயங்களைக் கட்டுப்படுத்தவும் பெற்றோரும் உறவினரும் எடுத்த எந்த முயற்சியும் பயனளிக்கவில்லை. எனது சுதந்திரத்திற்காகக் கடுமையாகத் தண்டிக்கப்பட்டிருக்கிறேன். இருட்டறையில் பூட்டப்பட்டிருக்கிறேன். மரத்தில் கட்டிவைக்கப்பட்டிருக்கிறேன். இவற்றையெல்லாம் கடந்து எல்லோரதும் நம்பிக்கைகளைப் பொய்யாக்குகின்ற சுதந்திரமானவளாகவே நிமிர்ந்து வளர்ந்தேன்.

ஏறாவூர் அல் அஸ்ஹர் வித்தியாலயமே எனது ஆரம்பப் பள்ளி. கல்வி லாவகமாகக் கைவந்தது. ஒரு கலகக்காரியாகவே கவனிக்கப்பட்ட நான் படிப்பிலும் கெட்டித்தனமாகவே இருந்தேன். இன்னொன்றையும் சொல்லத் தோன்றுகின்றது. குர்ஆன் ஓதுவதற்கு கால்கள் வரையும் நீண்ட உடையும் பர்தாவும் அணிய முடியாதென்று அடம்பிடித்து முட்டிக்கால் சிவக்க அடிபட்டவள் ஆறு வயதுக்குள் குர்ஆனை முழுவதுமாக ஓதக் கற்றுக்கொண்டிருந்தேன். பள்ளிக்கூடத்தில் சேர்வதற்கு முன்பாகவே குர்ஆன் ஓதுவது பரிச்சயமாகிவிட்டிருந்தது.

எட்டாவது வகுப்புக்குப் பின்னர் ஏறாவூர் றகுமானியா வித்தியாலயத்திற்கு, படித்தது போதும் என்ற வாப்பாவின் வாதத்தையும் மீறியே மாறினேன். வீட்டுக்கு அண்மைய பள்ளிக்கூடம் என் பறத்தலின் எல்லையை மட்டுப்படுத்தியிருப்பதாகத் தோன்றிய

எண்ணமே றகுமானியாவுக்குச் செல்லக் காரணம். அது வீட்டிலிருந்து தொலைவில் இருக்கிற பள்ளிக்கூடம். உயர்தரம் வரைக்கும் அங்குதான் பயின்றேன். பாடசாலைக் காலம் மிகக் குதூகலமானது. பையன்களே அதிகம் நண்பர்கள். நண்பர்களை வீட்டுக்கு அழைப்பது, கூடியிருந்து கதைபேசுவது அனைத்துமே எங்கள் சூழலுக்குப் பொருந்தாத காரியங்கள். ஆனால் எங்கள் வீட்டின் பெரும்பாலான பொழுதுகள் நண்பர்களாலே வழிந்தது. ஆரம்பத்தில் இவற்றைக் கண்டித்த பெற்றோர்கள், எந்தவொரு குற்றத்தையும் காணாதபோது கண்டுகொள்ளாமல் இருக்கப் பழகிக் கொண்டார்கள்.

பள்ளி மேற்படிப்புக்குப் பின்னர், கல்லூரிப் படிப்பை கொழும்பில் தொடர்ந்தேன். அதற்காகவும் கடுமையாகப் போராடவேண்டியும் பட்டினி கிடந்து ஆர்ப்பாட்டம் செய்யவேண்டியதாகவும் இருந்தது. என்னதான் சுதந்திரமாகவும் இளமைக் கொதிப்புடனும் வளர இடம்தந்தாலும் 340 கிலோமீற்றர்கள் தூரத்திலிருக்கிற பெருநகரத்திற்கு அனுப்ப உம்மா, வாப்பா இருவராலும் சம்மதிக்க முடியவில்லை. ஊரைவிட்டுத் தொலைவிலிருந்த நகரத்தை நோக்கிப் பயணிக்க எண்ணியதற்கு பிரதான காரணமாக இருந்தது ஊடகத்துறை. உயர்தரப் பரீட்சை முடிந்த பின்னர் பெறுபேறிற்காகக் காத்திருந்த காலமான ஆறுமாதங்களை உபயோகப்படுத்தும் பொருட்டும், வீட்டில் என்னை மேய்க்க முடியாதென்பதினாலும் மட்டக்களப்பு நகரத்தில் உள்ள தனியார் கல்வி நிறுவனமொன்றில் கணினி டிப்ளோமா கற்கையொன்றில் சேர்த்துவிடப்பட்டிருந்தேன். எனது வாழ்வை மாற்றிய தருணம் அது.

ஏலவே கதைகள், சிலகவிதைகள், குறிப்புகளை எழுதியபடியும் பிரசுரத்திற்காகப் பத்திரிகைகளுக்கு அனுப்பிக்கொண்டுமிருந்த என்னை அப்போது, 2001-ம் ஆண்டு மட்டக்களப்பிலிருந்து வெளியான 'தினக்கதிர்' நாளிதழ் ஈர்த்தது. அதில் எனது படைப்புகளும் அவ்வப்போது வெளியாகியபடியிருந்தன. 'பயிற்சி பத்திரிகையாளர் தேவை' என்ற விளம்பரத்தைப் பத்திரிகையில் பார்த்துவிட்டு ஒருநாள் நானும் நேர்காணலுக்குச் சென்றேன். பட்டப்படிப்பை முடித்துவிட்டுச் சான்றிதழ்களுடன் காத்திருந்தவர்கள் வரிசையில் கணினி வகுப்புப் புத்தகங்களுடன் அமர்ந்திருந்தேன். தினக்கதிர் நாளிதழின் உரிமையாளராகயிருந்த, மனோ இராஜசிங்கமே என்னை நேர்கண்டார். சிறுமியிடம் உரையாடுவதுபோலவே அவரது உரையாடல் இருந்தது. "சாப்பிட்டியா?" என்றும் கேட்டார். "நீர் இங்கு வந்தது அம்மா அப்பாவுக்குத் தெரியுமா?" என்பதே அவரது முதல் கேள்வி. நான் "இல்லை" என்றேன். "அவர்களுக்குத்

தெரியாமலே வேலை செய்ய உத்தேசமோ?" என அவர் கேட்க, "வேலை கிடைத்ததென்றால் சொல்லுவேன்" என்றேன். வீட்டுப் பொருளாதாரம் குறித்துக் கேட்டார். பரீட்சைப் பெறுபேறிற்காகக் காத்திருக்கப் பொறுமையின்றி வேலை தேடி அலைகிறளவிற்குப் பொருளாதாரச் சிக்கல் இல்லை என்ற பின்னணியைத் தெரிந்து கொண்ட பிறகு அவரது கேள்விகள் வேறாக மாறின. சமூகத்தைப் பற்றி என்ன நினைக்கிறாய்? சமூகத்துக்கு நீ என்ன செய்ய முடியும்? இப்படியாகப் பல கேள்விகளைக் கேட்டபின்னர் என்னைப் போகலாம் என்றார். இது நடந்து ஒரு வாரத்தின் பின்னர் பயிற்சிப் பத்திரிகையாளராகத் தெரிவாகியிருப்பதை தொலைபேசியில் அறிகின்றவரைக்கும் அப்படியொரு எதிர்பார்ப்பு எனக்கிருக்கவே இல்லை. அந்த நேர்காணலை வழமையான எனது சாகச விளையாட்டுகளில் ஒன்றாகவே கருதியிருந்தேன். ஆயினும், திடுதிப்பென்று ஏற்பட்ட அந்த மாற்றத்தை ஏற்றுக்கொண்டேன். கணினி வகுப்பைத் தொடர்ந்தபடியே வீட்டுக்குச் சந்தேகம் வராமல் வேலையையும் தொடர்ந்தேன். எனது முதல் சம்பளக் கவரை உம்மாவிடம் நீட்டுகிற வரைக்கும் வேலைக்குச் செல்கிறேன் என்பதை யாரும் கண்டுபிடிக்கவேயில்லை. வீட்டுக்கு அது தெரிந்த பின்பு, விபரீதமான ஒரு துறையைத் தேர்வு செய்திருப்பதாகவும், அது பெண்களுக்கு ஆகாதது என்றும் நிச்சயமாக ஊடகத்துறைக்குள் போகவே கூடாதென்றும், மேலும் அது புலிகளின் பத்திரிகை என்றெல்லாம் பலவாறாக அச்சுறுத்திய எந்தக் கூக்குரலும் தண்டனையும் என்னைத் தடுக்கவில்லை.

இவற்றுக்கெல்லாம் பின்னர் வெளியான உயர்தரப் பரீட்சைப் பெறுபேறுகள் கல்வியியல் கல்லூரிக்கான (Collage of Education) அனுமதியுடன் வந்தடைந்தது. கல்வியியல் கல்லூரியில் படிக்குமாறும், அது முடிந்ததும் ஆசிரியர் தொழில் சர்வநிச்சயம் என்றும் பெற்றோரும் உறவினரும் வற்புறுத்தினர். எனது விருப்பம் இதழியல் கற்பதென்பதாக மாறியிருந்தது. அதற்கு ஒருவரும் ஒப்புக்கொள்ளவில்லை. சண்டையும் சச்சரவும் பட்டினியும் பேசா விரதமுமாக எனது பிடிவாதங்களைத் தொடர்ந்தபடி தினக்கதிர் நாளிதழ் அலுவலகம் சென்றுவந்தேன். இவை அனைத்தும் பத்தோ, பதினொரு மாதங்கள் இடம்பெற்றன. 2002-ம் ஆண்டு ஆகஸ்ட் மாதம் 8-ம் தேதி நள்ளிரவில் தினக்கதிர் நாளிதழ் காரியாலம் தீக்கிரையாக்கப்பட்டது.

எதிர்பாராத இந்த நிகழ்ச்சி என்னைப் பாதித்தது. கல்லூரிக்கு விண்ணப்பிப்பதற்கான காலமும் கடந்துவிட்டிருந்தது. என்னுடன்

கற்ற நண்பர்கள் அரையாண்டு காலக் கல்வியைப் பூர்த்தி செய்திருந்தார்கள். இதனால் வீட்டில் வசைகள் அதிகரித்தன.

கொழும்பு செல்லப் போகிறேன் என்றும், அங்கே மட்டும்தான் இதழியல் கற்பதற்கான வழிகள் உண்டென்றும் தொடர்ந்த எனது வாதாட்டத்திற்கு ஒருவரும் செவிசாய்க்கவில்லை. சிங்கள மொழி தெரியாத ஒருவரும் கொழும்பு நகரத்தில் காலத்தை ஓட்ட முடியாதென்றும், அதுவும் ஒரு பெண் தன்னந்தனியாக முடியவே முடியாதென்றும் எச்சரிக்கப்பட்டேன். ஆனால் பட்டினிப் போராட்டம் மரணத்தின் வாசல்களைத் தொடுகிறவரைக்கும் என்னை இழுத்துச் சென்றது. மயக்கமுற்று மருத்துவமனையில் சேர்க்கப்பட்ட பின்னர் குறைந்தபட்சம் என்னை உயிரோடிருக்கச் செய்வதற்காக கொழும்பு செல்ல அனுமதிப்பதென்று வீட்டார் சம்மதித்தனர்.

கொழும்பு வந்ததும் கல்வி ஒரு தாகமாக மாறியது. அந்நிய மொழியும், அறிமுகமற்ற மனிதர்களுடனான நட்பும் அனுபவங்களும் என்னை நிறையவே மாற்றியது. கொழும்பு திறந்தவெளிப் பல்கலைக்கழகத்தில் கல்வி முகாமைத்துவத்தில் பட்டப்படிப்பும், கொழும்பு பல்கலைக்கழகத்தில் இதழியல், கிழக்குப் பல்கலைக்கழகத்தில் உளவியல் என கற்றல் விரிவடைந்தது. இவை தவிர தொழில்முறை ஊடகவியலாளர்களிற்கான பயிற்சிகள், பயணங்கள், கள அனுபவங்கள், மனித உரிமைகள் தொடர்பான கற்கைகள் எனக்கு நிறையக் கற்றுத்தந்தன. சிறுபராயத்திலிருந்தே சட்டம் பயில்வது எனது ஆர்வமாயிருந்தது. 2012-ம் வருடம் சட்டக்கல்லூரி அனுமதிக்காகப் படித்துக் கொண்டிருந்தபோதே பாலியல் தொழிலைச் சட்டபூர்வமாக்குவது தொடர்பான எனது நேர்காணல் பி.பி.ஸி. வானொலியில் ஒலிபரப்பாகியது. அதன் பின்னரான சூழ்நிலைகள் எனது வாழ்வைப் புரட்டிப்போட்டதில் படிப்பு உடனடியாகத் தடைப்பட்டது. அந்த அனுபவங்கள் சமூகத்துறை சார்ந்த கல்வியைப் பயில வேண்டிய அவசியம் இருப்பதை உணர்த்தியதன் விளைவாக சமூகப்பணி (Social Work) என்ற பட்டப் பின் படிப்பை தற்போது தொடர்ந்துகொண்டிருக்கிறேன்.

- **உங்களை இலக்கியத்தின் பக்கம் அழைத்து வந்தது எதுவெனக் கருதுகிறீர்கள்?**

இலக்கியம் தொடர்பிலான எனது ஈடுபாடென்பது வேர் அறியமுடியாத ஒரு நிகழ்ச்சி. சிறுபராயம் முதல்

புத்தகங்களைப் படித்துக் குவித்த அனுபவம் எனக்கில்லை. சிறுபராய, இளமைக்காலக் கட்டுப்பாடுகள், தடைகள், சுதந்திர மறுப்புகளிலிருந்து எழுத்துக்கூடாக விடுதலையடைந்தேன் என்றோ, கவிதையும் எழுத்துகளும் புத்தகங்களுமே என்னை விடுவித்ததென்றோ நிச்சயமாகச் சொல்லமாட்டேன். தடைகளைக் கடந்தே வந்தேன். விதிக்கப்பட்ட கட்டுப்பாடுகளை விவாதத்திற்குள்ளாக்கினேன். கேள்விகளால் அவற்றை இல்லாது செய்தேன். மறுப்புக்கு வெளியே தெரிந்த வானத்தை சுதந்திரத்தின் சிறகுகளால் அளந்தேன். இத்தனையும் நான் செயல்களாலேயே நிகழ்த்தினேன்.

நிஜவாழ்வில் கதவுகளுக்குள் ஒளிந்துகொண்டு மூலையில் குந்தி விம்மியவாறு ‘புரவியில் பறந்தேன்’ என்று கவிதையில் காணுகிற சுதந்திரத்தை விரும்புகிறவளில்லை நான். நிச்சயமாகவே இல்லை! இவற்றுக்கு அப்பால் நான் எழுதினேன். எனது கவிதைகளில் என்னை எழுதினேன். அது கற்பனையான நான் இல்லை. எவராலும் கற்பனை செய்ய முடியாத நான். என்னில் நான் கண்ட வித்தியாசமே என்னை எழுதத்தூண்டியது. என்னை எழுதுவதற்காகவே நான் எழுதினேன். நான் வாழ்கிறேன் என்பதையும் என்னை அப்படியே உள்ளபடியாக உரித்துக் காட்டுவதற்காகவும் எழுதினேன். என்னைப் பற்றிய பதிவேடாகவே எழுத்தின் ஆரம்பம் இருந்தது. அதுவே இலக்கியத்தின் பக்கம் என்னை இழுத்து வந்திருக்கவேண்டும். உண்மையில் ‘சிறகு முளைத்த பெண்’ வெளிவருகிற வரைக்கும் இலக்கிய உலகு குறித்து எதுவுமே தெரியாதெனக்கு. இப்போது தெரிந்திருக்கிறேன் என்பதால் ஒரு மாறுதலையும் அடைந்துவிடவுமில்லை.

- **இலங்கையில், பாலியல் தொழிலை சட்டபூர்வமாக்க வேண்டும் என நீங்கள் பி.பி.ஸி. செய்திச் சேவைக்கு சொன்ன கருத்துகளை பின்பு மீளப்பெற்றுக்கொண்டீர்களா?**

மீளப்பெற்றுக் கொள்ளவில்லை. ஆனால், கருத்துகளை மீளப்பெற்றுக்கொண்டேனா இல்லையா என்பதில் எந்த முக்கியத்துவமும் இல்லை. அவற்றினால் எந்த மாறுதலும் ஏற்பட்டுவிடப் போவதுமில்லை. வாழ்வின் நோக்கத்தை, செல்லவேண்டிய தூரத்தை, செய்ய வேண்டிய காரியங்களைத் தெளிவுபடுத்திய ஓர் அனுபவம் அது. எப்படியான சமூகத்துக்குள் இருந்துகொண்டிருக்கின்றேன் என்பதை, எனது சமூகம் பக்குவத்தில்

இன்னும் பால்குடிக் குழந்தையே என்பதை எனக்குணர்த்திய அனுபவமாக மட்டுமே அதனைப் பார்க்கிறேன்.

- பாலியல் தொழிலைச் சட்டபூர்வமாக்கியிருக்கும் நாடுகளில் பாலியல் தொழிலாளர்களிற்கு தொழில் பாதுகாப்புக் கிடைக்கும் என்ற கருத்து தவறெனவும் பாலியல் தொழிலை சட்டபூர்வமாக்கினால் அது பெருகும்போது அதனுடன் காவற்துறைக்கான லஞ்சம், போதைப் பொருட்கள் பாவனை, சிறார் பாலியல் தொழில் போன்றவையும் சேர்ந்து வளரும் என்றொரு விமர்சனம் உள்ளதே? பாலியல் தொழிலில் விரும்பி ஈடுபடுபவர்கள் மிக மிகச் சொற்பமானவர்களென்றும் அநேகமானோர் சமூக நிர்ப்பந்தங்களாலேயே பாலியல் தொழிலுக்குள் தள்ளப்படுகிறார்கள் என்பதும் உண்மையல்லவா?

பாலியல் தொழிலை சட்டபூர்வமாக்குவதனூடாக, அத்தொழிலில் ஈடுபடுகிறவர்களை முற்றாகக் காப்பாற்ற முடியாது. அதேநேரம் பாலியல் தொழிலே லஞ்சம், போதைப் பொருள் பாவனை மற்றும் சிறார் பாலியல் தொழில் அதிகரிக்கக் காரணம் என்பதிலும் உண்மையில்லை. பாலியல் தொழிலில் விரும்பியோ, நிர்ப்பந்தம் காரணமாகவோ ஈடுபடுகிறார்கள் என்பது எவ்வளவு உண்மையோ, அவ்வாறே பாலியல் தொழில் சட்ட நிமித்தத்திற்குள் கொண்டுவரப்பட வேண்டும் என்பதும் புரிந்து கொள்ளப்படவேண்டியதே. சட்ட அங்கீகாரம் குறிப்பிட்ட தொழிலைக் கட்டுப்படுத்துவதற்கோ, அதிகரிப்பதற்கோ ஏதுவாக இருக்காது. சட்ட அங்கீகாரம் பாலியல் தொழிலில் ஈடுபடுகிறர்களின் நலன் சார்ந்த - அவர்களது உரிமைகளை மதிக்கிற - பாரபட்சமற்ற சமூக நிலையை உறுதி செய்வதாக இருக்கும். அப்படியான சட்ட அங்கீகாரமே தேவையும்கூட.

பாலியல் தொழிலைச் சட்ட ரீதியாக அங்கீகரித்திருக்கும் நாடுகளில் இரண்டு வகையான அனுமதியைக் காணமுடியும். டென்மார்க், பிரான்ஸ், ஜேர்மனி, எத்தியோப்பியா, மெக்ஸிகோ, நெதர்லாந்து, சுவிட்சர்லாந்து போன்ற நாடுகளில் பாலியல் தொழில் முழுமையாகச் சட்டபூர்வமாக்கப்பட்டுள்ளது. பங்களாதேஷ், மலேசியா, நோர்வே, ஜப்பான் போன்ற நாடுகளில் வரையறுக்கப்பட்ட அங்கீகாரம் உள்ளது. Brothel ownership இந்த நாடுகளில் மறுக்கப்பட்டுள்ளது.

பாலியல் வன்முறைகள், பாலியலுக்கான மனிதக் கடத்தல்கள், லஞ்சம், ஊழல் குற்றங்கள் எல்லாவற்றுடனும் பாலியல் தொழில் எங்கு அதிகம் நடைபெறுகிறதென்றால் பாலியல் தொழிலை சட்ட ஏற்பாட்டுக்குள் கொண்டுவர மறுத்துக்கொண்டிருக்கிற நாடுகளில்தான் அவை நிகழ்கின்றன. ஆப்கானிஸ்தான், அங்கோலா, இந்தியா, இலங்கை, ஈரான், ஈராக், சவூதி அரேபியா, கென்யா, தென் ஆபிரிக்கா, உகண்டா, ருமேனியா எனப் பல நாடுகளை உதாரணம் சொல்லலாம். இந்த நாடுகளில் பாலியல் தொழிலுக்கு சட்ட அங்கீகாரமில்லை. ஆனால் இங்குதான் பாலியல் ரீதியான அநீதிகளும் வன்கொடுமைகளும் அதிகம் இடம்பெறுகின்றன.

- **பி.பி.ஸியில் நீங்கள் சொன்ன அந்தக் கருத்துகளைத் தொடர்ந்து இலங்கையின் இஸ்லாமிய மத அமைப்புகள் சில உங்களைக் கடுமையாக விமர்சித்தன. உங்களை நடைமுறையில் அவை எவ்விதம் எதிர்கொண்டன?**

தனிப்பட்ட ஒருவரின் கருத்தை ஒட்டுமொத்த சமுதாயத்திற்குமானதாக எடுத்துக்கொண்டு காலத்தையும் நேரத்தையும் வீணடிக்கிறவையாக இஸ்லாமிய மத அமைப்புகள் இருக்கின்றன என்ற துயரத்தைச் சொல்லித்தானாக வேண்டும். பகிரங்க மன்னிப்புக் கோரவேண்டும் என ஏறாவூர் பள்ளிவாசல் சம்மேளனமும் ஜமாஅத்தும் வலிறுத்தின, வீடு புகுந்து சமரசம் செய்கிற பாங்கில் எனது பெற்றோரை மிரட்டின, "எனது மகள் தவறானவர்களால் வழிநடத்தப்படுகிறாள், அவளை நீங்கள்தான் காப்பாற்ற வேண்டும்" என்று எனது தந்தை மன்றாடியதாகப் பொய்யான தகவலை ஊடகங்களுக்குத் தெரிவித்தன, ஊரிலிருந்த எங்களது பாலர் பாடசாலைக்கு தீ வைக்கப்பட்டபோது பாரமுகமாக இருந்தன. பொலிஸ் விசாரணைகளின்போது அரசியல் செல்வாக்குகளை உபயோகித்தது, தனிநபர்கள் மற்றும் குழுக்களால் அவமரியாதையாக எழுதப்பட்டு பள்ளிகளில் ஜூம்ஆத் தொழுகைகளுக்குப் பின்னர் விநியோகிக்கப்பட்ட துண்டுப் பிரசுரங்களுக்குத் தடைவிதிக்காது மறைமுகமாக ஒத்துழைப்பு நல்கியது என்று எதிர்கொள்ளப்பட்ட விதங்களை அடுக்கிக்கொண்டே போகலாம்.

இந்த நிகழ்ச்சிகள் இன்றுவரைக்கும் எனது சொந்த ஊருடனான தொடர்புகளை எனக்கு இல்லாது செய்திருக்கின்றன. பள்ளிவாசல் சம்மேளத்தினால், ஜமாஆத்தினால் நான் ஊரொதுக்கம் செய்யப்படவில்லையென்றபோதும் அப்படிச்

செய்வதைவிடவும் மோசமாக நடத்தப்படக்கூடிய அனைத்துச் சூழல்களும் ஏற்படுத்தப்பட்டுள்ளன. 2012-ல் ஏறாவூர் நகர சபையினால் கௌரவிக்கப்படவிருந்தவர்கள் பட்டியலில் இருந்த எனது பெயரையும் அந்நிகழ்வுக்கான சிறப்பிதழில் இடம்பெறவிருந்த எனது படைப்புக்களையும் நீக்கம் செய்த சம்பவங்கள், மத நிறுவனங்களின் தொடர்பில்லாத அமைப்புகளின் சுதந்திரத்தன்மையிலும் மதவாதம் தாக்கம் செலுத்துவதை உணர்த்தப் போதுமானது. 2014 மே 17-ல் ஊரையே பிரமிப்பில் ஆழ்த்தும்படியாகக் கொண்டாடப்பட்ட 'சாதனையாளர் விருது' நிகழ்ச்சியிலிருந்தும் நான் புறக்கணிப்பட்டேன்.

- **தமிழகத்தில் கவிஞர் ஹெச்.ஜி. ரசூலுக்கு இவ்வாறு ஒரு புறக்கணிப்பு நிகழ்ந்தபோது இஸ்லாமிய எழுத்தாளர்கள் உள்ளிட்ட தமிழக எழுத்தாளர்கள் ரசூலுக்கு ஆதரவாகக் குரல் கொடுத்தார்கள். அதேபோன்று மத அடிப்படைவாதிகளிற்கு எதிராக உங்களது சக எழுத்தாளர்கள் உங்களோடு நின்றிருந்தார்களா?**

இல்லை! இலங்கையில் புகழ்பெற்ற முற்போக்குக் கவிஞர்களாக, எழுத்தாளர்களாக செயற்படுகின்ற இஸ்லாமியர்கள்கூட எனது பி.பி.ஸி. நேர்காணலுக்குப் பின்பு என்னைப் புறக்கணிக்கிறவர்களாக, இரட்டை முகங்களும் இரு கருத்துகளும் உடையவர்களாகவே உள்ளார்கள். மறைமுகமாகவும் பொதுத்தளங்களிலும் இதன் பொருட்டு நான் இன்னமும் இருட்டடிப்புச் செய்யப்படுகின்றேன்.

இவற்றிலிருந்து நேர்கிற அனுபவம் கசப்பானது, ஆனால் உண்மையானது. மதவாதம் கொள்ளை நோய். அது மத நிறுவனங்களை மட்டும் பீடிக்கிற நோய் கிடையாது. எல்லா மதத்தினரையும், அவர் எப்பேற்பட்டவராயினும் தாக்கக்கூடியது. சிலரிடம் அதைக் கண்டுகொள்ளலாம். சிலர் மறைத்துக் கொள்வார்கள். வித்தியாசம் அவ்வளவே.

- **'இத்தனை நபிகளுக்கு இடையில் ஏனில்லை ஒரு பெண் நபி' என்ற கேள்வியை ஸர்மிளாவும் தனக்குள் எப்போதாவது கேட்டுக்கொள்வதுண்டா?**

எப்போதுமே கேட்டுக்கொண்டதில்லை. ஏனெனில் பெண் இயற்கை.

- **இஸ்லாமிய மதம் பெண்களிற்கு சம உரிமைகளை வழங்குவதாக வஹாபி அமைப்புகள் தொடர்ந்து சொல்லி வருகின்றனவே?**

நிச்சயமாக இல்லை. பெண்களின் உரிமைகள் என்று இஸ்லாம் பட்டியலிட்டுள்ளவை திருமறைக் குர்ஆனையும் பேச்சு மேடைகளையும் விவாத அரங்குகளையும் அலங்கரிக்கின்றனவே தவிர நடைமுறையில் இல்லை. பெண்ணுரிமை என்று அவர்களால் கூச்சலிடப்படுகின்றவை சமகாலத்துக்குப் பொருந்தக்கூடியனவாக இல்லை. அல்லது பொருந்த முடியாதவிதமாக மதவாதிகளால் இறுக்கமாக்கப்பட்டுள்ளன.

இஸ்லாமிய முறையில் பதிவு செய்யப்பட்ட விவாக - விவாகரத்துக்களை ஆராய்கிற ஹாதி நீதிமன்றில் ஒரு ஆண் நீதிபதியையும் இரண்டோ அதற்கு அதிகமாகவோ ஜூரிக்களையும் கொண்ட சபையில் ஏன் ஒரு பெண்ணுக்கு இடமில்லை? பெண் சட்டம் இயற்றக்கூடியவளில்லை என்றால் பெண்ணுக்கு வழங்கப்பட்ட உரிமைகள் என்பவை என்ன? பெண் உணர்ச்சிவயமானவள், அவளால் நீதி வழங்க முடியாதென்கிறார்கள். ஏன் ஆண்கள் உணர்ச்சிவயமானவர்கள் இல்லையா? நான்கு திருமணங்கள் செய்ய அவர்களுக்கிருக்கின்ற அனுமதியை என்ன விதமாக அவர்கள் கையாள்கிறார்கள்? ஓர் ஆண் ஒன்றுக்கு மேற்பட்ட மனைவிகளைத் தெரிவு செய்யும்போது அறிவுபூர்வமாகத்தான் அணுகுகின்றானா?

ஆணும் பெண்ணும் சமம் என்றும் அவர்களின் நன்மைகளுக்குச் சமமான கூலிகளும், குற்றங்களுக்குச் சமமான தண்டனைகளுமே விதிக்கப்படும் என்று அல்லாஹ் கூறுகிறான். அல்லாஹ் பாரபட்சமற்றவன், நீதியானவன் என்ற குர்ஆன் வசனங்களிலிருந்தும்கூட பால் வேறுபாடு கிடையாதென்பதை விளங்கலாம். ஆனால் பள்ளிகளில் பெண்கள் தொழுவதற்கு அனுமதியில்லையே! நோன்பு காலங்களில் தராவீஹ் தொழுகைக்காக, பெருநாள் தொழுகைகளுக்காக பள்ளிகளில் பெண்களை அனுமதிக்க முடியுமென்றால் அன்றாட ஐந்து நேரத் தொழுகைகளுக்கு ஏன் பெண்களை அனுமதிக்க முடியாது? ஏனென்றால், பெண்கள் ஐந்து நேரம் பள்ளிக்குத் தொழுகைக்கு வருவார்களென்றால் வீட்டைக் கவனிக்கமாட்டார்கள், குழந்தைளைப் பராமரிக்கமாட்டார்கள், இப்லீஸ் நெஞ்சுகளில் புகுந்து செய்யக்கூடிய சேஷ்டைகளால் முக்கியமாக ஆண்கள் தன்னிலை இழந்து வெறுக்கத்தக்க

செயல்களில் ஈடுபட்டு அல்லாஹ்வின் புனித இல்லத்தை அசிங்கப்படுத்தக்கூடும் போன்ற சுயநலம் சார்ந்த காரணங்களால் மதவாதிகள் கொண்டுவந்திருக்கும் கட்டுப்பாடே அது.

இப்படி இன்னும் எவ்வளவோ சொல்லலாம். இப்படியான அடிப்படைத் தடைகளை நீக்காது, பெண்களின் சுதந்திரத்தைப் பற்றிப் பேச இஸ்லாமிய மதவாதிகள் எவருக்கும் தகுதியில்லை.

- **இலங்கை ஒரு பவுத்த நாடெனவும் அதை மற்றைய சிறுபான்மை இனங்கள் ஏற்று நடக்கவேண்டும் எனவும் நீங்கள் 'இருட்டை இருட்டால் விலக்குதல்' என்ற கட்டுரையில் சொல்லியிருந்தீர்கள். இது 'பொதுபல சேனா'வின் குரலை ஒத்ததல்லவா?**

இல்லை. இலங்கையில் சிறுபான்மையினரான முஸ்லிம்கள் அரசியலினூடாக அடையவேண்டிய இலக்குளை அடையாள ஆதிக்கத்தினூடாக அடைய முற்படுகின்ற முரண்பாட்டையே 'இருட்டை இருட்டால் விலக்குதல்' கட்டுரையில் குறிப்பிட்டிருக்கிறேன்.

'இருட்டை இருட்டால் விலக்குதல்' என்பது; 'கொலைக்குக் கொலை' என்ற நிலைப்பாட்டையும், அத்தகைய நிலைப்பாடு இனங்களுக்கிடையில் அமைதியை ஒருபோதும் கொண்டு வராது என்பதையும் சுட்டிக்காட்டப் பயன்படுத்தப்பட்டதே. இலங்கையில் இனங்களுக்கிடையிலான பிரச்சினைகளுக்கான பிரதான காரணம் மேலாதிக்க மனோபாவமே. இந்த மனோபாவம் சிங்கள, தமிழ், முஸ்லிம்கள் அனைவருக்கும் இருக்கிறது. இனமுரண்பாட்டின் அடிப்படை இழையாக இதுவே அமைகின்றது. இனங்களுக்கிடையில் புரிந்துணர்வு உருவாக மேலாதிக்க உணர்வு களையப்படவேண்டும். மேலாதிக்க உணர்வு அழியும்போதே சமத்துவம் உருவாகமுடியும்.

- **அந்தக் கட்டுரையில் நீங்கள் "இலங்கை சிங்கள பவுத்த நாடு என்கின்ற அடிப்படையை ஏற்றுக்கொண்டு தமது கௌரவத்தை பேணிய வகையில் அமைதியாக வாழ்வதா அல்லது அடையாளத்தை முன்னிறுத்தும் சண்டையில் அனைத்தையும் இழந்து அழிந்துபோவதா என்ற தீர்மானத்தை எடுக்க வேண்டிய நிலைக்கு இஸ்லாமியர்கள் தள்ளப்பட்டுள்ளனர்" என்று குறிப்பிட்டுள்ளீர்கள். இதன் கருத்து இலங்கை சிங்கள பவுத்த நாடு என்பதை**

ஏற்றுக்கொண்டால் மட்டுமே சிறுபான்மை இனங்களிற்கு கௌரவமும் அமைதியும் கிட்டும் என்பதுதானே?

இலங்கை சிங்கள பௌத்த பெரும்பான்மை நாடு என்பது வேறு. இலங்கையில் சிங்கள பௌத்தர்கள் பெரும்பான்மையாக வாழ்கிறார்கள் என்பது வேறு. முன்னையது பாசிசக் குறியீடு. பின்னையது எதார்த்தம். எதார்த்தத்தை ஏற்றுக் கொள்ள வேண்டும் என்பதையே அந்தக் கட்டுரையில் வலியுறுத்தியிருந்தேன். எதார்த்தத்தைப் புரிந்துகொண்டு சிறுபான்மையினர் தங்கள் அபிலாஷைகளையும் - தாங்கள் புறக்கணிக்கப்படுவதையும் பெரும்பான்மையினரிடம் எடுத்துச் சென்று நகர்வுகளை மேற்கொள்ள வேண்டும். புதிய உலக ஒழுங்கில் புதிய அணுகுமுறைகளும் தேவை என்பதையே அந்தக் கட்டுரையில் உணர்த்தியிருந்தேன். வன்முறைகளுக்கூடாக அடைந்து கொள்ளும் வழிமுறைகள் அழிவுகளை உண்டாக்குமே தவிர ஒருபோதும் விடுதலையை, அமைதியைக் கொண்டுவராது.

● இலங்கையில் தமிழர்களிற்கும் இஸ்லாமியர்களிற்கும் இடையே இனி அரசியல் ஒருமைப்பாடு வரவே வராதா?

தமிழர்களுக்கும் இஸ்லாமியர்களுக்குமிடையில் அரசியல் ஒருமைப்பாடு உருவாகுவதற்கான வழிகளொன்றும் இலங்கையில் இனி இல்லை என்பதே உண்மை. தமிழர் - இஸ்லாமியர் ஒருமைப்பாடென்பது சிங்களவர்களுக்கு எதிரான ஒருமைப்பாடாகவும் இருக்கக்கூடியது. அது ஆபத்தானது.

● இஸ்லாமியர்கள் மீது தமிழர்கள் இழைத்த வன்முறைகளை தமிழ் சனநாயகவாதிகள் கண்டிப்பதுபோல, தமிழர்கள் மீது இஸ்லாமியர்களால் நடத்தப்பட்ட வன்முறைகளையும் கொலைகளையும் இஸ்லாமியத் தரப்பிலிருந்து அவ்வளவாக யாரும் கண்டிக்கவில்லை என்றொரு குற்றச்சாட்டு தொடர்ந்து தமிழர்கள் தரப்பிலிருந்து சொல்லப்பட்டு வருகிறதே?

இஸ்லாமியர்கள் மீது தமிழர்கள் இழைத்த வன்முறைகளை தமிழ் சனநாயகவாதிகள் கண்டித்தார்கள் என்பது உண்மையே. ஆனால் இஸ்லாமியர்களை, பாதிக்கப்பட்ட ஓர் இனத்தவரை ஆற்றுப்படுத்தும் நோக்கில் அவர்கள் அதனைச் செய்யவில்லை என்பதும் உண்மை. அதாவது நீங்கள் குறிப்பிடுகின்ற தமிழ் சனநாயகவாதிகள் என்போர் இரண்டு பிரிவினர். ஒரு பிரிவு இடதுசாரிகள். மற்றைய பிரிவு புலிகளுக்கு எதிரான தமிழ்த் தேசியவாதிகள். இஸ்லாமியர்கள்

மீதான புலிகளின் வன்முறைகள் குறித்த விவகாரத்தில் நான் குறிப்பிட்ட முதல் பிரிவினர் பெரும்பாலும் மௌனமாகவே இருந்தார்கள். இரண்டாவது பிரிவினர் புலிகளின் ஜனநாயக விரோதச் செயல்களை அம்பலப்படுத்தவே இஸ்லாமியர் மீதான வன்முறைகளைக் கண்டித்தார்கள்.

- செருப்படியான பதில் கொடுத்திருக்கிறீர்கள். இஸ்லாமியர்களின் தரப்பிலிருந்து தமிழர்கள் மீது நிகழ்த்தப்பட்ட வன்முறைகளிற்கும் கொலைகளிற்கும் இஸ்லாமியத் தரப்புகளிடமிருந்து வலுவான கண்டனக் குரல்கள் எழாததற்கான காரணங்கள் எவையெனக் கருதுகிறீர்கள். இஸ்லாமிய முற்போக்காளர்களிடையே கூடக் கடுமையான தமிழின வெறுப்பு மேலோங்கியிருப்பதாக இதை எடுத்துக்கொள்ளலாமா?

தமிழர்கள் மீதான வெறுப்பல்ல அது.

தமிழர்கள் மீது தாக்குதல்களை நிகழ்த்தியது அரச படைகளுடன் சேர்ந்திருந்த சில முஸ்லிம் நபர்களே! பெரும்பான்மைத் தமிழர்களின் ஆதரவைப் பெற்றிருந்த புலிகளைப் போன்று பெரும்பான்மை முஸ்லிம்களைப் பிரதிநிதித்துவப்படுத்தும் இஸ்லாமிய அமைப்பெதுவும் தமிழர்களின் மீதான தாக்குதல்களுக்குக் காரணமாக இருக்கவில்லை. அரச படைகளுடன் சேர்ந்து இயங்கிய முஸ்லிம் நபர்களின் தாக்குதல் அரசின் தாக்குதலே என்ற புரிதலே இஸ்லாமிய முற்போக்காளர்களிடமிருந்து வலுவான கண்டனக் குரல்கள் எழாததற்கான காரணம் என்று நினைக்கிறேன்.

- முஸ்லிம்களிற்குள்ளும் சாதிய ஏற்றத்தாழ்வுகள் உள்ளன என்று கிளம்பும் விமர்சனங்கள் சரியானவைதானா?

இலங்கையில் முஸ்லிம்களிற்குள் சாதிய ஏற்றத்தாழ்வுகள் உண்டென்பதில் எனக்கு உடன்பாடில்லை. ஆனால் அதற்கு நிகராக பிரதேசவாதம் என்கிற பிரிவினை இருக்கிறது. இலங்கையில் முஸ்லிம்களைப் பொறுத்தமட்டில் பிரதேசவாதத்திற்கிருக்கும் வல்லமை இலங்கை முஸ்லிம் தேசியவாதத்திற்கு இல்லை.

- தமிழகப் படைப்பாளிகளோடு உங்களுக்கு நெருங்கிய தொடர்புகளுண்டு. ஈழப்போராட்டம் குறித்தும் விடுதலைப் புலிகள் குறித்தும் தமிழக அறிவுத்துறையில் நிலவும் மதிப்பீடுகளை எவ்விதம் நீங்கள் மதிப்பிடுகிறீர்கள்?

தமிழகப் படைப்பாளிகளுடனான எனது தொடர்புகள் இலக்கியம் சார்ந்தது மட்டுமே. தமிழக அறிவுத்துறையில் விடுதலைப் புலிகள் குறித்தும் ஈழப்போராட்டம் குறித்தும் இருக்கக்கூடிய அரசியல் தெளிவு பெரும்பாலும் புலிகளால் அல்லது புலிகள் சார்பானவர்களால் பரப்புச் செய்யப்பட்டது. ஆகவே, அது ஒருபக்கச் சார்பானது. தமிழ்நாட்டின் அரசியல் சதுரங்கத்தில் ஈழப்போராட்டம் நகர்த்தப்படுகின்ற ஒரு காய்.

- **முஸ்லீம்கள் மீது புலிகள் இழைத்த கொடுமைகளிற்கெல்லாம் அவர்கள் மனம் வருந்தி மன்னிப்புக் கேட்டுவிட்டார்கள், முஸ்லீம் தலைவர்களை வன்னிக்கு அழைத்துப் பேசினார்கள் என்றொரு வாதம் சொல்லப்படுகிறது.. அதை நீங்கள் எப்படி எடுத்துக்கொள்கிறீர்கள்?**

புலிகள் மன்னிப்புக் கேட்டார்கள் என்பது உண்மைதான். மனம் வருந்தி, தவறை உணர்ந்து இதயபூர்வமாக அவர்கள் அதனைச் செய்யவில்லை. முஸ்லிம் தலைவர்களை வன்னிக்கு அழைத்துப் பேசியதும் மன்னிப்புக் கேட்டதுமெல்லாம் அப்போதிருந்த அரசியல் சூழ்நிலையைத் தற்காலிகமாகக் கையாளுவதற்கே! சர்வதேச மத்தியஸ்தத்துடன் இலங்கை அரசும், புலிகளும் நேரடிப் பேச்சுவார்த்தையில் ஈடுபட்டிருந்த தருணத்தில் தாங்கள் வரலாற்றில் இழைத்த தவறுகளிலிருந்து தப்பிக்கின்ற தந்திரோபாயமாகவே புலிகளின் இவ்விரண்டு செயல்களையும் நோக்க முடியும். இவ்விரண்டும் உண்மையானவையாக, இதயசுத்தியானவையாக இருந்திருந்தால் மாவிலாறில் தொடங்கிய இறுதிக்கட்ட யுத்தத்தின்போது புலிகள், மூதூர் முஸ்லிம்களை ஒட்டுமொத்தமாக வெளியேற்றித் துடைத்தெறிந்த சம்பவம் நிகழ்ந்திருக்காது.

- **அளுத்கம - பேருவளை கொலைகளும் தாக்குதல்களும் வரலாற்றில் இனியும் தொடருவதற்கான வாய்ப்புகளுள்ளன எனக் கருதுகிறீர்களா? இந்தத் தாக்குதல் வெறுமனே 'பொதுபலசேனா'வினது முன்னெடுப்பு மட்டுமல்ல, இதற்குப் பின்னால் இலங்கை அரசின் கைகள் இருக்கின்றன எனச் சொல்லப்படும் கருத்துகள் குறித்து?**

அளுத்கம - பேருவளை தாக்குதல்களும் கொலைகளும் ஒரு கட்டம் (Episode) நிறைவேறி முடிந்திருக்கிற உணர்வையே தருகின்றன. வரலாற்றில் சிறுபான்மைத் தமிழர்களுக்கு எதிரான வன்முறைத் தாக்குதல்கள் *1956, 1958, 1977, 1981, 1983*

காலப்பகுதிகளிலும் அதன் பின்பு யுத்த காலத்தில் குறுகிய கால இடைவெளிகளில் ஏராளமாகவும் 2009-ல் மிகப்பெரிய அவலங்களாகவும் நிகழ்த்தப்பட்டுள்ளன. இதுபோன்றே முஸ்லிம்களுக்கு எதிரான தாக்குதல்களும் கட்டம் கட்டமாக நிகழ்த்தப்படலாம்.

'பொதுபலசேனா' ஒரு கொந்துராத்து அமைப்பு, வழங்குநர் வேறு என்ற புரிதலே இலங்கை புத்திஜீவிகள் மத்தியில் நிலவுகின்றது. அது இலங்கை அரசின் கையாக இருக்கலாம், இல்லாமலும் இருக்கலாம். வெளிநாட்டு சக்திகளின் செல்வாக்காகவும் இருக்கலாம். வன்முறையைத் தடுக்கத் தவறியது, சட்ட ஒழுங்கைப் பேணாதது என்ற அடிப்படையில் முதல் குற்றவாளி அரசே என்பது நிரூபணத்திற்குரியது. 1983-ல் நிகழ்ந்த இன வன்செயல்களிற்குக் காரணியாக ஜே.ஆர். ஜெயவர்த்தன அரசாங்கம் இருந்தது என்கின்ற பழி வரலாற்றுக் கறையாக இன்றுவரைக்கும் எப்படி அழியாதுள்ளதோ, அதேபோல மகிந்த ராஜபக்ச அரசும் கறைகள் நிரம்பிய வரலாற்றையே விட்டுச் செல்லும்.

- **பிரான்ஸிலே இஸ்லாமியப் பெண்கள் முகத்திரை அணிவது சட்டவிரோதமாக்கப்பட்டதைத் தொடர்ந்து இங்கே இருவேறு கருத்துகளிருந்தன. மதப் பண்பாண்டில் கைவைக்கக் கூடாது என்பது ஒரு கருத்து. முகத்திரை என்பது மதப் பண்பாடு அல்ல, அது ஆண்களால் பெண்கள்மீது திணிக்கப்பட்ட ஒடுக்குமுறை, முகத்திரை பெண்ணின் தேர்வு கிடையாது என்றுமொரு கருத்தும் சொல்லப்பட்டது. முகத்திரை இஸ்லாமியப் பெண்ணிற்கு தேர்வா அல்லது திணிப்பா?**

முகத்திரை திணிப்பு மட்டும்தான், அது மதப்பண்பாடு என்று சொல்லப்பட்டாலும் கூட. முகத்திரைத் திணிப்பு வஹாபிஸத்தின் கொள்கைகளில் ஒன்று. அது ஆண் அடக்குமுறையின் அடையாளம்.

- **மிகக் குறைந்தளவு முஸ்லிம்கள் வாழும் இலங்கையிலிருந்து தமிழ் மொழியில் எழுதும் ஏராளமான முஸ்லீம் எழுத்தாளர்கள் தோன்றியிருக்கிறார்கள். ஆனால் எண்ணிக்கையில் அதிகளவு முஸ்லிம்கள் வாழும் தமிழகத்திலிருந்து மிகச் சில எழுத்தாளர்களே தோன்றியிருக்கிறார்கள். சமகாலத்து பெண் எழுத்துகளை எடுத்துக்கொண்டால் நீங்கள், அனார், பெண்ணியா, பஹிமா ஜகான் என நிறையப் பேர் எழுதுகிறீர்கள். தமிழகத்திலோ சல்மா மட்டும்தான் எழுதுகிறார்.**

இதற்கான சமூகவியல் காரணங்கள் எதுவாகயிருக்கும் எனக் கருதுகிறீர்கள்?

கல்வி பிரதானமான காரணமாக இருக்கலாம். தமிழ் நாட்டில் பெண் கல்வி குறித்த விழிப்புணர்வு ஏற்படுவதற்கு முன்பாகவே இலங்கையில் பெண்கள் கல்வியில் ஆழக் கால் பதித்தவர்களாக இருந்தார்கள். குறைந்தபட்சம் அடிப்படைக் கல்வியைப் பெறுகின்ற உரிமையை, நூலகங்களைப் பயன்படுத்துகின்ற சுதந்திரங்களைப் பெற்றிருந்தார்கள். ஆனால் இதனை முழுக்காரணியாக ஏற்க முடியவில்லை. யுத்தம் ஒரு காரணமாக இருக்கலாம். இலங்கை முழுவதுமே யுத்தப் பிரதேசமாக இருந்தது, பெண்கள் யுத்தத்தின் பங்காளர்களாகவும் பார்வையாளர்களாகவும் இருந்தார்கள் என்கிற பாரிய அனுபவ வெளியும் தாக்கமுமாக இருக்கலாம். யுத்தப் பிரதேசத்திலிருந்து வெளிவருகின்ற பெண்களின் படைப்புகள் என்ற எதிர்பார்ப்பு வாசகர்களை அதிகமாக்கி படைப்பாளிகளைத் தூண்டியதன் விளைவாகவும் இருக்கலாம். ஆனால் இந்த ஊகங்கள் எல்லோருக்கும் பொருந்தக் கூடியதுமில்லை. ஒவ்வொருவருக்குமான அனுபவங்கள் பிரத்தியேகமானவை. எனினும், பொதுவானவையாக இவற்றைக் கொள்ள முடியும்.

- தெற்குப் பகுதி முஸ்லிம்களில் ஒரு பகுதியினரின் வீட்டு மொழி தமிழிலிருந்து சிங்களமாக மாறிக்கொண்டிருக்கிறது எனச் செய்திகள் கிடைக்கின்றன. இது எந்தளவிற்கு உண்மை?

பள்ளிவாசலுக்குள் சிங்களம் பேசுவது ஹராம் என்று தெற்கு முஸ்லிம்கள் கருதிய ஒரு காலமிருந்தது. இன்று இந்த நிலையில் மாற்றம் ஏற்பட்டு வருவதற்கு பல காரணங்கள் உள்ளன. வடக்கு - கிழக்கிற்கு வெளியே தமிழ் மொழி வழி சிறந்த பாடசாலைகள் இல்லை. வடக்கு - கிழக்கில் தமிழ் மொழி வழிப் பாடசாலைகள் சிறப்பாக உள்ளதுடன் அங்கு உத்தியோகபூர்வ மொழியாகவும் தமிழ் உள்ளது. ஆனால் தெற்கு முஸ்லிம்கள் அரச கருமங்கள் அனைத்தையும் சிங்கள மொழியிலேயே செய்ய வேண்டியிருப்பதுடன், சிங்களத்திலேயே பணியாற்ற வேண்டியவர்களாகவும் இருக்கிறார்கள். இவைபோக சிங்களத்தில் கற்பது சிறந்த கல்வித் தேர்ச்சிக்கு அவசியமானதென படித்த மற்றும் வசதிபடைத்த முஸ்லிம்கள் நினைக்கின்ற மனப்பாங்கும் ஒரு காரணமென்று சொல்லலாம்.

● தமிழகத்தைப் பொறுத்தளவில் முஸ்லிம்கள் தங்களைத் தமிழர்களாகவே கருதிக்கொள்கிறார்கள், ஆனால் இலங்கையில் முஸ்லிம்கள் தங்களைத் தனி இனமாக நிறுத்திக்கொண்டிருக்கிறார்கள். இந்த வேறுபாட்டிற்கான அடிப்படைக் காரணங்களாக எவற்றைக் கருதுகிறீர்கள்?

தமிழக முஸ்லிம்களையும் இலங்கை முஸ்லிம்களையும் பொருத்திப் பார்ப்பதே ஒருவித முரண் அரசியல் நோக்கு என்பதே எனது அபிப்பிராயம்.

அரசியல், கலாசாரம் ஆகிய இரு பெருங் கூறுகள் இலங்கை முஸ்லிம்களையும் தமிழக முஸ்லிம்களையும் வேறுபடுத்தப் போதுமானது. முதலாவதாக, இலங்கை முஸ்லிம்களைப் போன்று தமிழக முஸ்லிம்கள் சக இனத்தின் பாசிச சக்தியொன்றின் அடக்குமுறைக்கும் இன அழிப்புக்கும் ஆளாகியவர்களில்லை. புலிகளின் தனி ஈழக் கோரிக்கையும், ஜனநாயக விரோதப் போராட்டமும், முஸ்லிம்களை இலக்குவைத்து அழித்ததுமே முஸ்லிம்கள் அடையாள அரசியல் செய்யவும், தங்களைத் தனி இனமாக நிறுத்திக் கொள்ளவும் காரணங்களாகின.

கலாசாரம், இரண்டாவது. தமிழக முஸ்லிம்களின் கலாசாரம் இந்து சமூகத்தின் நீட்சியாகப் பார்க்கக்கூடியது. இலங்கை முஸ்லிம்களின் கலாசாரமும் இந்து மற்றும் பௌத்தர்களின் வாழ்வியலுடன் கலந்ததாக இருந்தபோதும் இஸ்லாமியர்களுக்கே உரிய தனித்துவமான நாகரீகமாக அது மேம்படுத்தப்பட்டுள்ளது. உதாரணத்திற்கு, தமிழகத்து முஸ்லிம் பெண்களைப் போன்று இலங்கை முஸ்லிம் பெண்கள் கூந்தலில் பூக்களைச் சூடுவதில்லை. பூக்கள் சூடுவது இஸ்லாமியக் கலாசாரம் இல்லை. இதுபோன்று உடை, அலங்காரம், திருமணச் சடங்குகள் போன்ற கலாசாரம் செல்வாக்குச் செலுத்துகின்ற பல உதாரணங்களைச் சொல்லலாம்.

● 'உம்மத்' நாவலை எழுத உங்களிற்கு உந்துதலாக இருந்தது எது?

என்னுடைய அனுபவமும் அறிந்த உண்மைகளும்.

● நேர்காணலின் நிறைவாக ஏதாவது சொல்ல விரும்புகிறீர்களா?

சொல்ல நிறைய உள்ளது. இதுவரைக்கும் கேள்விகளுக்கு மட்டுமே பதில் தந்த என்னை இந்தக் கேள்வி பேசத் தூண்டுகிறது.

பெண் படைப்பாளிகளை மதிக்கவும், குறைந்தபட்சம் ஏற்றுக்கொள்ளவும் மறுக்கின்ற ஆணாதிக்கம் குறித்த விவாதங்கள் முக்கியத்துவம் பெற்றும், பெண் படைப்பாளிகள் கூட்டாக இணைந்து செயற்படக்கூடியதுமான ஆரோக்கியமான சூழல் உருவாகிவருகிறது.

பெண் படைப்பாளிகளைப் பெண் என்பதற்காகவே அவமரியாதை செய்கின்ற புறக்கணிக்கின்ற நிலை தமிழகத்தில் மட்டுமல்ல ஈழத்திலும் உள்ளது. ஆனால் தமிழகத்தில் இருப்பது போல பெண் படைப்பாளிகளின் ஒருங்கிணைக்கப்பட்ட கூட்டுச் செயற்பாடுகள் ஈழத்தில் இல்லை. ஈழத்துப் பெண் படைப்பாளிகள் தங்களுக்கு நேரும் அவமானங்களைத் தன்னந்தனியாகவே எதிர்கொள்ள வேண்டியுள்ளது.

எழுத்துப் பயணத்தை நம்பிக்கையிலிருந்து தொடங்கியவள் என்ற வகையில் எவ்வளவோ சொல்லத் தோன்றுகின்றது. யாரினுடைய சிபாரிசும் அறிமுகமும் இல்லாத, ஈழத்துக்கு வெளியே ஒருவரும் அறிந்திருக்க முடியாத, எந்தவொரு இலக்கிய சஞ்சிகைகளிலும் எழுதிப் பரிச்சயமற்ற எனது கவிதைகளை 2011-ல் நம்பிக்கையுடனே ‘காலச்சுவடு’ பதிப்பகத்திற்கு அனுப்பிவைத்தேன். காலச்சுவடு இதழின் சந்தாதாரரோ தொடர் வாசகியோகூட இல்லை நான். ‘சிறகு முளைத்த பெண்’ கவிதைத் தொகுதி ஸர்மிளா ஸெய்யித் பெண் என்பதற்காக அல்ல, இவளது கவிதைகளுக்காவே பிரசுரத்திற்குத் தேர்வானது. கவிதை நூல் வெளியீட்டுக்குப் பின்னர் வாழ்த்தியவர்களை விடவும் காலச்சுவடு பதிப்பகத்திற்கு யார் சிபாரிசு செய்தார்கள் என்று கேட்டவர்களே அதிகம். சிலர் எனக்குத் தெரியாமலே தான்தான் சிபாரிசு செய்தேன் என்பதாகவும் கூறியிருந்தார்கள். இப்படியான நிகழ்ச்சிகள் படைப்புலக அரசியல் குறித்து மெல்லத் தெரிந்து கொள்ளச் செய்தது. இந்த அறிதல் ஒருவித எச்சரிக்கையுணர்வுடன் கொஞ்சம் விலகி இருக்கச் செய்துள்ளபோதும்; ஆழமான வாசிப்பும், விமர்சனப் பார்வையும், பெண் என்பதற்காக அல்லாமல் ஏற்கவும் நிராகரிக்கவுமானவர்களிடம் நெருங்கியிருப்பதிலிருந்து என்னைத் தடுக்கவில்லை. இந்த நம்பிக்கையோடு மிக உறுதியாகத் தெளிவாக எழுத்திலும் எதிர்காலப் பயணத்திலும் இன்னும் இன்னுமாக நம்பிக்கைகளை வளர்க்கிறேன். காலம் கடந்தும் எழுத்துகள் ஊடாகப் பேசவே விரும்புகிறேன்.

பழ. ரிச்சர்ட்

புலம்பெயர்ந்தவர்களை முன்நிறுத்தி நான் தோற்கடிக்கப்பட்டேன்

இளம் அரசியற் செயற்பாட்டாளரான பழ. ரிச்சர்ட் மலையகத்தில் 1987-ல் பிறந்தவர். அனைத்துப் பல்கலைக்கழக மாணவர் ஒன்றியம், மக்கள் போராட்ட இயக்கம், காணமற்போனவர்களைத் தேடிக் கண்டறியும் 'நாம் இலங்கையர்' அமைப்பு, முன்னிலை சோசலிசக் கட்சி ஆகியவற்றில் தீவிரமாக இயங்கியவர். சம உரிமை இயக்கத்தை உருவாக்கியவர்களில் ஒருவர். இப்போது ஈழப் புரட்சி அமைப்பில் (ஈரோஸ்) செயற்படுகிறார்.

குறுகிய காலத்திற்குள் பலதளங்களிலும் செயற்பட்ட பழ. ரிச்சர்ட்டைப் போலவே அவரது நேர்காணலும் பலதளங்களிலும் விரிகின்றது. ஒளிவு மறைவின்றி அவர் மனம் திறந்து பேசுவது நமது சூழலில் இன்னொரு ஆரோக்கியமான விவாதத்தைத் தொடக்கி வைப்பதற்கான முன்னுரையாக இருக்கின்றது.

விடுதலைப் புலிகளின் வரலாற்றுப் பாத்திரத்தை அங்கீகரிக்கக் கோரும் பழ. ரிச்சர்ட், முன்னிலை சோசலிசக் கட்சியை இனவாதக் கட்சி எனவும் புலம் பெயர்ந்த நாடுகளில் இயங்கும் சம உரிமை இயக்கத்தினரை சுயநலவாதிகள் எனவும் சாடுகின்றார். மகிந்த ராஜபக்சவின் ஆட்சியை வீழ்த்துவதற்காக, சகல இனங்களையும் இணைத்து ஓர் இடது போராட்ட வெகுஜன இயக்கத்தைக் கட்டியெழுப்ப வேண்டுமென அறைகூவுகிறார். அரசுக்கு எதிரான மாற்று அரசியற் செயற்பாட்டாளர்கள் கொல்லப்படுவதும்

கடத்தப்படுவதுமான இலங்கைச் சூழலிலிருந்து ஒலிக்கும் குரல் ரிச்சர்ட்டுடையது.

இது இன்றைய இலங்கை இளைஞனின் குரல். ஓயாத அரசியற் செயற்பாடும் அர்ப்பணிப்புமுள்ள அரசியல் மனிதனின் குரல். இனவாத அரசின் அடக்குமுறைகளுக்குப் பணிந்துவிடாத இளம் கம்யூனிஸ்ட்டின் குரல்.

20.01.2014

நான், உலக முடிவு என அறியப்படும் 'ஹோட்டன்' பிரதேசத்தில் அமைந்திருக்கும் சந்திரி கிராமத்தில் பிறந்தேன். நான் பிறந்த இடமே இலங்கையில் இருக்கும் மிகப் பின்தங்கிய பகுதியாகும். எனது பெற்றோர், வீட்டாரின் எதிர்ப்புகளை மீறிக் காதலித்துத் திருமணம் செய்துகொண்டவர்கள். எனது தகப்பனாரின் குடும்பம் புத்தளம் பலாவி பிரதேசத்தினைச் சேர்ந்த குடும்பம். தாயாரின் குடும்பம் பதுளை பிரதேசத்தில் வசித்தார்கள். எனது பள்ளிப் பருவம்வரை சமூகத்துடன் தொடர்புகளற்ற, ஒருவகையில் தனிமைப்படுத்தப்பட்ட வாழ்க்கை முறையே எனக்குக் கிடைத்தது. எனக்குச் சிறுவயது முதலே கடவுள் நம்பிக்கையும் இருக்கவில்லை. இடைநிலைப் பாடசாலைக் கல்வியை கண்டியின் றோயல் கல்லூரியில் கற்றேன். அப்பாடசாலை ஒரு முன்மாதிரிப் பாடசாலையாகும். சிங்கள - தமிழ் - முஸ்லிம் மாணவர்கள் ஒன்றாகக்கூடியிருந்து கற்ற பாடசாலை. எனது பட்டப்படிப்பினை யாழ் பல்கலைக்கழகத்தின் வவுனியா வளாகத்தில் கற்றேன்.

● உங்களது அரசியல் ஈடுபாடு எங்கிருந்து ஆரம்பமாகியது?

எனது அரசியல் ஆர்வம் எனது குடும்பத்திலிருந்தே ஆரம்பித்தது. பெரியவர்களும் எனது வீட்டாரும் அரசியல் விடயங்களைக் கதைப்பதைக் கேட்டுக்கொண்டிருப்பேன். அந்த கதைகளிலிருந்து எல்.டி.டி.ஈ - ஆர்மி என்ற சொற்கள் எனக்கு அறிமுகமாகின. அவர்களின் கதைகளிலிருந்து எல்.டி.டி.ஈ என்பவர்கள் நல்லவர்கள் என்றும் ஆர்மி என்பவர்கள் கெட்டவர்கள் என்றும் அறிந்தேன். ஆனால் சிங்களவர்களைக் குறித்து அறியவில்லை. சிங்களவர்கள் என ஒரு மக்கள் இனம் இருக்கின்றது என்பதை எனது பத்தாவது வயதில் தான் அறிந்தேன். முதற் சிங்களவரை நான் சந்தித்த கணம் எனக்கு இன்னும் நினைவில் இருக்கின்றது. முதலாம் வகுப்புப் படிக்கும் காலத்திலே, நல்லவர்களை எல்.டி.டி.ஈ என்றும் எனக்குப் பிடிக்காதவர்களை ஆர்மி என்றும் வகைப்படுத்தி

வைத்திருந்தேன். பள்ளி நண்பர்களிடையே எல்.டி.டி.ஈ - ஆர்மி எனக் குழுக்களை உருவாக்கிக் கொள்வோம். ஆனால் எல்.டி.டி.ஈ - ஆர்மி என்பதன் அர்த்தங்கள் எதுவும் எனக்குத் தெரியாது. அது எந்தளவிற்கு என்றால், எல்.டி.டி.ஈ என்பதும் 'புலிகள்' என்று அழைக்கப்படுபவர்களும் ஒரே ஆட்களே என்பது கூடத் தெரியாது. என் வீட்டில் பெரியவர்களின் கதைகளில் 'புலிகள்' என்ற சொல் உச்சரிக்கப்படும் போதெல்லாம் எங்களது பக்கத்து வீட்டில் இருந்த பயங்கரமான புலிப் பொம்மைதான் கண் முன்னேவரும். ஆனால் என் சக மாணவர்கள் பலர் அவர்களின் குடும்பங்கள் வாயிலாக எல்.டி.டி.ஈ என்பவர்கள் மோசமானவர்கள் என அறிந்து வைத்திருந்தார்கள். இதனால் எனக்கும் அவர்களுக்கும் இடையில் சண்டைகள் வரும். அந்தச் சண்டைகளில் ஏற்பட்ட சிறு தழும்புகள் இன்னும் என் உடலில் இருக்கின்றன. அத்தோடு எனக்கும் என் மூத்த தங்கைக்கும் எப்போதும் சண்டை தான். வீட்டிற்கு வருபவர்களிடம் என்னையும் என் தங்கையையும் இவர்கள் எல்.டி.டி.ஈ - ஸ்ரீலங்கா போல என்றே எனது பெற்றோர்கள் அறிமுகப்படுத்துவார்கள். இவை எல்லாம் உள்ளீடு அற்ற சிறிய விடயங்கள் தான். ஆனால் இவை எனக்குள் பாரிய தாக்கம் ஏற்படுத்தியிருப்பதை இன்று உணர்கின்றேன். நான் தரம் இரண்டாவது படிக்கும் காலத்தில் ஜனாதிபதி பிரேமதாசா கொலை செய்யப்பட்டார். அவரின் இறுதிச் சடங்குகளை தொலைக்காட்சியில் பார்த்ததும் அவை எனக்குள் ஏற்படுத்திய உணர்வுகளும் இன்றும் என் நினைவில் இருக்கின்றன. எனது தந்தையார் கிளிநொச்சி, வவுனியாப் பகுதிகளில் வியாபார நடவடிக்கைகளில் ஈடுபட்ட போது ஆயுத இயக்கங்களுடன் அவருக்கு நேர்ந்த அனுபவங்களைக் கூறுவார். அந்தக் கதைகளைக் கேட்பதில் எனக்கு எப்போதும் அதிக ஆர்வம். தந்தையார் வாகனத்துடன் ஆயுத இயக்கங்களிடம் அகப்பட்டு அந்த இயக்கங்களில் வாகனச் சாரதியாகச் செயற்பட நேர்ந்த அனுபவங்களையும் கூறுவார். எனது உறவினர்கள் சிலரும் இயக்கங்களில் இணைந்து இந்தியாவில் ஆயுதப் பயிற்சி பெற்ற அனுபவங்களைக் கூறியிருக்கிறார்கள்.

இவை எல்லாம் சிறுவயதிலேயே எனக்கு அரசியலில் ஆர்வத்தை ஏற்படுத்தி விட்டன. பாடசாலைக் காலங்களில் வரலாறையும் சமூகக் கல்வியையுமே அதிகமாக விரும்பிப் படிப்பேன். அப்போதிலிருந்தே நூல்கள் வாசிக்கும் பழக்கம் ஆரம்பமாகிவிட்டது. எனக்குத் தெரிந்ததைக் கொண்டு நண்பர்களுடன் அரசியல் கதைப்பதுண்டு. எமது பாடசாலையில் கற்பித்த முஸ்லிம் ஆசிரியர் ஒருவர்

உலக நடப்புகளை, உலகப்போர்களை, இஸ்லாமிய நாடுகளின் மோதல்களை கதைபோல விபரித்து வகுப்புகளை நடத்துவார். அந்த வகுப்புகளும் நூல்கள் வாசிக்கும் ஆர்வத்தைத் தூண்டி அரசியல் மீது ஈடுபாட்டை ஏற்படுத்தின. உயர்தரம் படிக்க ஆரம்பித்த போதே எதிர்காலத்தில் அரசியலில் ஈடுபடுவது என்று தீர்மானித்து விட்டேன். ஆனால் பரீட்சையை இலக்கு வைத்த எமது கல்விமுறை எனக்கு அதற்கான சந்தர்ப்பங்களை வழங்கவில்லை. பாடசாலைக் கல்வியை முடித்த பின் அரசியல் தொடர்பான நிறைய நூல்களை வாசிக்க ஆரம்பித்தேன். இந்தக் கால கட்டத்தில் தான் மார்க்ஸியக் கோட்பாடுகள் எனக்கு அறிமுகமாகின. அந்தக் காலப்பகுதியில் ஜே.வி.பி. ஒரு மார்க்ஸியக் கட்சியாக எனக்குத் தெரியவில்லை. விக்ரமபாகு கருணாரட்னவும், சிறிதுங்க ஜெயசூர்யாவுமே அப்போது நான் அறிந்திருந்த இடதுசாரிகள். பாடசாலைக் காலத்தில் சிங்கள மாணவர்களிடம் நிறையவே இனவாதத்தினைக் காணக் கூடியதாகயிருந்தது. தமிழன் என்ற காரணத்திற்காக புறக்கணிப்பிற்கு ஆளாகும், ஒடுக்கப்படும் அனுபவங்கள் எனக்குக் கிடைத்தன.

ஆகவே அந்தக் காலப்பகுதியில் கட்சி ஒன்றில் இணைந்து அரசியல் செய்யும் நோக்கமிருக்கவில்லை. புலிகள் அமைப்பில் இணைந்து கொள்வதிலேயே எனது முழு ஆர்வமும் இருந்தது. அப்போது தற்போதுபோல தொலைபேசிப் பாவனையோ இணையத்தளப் பாவனையோ இருக்கவில்லை. ஆகவே எனக்குத் தொடர்புகளை ஏற்படுத்தி கொள்ளும் எந்த வாய்ப்புகளும் இருக்கவில்லை. 2005-ல் புலிகள் இயக்கத்தின் உறுப்பினர்கள் எல்லா இடங்களிலும் உலவ ஆரம்பித்தார்கள். அந்தக் காலப்பகுதியில் கண்டி நகரத்தில் புலிகளின் அடையாள அட்டைகளுடன் பலர் நடமாடினார்கள். அவர்களில் சிலருடன் எனக்குத் தொடர்புகள் ஏற்பட்டன. கண்டி புகையிரத நிலையத்தில் புலிகளின் அடையாள அட்டையுடன் சிறுவர்கள் முதல் பெரியவர்கள் வரை சாதாரணமாக உலவினார்கள். ஆனால் அவர்கள் அனைவரும் உதவி என்ற பெயரில் பொய் கூறிப் பணம் பறிப்பவர்களாகவே இருந்தனர். என்னுடன் அந்த நோக்கத்திலேயே கதைத்தார்கள். அவர்கள் புலிகள் இயக்கத்தை விட்டு வெளியேறி வேலை தேடிவந்தவர்கள் எனப் பின்னரே அறிய முடிந்தது. மறுபடியும் யுத்தம் ஆரம்பித்த பின்பு அவ்வாறானவர்களைக் காணமுடியவில்லை. தமிழ் மக்கள் மீதான அநீதிக்கு எதிரான போராட்டத்தில் என்னை இணைத்து கொள்ளும் நோக்கிலேயே யாழ் பல்கலைக்கழகத்தின் வவுனியா வளாகத்தினைப் பட்டப் படிப்பிற்காகத் தெரிவு

செய்திருந்தேன். அது சிங்கள இனவாதம் உச்சத்தில் இருந்த காலம். சாதாரண சிங்கள மக்களும் தமிழர்களைக் கண்டால் மறித்து விசாரணை நடத்திய காலம். அடையாள அட்டையை பரிசோதனை செய்த காலம். இரண்டு பேர் சிறிது நேரம் தமிழில் கதைத்துக் கொண்டிருந்தாலே யாராவது சிங்களவர்கள் வந்து விசாரித்து விட்டு நோட்டமிடுவார்கள். எனக்குச் சிங்களவர்கள் மீது அதிகப்படியான கோபம் அந்த காலத்திலிருந்தது. பல்கலைக்கழகப் படிப்பை ஆரம்பிக்கும் போது இடதுசாரியக் கொள்கைகளால் பெரிதும் ஆட்கொள்ளப்பட்டிருந்தேன். யுத்தம் ஆரம்பித்த காலத்திலேயே பல்கலைக்கழகம் செல்ல நேர்ந்தது. அந்தக் காலப்பகுதியில் விரைவாக, சிங்களம் பேசக் கற்றுக்கொண்டேன். பல்கலைக்கழகம் சென்று முதல் வருடம் நிறைவடையும் போது யுத்தம் முடிவிற்கு வந்திருந்தது. அதன் பின்னரே அரசியற் கட்சி ஒன்றில் இணைவது குறித்துச் சிந்திக்க ஆரம்பித்தேன்.

- **நீங்கள் தமிழ் அமைப்பொன்றோடு இணையாமல் ஜே.வி.பியோடு நெருக்கமானதிற்கு காரணங்களென்ன?**

உண்மையில் புலிகள் இயக்கம் இருந்திருந்தால் அரசியற்கட்சிகள் குறித்துச் சிந்தித்திருக்க மாட்டேன். யுத்தம் முடிந்த பின்னரே அரசியற்கட்சி ஒன்றில் இணைந்து கொள்வது அல்லது புதிதாக அமைப்பொன்றை உருவாக்கிச் செயற்படுவது குறித்துச் சிந்தித்தேன்.

நான் ஜே.வி.பியில் உறுப்பினராக இணைந்து கொள்ள வில்லை. பல்கலைக்கழகத்தில் கற்கும் காலத்தில் பல கட்சிகளுடன் தொடர்புகளை ஏற்படுத்திக் கொண்டேன். அனைத்துப் பல்கலைக்கழக மாணவர் ஒன்றியத்தில் செயற்பட்ட காலத்தில் ஜே.வி.பி. உறுப்பினர்களுடன் தொடர்புகளை ஏற்படுத்திக் கொண்டேன். 2009 காலப்பகுதியில் பேராதனைப் பல்கலைக்கழகத்தில் கிளிநொச்சியைச் சேர்ந்த துவாரகா என்ற மாணவியை விரிவுரைமன்றத்திற்கு வெளியே வைத்துப் புலனாய்வுப் பிரிவினர் கடத்திச் சென்றார்கள். யுத்தத்தின் இறுதிக் கட்டத்தில் இராணுவம் கைப்பற்றிய இடங்களில் தேடுதல் நடத்திய போது குறிப்பிட்ட மாணவியின் வீட்டிலிருந்து தமிழீழ விடுதலைப் புலிகளின் கையொப்பமிட்ட சான்றிதழ் ஒன்று இராணுவத்திடம் சிக்கியதின் பேரிலேயே அவரைப் புலனாய்வுப் பிரிவினர் கடத்தினர். இச்சம்பவத்திற்கு எதிர்ப்பை வெளிப்படுத்தி மாணவியின் பாதுகாப்பிற்குக் குரல் கொடுக்குமாறு பல்வேறு தரப்பினரையும் தொடர்பு கொண்டேன். குறிப்பாக தமிழ்த்தேசியக் கூட்டமைப்புத்

தலைவர்கள் சிலரின் கவனத்திற்கு இந்த விடயத்தைக் கொண்டு சென்றேன். எனினும் யாரும் இதில் அக்கறை செலுத்தவில்லை.

'அனைத்துப் பல்கலைக்கழக மாணவர் ஒன்றியம்' கடத்தப்பட்ட மாணவிக்காகக் குரல் கொடுத்தது. மாணவியைக் கடத்தவில்லை எனச் சாதித்துக் கொண்டிருந்த புலனாய்வுத் துறை விசாரணைக்காக மாணவியைக் கைது செய்ததாக, ஒன்றியத்தின் அழுத்தம் காரணமாக ஒப்புக்கொண்டது. இந்தப் போராட்டங்களின் போதே ஜே.வி.பியின் தலைவர்களுடன் எனக்குத் தொடர்புகள் ஏற்பட்டன. அதன் பின்பு பல்கலைக்கழக மாணவர்கள் சிலரைச் சேர்த்து ஜே.வி.பியினர் 'நாம் இலங்கையர்' எனும் அமைப்பினை உருவாக்கிக் காணாமல் போனவர்கள், கடத்தப்பட்டவர்களிற்காகக் குரல் கொடுக்க முன்வந்தார்கள். இந்த அமைப்பில் நானும் செயற்பட்டேன். அதேவேளையில் பல தமிழ்க் கட்சிகளுடனும் தொடர்பில் இருந்தேன். நான் செயற்படக் கூடிய தளம் ஒன்றினை இனங்காண்பதே அந்தக் காலகட்டத்தில் எனது நோக்கமாக இருந்தது. தமிழ்க் கட்சிகளின் செயற்பாடுகள் ஏமாற்றம் தருவனவாகவே இருந்தன. இடதுசாரி அரசியலில் எனக்கிருந்த ஈடுபாடு காரணமாக ஜே.வி.பியினருடன் சற்று நெருக்கமான தொடர்பு இருந்தது. பல்கலைக்கழக வாழ்வின் இறுதிக்கட்டங்களில் புதிதாக அரசியல் இயக்கமொன்றை உருவாக்கிச் செயற்படுவது குறித்துச் சிந்தித்துக் கொண்டிருந்தேன். அது சாத்தியப்படாததால் நவ சமசமாஜக் கட்சியின் விக்ரமபாகு கருணாரட்ன, ஐக்கிய சோசலிஸக் கட்சியின் சிறிதுங்க ஜெயசூர்ய போன்றவர்களுடன் இணைந்து செயற்பட முயற்சிகளை நான் மேற்கொண்ட வேளையிலே தான் ஜே.வி.பிக்குள் முரண்பட்டு ஓர் அணி வெளியேறியது. அவர்களுடன் சந்திப்புக்களை நடத்தியதன் பின்பாக அவர்களுடன் ஏற்பட்ட உடன்பாடுகளின் அடிப்படையில் ஆரம்பத்திலிருந்தே அவர்களுடன் இணைந்து செயற்பட ஆரம்பித்தேன். அவர்கள் மக்கள் போராட்ட இயக்கமென்ற பெயரில் இயங்க ஆரம்பித்த நாட்களில் தான் உறுப்பினராக இணைந்து கொண்டேன்.

உண்மையில் தமிழ்க் கட்சித் தலைமைகளிடம் இடதுசாரி அரசியலையோ, ஆழ்ந்த அர்ப்பணிப்பையோ நான் காணவில்லை. மக்களை அணிதிரட்டுவதற்கான வேலைத்திட்டங்கள் அவர்களிடம் இருக்கவில்லை. யாரிடமும் சமூகம் தொடர்பான நிலையான கொள்கைகள் இருக்கவில்லை. எழுந்தமானமாகச் செயற்பட்டுக் கொண்டிருந்தார்கள். தமிழ்ச் சமூகத்தை ஒன்று திரட்டி, சாத்தியமான சிங்களவர்கள் அனைவரினதும் ஆதரவைத் திரட்டி ஒடுக்குமுறைக்கு

எதிரான தொடர் போராட்டத்தினை முன்னெடுக்கும் ஆளுமை தற்போதைய தமிழ்க் கட்சித் தலைமைகளிடம் இல்லை. அவர்கள் இனப்பிரச்சினை என்பதைத் தவிர வேறு சமூகப் பிரச்சினைகளில் கவனம் செலுத்துவதில்லை. தமிழ்க் கட்சிகள் எதனையும் தெரிவு செய்ய முடியாத நிலையே ஜே.வி.பிக்குள் முரண்பட்டு வெளியேறியவர்களுடன், நான் இணையக் காரணமாக அமைந்தது.

'மக்கள் போராட்ட இயக்கம்' ஆரம்பித்த போது தமிழ் மக்களின் பிரச்சினைகளில் ஆர்வம் காட்டியமை, இனவாதத்திற்கு எதிராகச் செயற்பட்டமை தந்த நம்பிக்கை மற்றும் அவர்கள் முன்வைத்த சுயவிமர்சனம் என்பன எனக்கு ஓரளவிற்கு நம்பிக்கை தந்ததாலேயே ஜே.வி.பியிலிருந்து வெளியேறியவர்களுடன் இணைந்து கொண்டேன்.

- **ஜே.வி.பியுடனான உங்களது அரசியல் அனுபவங்களைச் சொல்லுங்கள்.**

2009-களின் பின் ஜே.வி.பி வடக்கு கிழக்கில் அரசியற் செயற்பாடுகளை ஆரம்பிக்க முனைந்தது. யாழ் பல்கலைக்கழகத்தைக் குறிவைத்தே செயற்பாடுகளை ஆரம்பித்தார்கள். தமிழ் மக்களின் மத்தியில் பணியாற்றுவது என்பதைப் பல்கலைக்கழகங்களில் பணியாற்றுவதாகவே ஜே.வி.பியினர் விளங்கிக் கொண்டனர். இன்றுவரை அதே நிலைதான் தொடர்கிறது. தென்னிலங்கைப் பல்கலைக்கழகங்களில் செயற்பட்டதுபோல் வடக்கு - கிழக்குப் பல்கலைக்கழகங்களிலும் செயற்பாடுகளை ஆரம்பிக்க முனைந்தார்கள். அந்தப் பொறுப்பே லலித்திற்கு வழங்கப்பட்டிருந்தது. 'சோசலிசமே அனைத்திற்கும் தீர்வு' என்ற உரையாடலுடன் ஜே.வி.பியினால் எதுவுமே செய்ய முடியவில்லை. அந்தக் காலகட்டத்தில் வடக்கு - கிழக்கில் இருந்த முன்னாள் கம்யூனிஸ்ட் கட்சியின் செயற்பாட்டாளர்கள் சிலர் ஜே.வி.பியுடன் இணைந்துகொண்டிருந்தார்கள். 'நாம் இலங்கையர்' என்ற அமைப்பின் மூலம் காணமற்போனவர்கள், கடத்தப்பட்டவர்களின் உறவுகள் ஒன்று திரட்டப்பட்டுப் போராட்டங்கள் முன்னெடுக்கப்பட்டன.

ஜே.வி.பி. மாணவர்களையும் இளைஞர்களையும் அணுகிய போது எழுப்பப்பட்ட கேள்விகளிற்கு அவர்களால் சரியான பதிலை வழங்க முடியவில்லை. 'எல்லாவற்றிற்கும் சோசலிசமே தீர்வு' என்ற ஒரே பதிலே எல்லாக் கேள்விகளிற்குமான பதிலாக

அவர்களிடமிருந்தது. தமிழ் மக்களின் பிரச்சினையை வெறும் நிர்வாக, பொருளாதாரப் பிரச்சினைகளாக்கினர். அந்த பிரச்சினைகள் சிங்கள மக்களுக்கும் இருக்கின்றன, ஆகவே தமிழர்களும் சிங்களவர்களும் ஒன்றிணைந்து போராட வேண்டும் என்பதே ஜே.வி.பியின் கருத்தாக இருந்தது. இந்த நிலைப்பாட்டுடன் மாணவர்களையும் இளைஞர்களையும் ஜே.வி.பியால் நெருங்கக் கூட முடியவில்லை. அதன் காரணமாக காணாமற்போனவர்களின் உறவினர்களை ஒன்றிணைத்துப் போராட்டம் நடத்துவதில் அதிக கவனம் செலுத்த ஆரம்பித்தார்கள். அதற்குப் பலனும் கிடைத்தது. காணாமற்போனவர்களின் உறவினர்களின் வீடுகளுக்கு நேரடியாகச் சென்று அவர்களுடன் கலந்துரையாடினார்கள். இந்தச் செயற்பாடுகளில் பல தமிழ் இளைஞர்கள் இணைந்துகொண்டார்கள். இவர்களுக்கு ஜே.வி.பி. அரசியல் வகுப்புகளை நடத்தியது. தமிழ் மக்களின் வீடுகளுக்குச் செல்லும் போது கிடைக்கும் உபசரிப்பைப் பார்த்து ஜே.வி.பியினர் தமிழர்களை இலகுவாக வென்றுவிடலாம் என்று எண்ணிக்கொண்டார்கள்.

காணாமற்போனவர்களின் உறவினர்கள் ஜே.வி.பியின் கொள்கைகளை ஏற்றுக்கொண்டு போராட்டங்களுக்கு வரவில்லை. அது குறித்த விளக்கமும் அவர்களுக்கு இருக்கவில்லை. அவர்கள், தங்கள் உறவுகளைத் தேடிக் கண்டுபிடிப்பதற்காக எதுவும் செய்யத் தயாராக இருந்தார்கள். அந்தக் கால கட்டத்தில் தமிழ்க் கட்சிகள் இவர்களைக் கண்டுகொள்ளவில்லை. ஆனால் ஜே.வி.பி. அவர்களைச் சிறைக்கூடங்களுக்கும் நீதிமன்றங்களுக்கும் அழைத்துச் சென்றது. தலைநகரத்திற்கு அழைத்துச்சென்று ஆர்ப்பாட்டங்களை நடத்தியது. ஆனால் இவ்வாறு ஒருங்கிணைக்கப்பட்டவர்களை ஜே.வி.பியால் அரசியல்ரீதியாக வென்றெடுக்க முடியவில்லை. இன்று இதே வேலையை நவசமசமாஜக் கட்சி செய்கின்றது. லலித்தின் கடத்தல் மற்றும் ஜே.வி.பியில் ஏற்பட்ட பிளவு என்பன வடக்கு-கிழக்கில் ஜே.வி.பியின் செயற்பாடுகளை முடக்கியது. பின்பு தமிழ்க் கட்சிகளும் காணாமற்போனவர்களின் விடயத்தைக் கையிலெடுத்தது ஜே.வி.பியை வடக்கு - கிழக்கில் நிரந்தரமாகவே முடக்கியது.

- **ஜே.வி.பி. உறுப்பினர்களோடு பணியாற்றும்போது, அவர்களிடையே இனவாதத்தை நேரடியாக உணர்ந்தீர்களா?**

உண்மையில் இது ஒரு சிக்கலான விடயமாகும். ஜே.வி.பியின் உறுப்பினர்களால் ஒரு தமிழ்க் குடிமகனாவது துன்புறுத்தப்பட்டானா?

என ஜே.வி.பியினர் அடிக்கடி கேள்வி எழுப்புவார்கள். ஜே.வி.பியின் கொள்கையை மேலோட்டமாக விளங்கி கொள்வது இலகுவானது. இனவாதத்தை உபயோகித்து அதிகாரத்தைக் கைப்பற்றுவதே அவர்களின் கொள்கை. ஆனால் உள்ளே என்ன நடக்கிறது என்பதை விளங்கி கொள்வது கடினமாகவே இருந்தது. தமிழ் மக்களை கடத்துவதும் துன்புறுத்துவதும் தான் இனவாதம் என்று கொள்வோமாயின் ஜே.வி.பி. உறுப்பினர்கள் எவரும் இனவாதிகள் அல்ல.

விடயம் வேறு மாதிரியானது. ஜே.வி.பி உறுப்பினர்கள் இடதுசாரிகளுக்கே உரிய பாணியில் ஏனையவர்களுடன் குரோதமின்றி பழகக் கூடியவர்களாகவே இருந்தனர். அவர்கள் தமிழ் மக்களின் அரசியல் விருப்புகளையும் உரிமைகளையும் சிடுசிடுத்த முகத்துடன் அல்லாமல் புன்னகையுடன் மறுப்பவர்களாகவே இருக்கின்றனர்.

உலக ஏகாதிபத்தியத்திற்கு எதிரான தேசியப் போராட்டம் என்பதே ஜே.வி.பியின் புரட்சிக்கான மூலோபாயத் தந்திரமாக இருந்தது. தேசியப் போராட்டம் எனும் போது ஸ்ரீலங்கா என்றொரு தேசியம் இருக்கவில்லை. ஆகவே தேசியப் போராட்டம் என்பது குறுகலான தேசியவாதமாகியதுடன் இனவாதத்திற்குள்ளும் அவர்களை அழைத்துச் சென்றது. இந்த இனவாதம் தான் சமாதான முயற்சிகளில் ஈடுபட்ட நோர்வேக்காரர்களை 'வெள்ளை புலிகள்' என்று காயவும், தென்னிலங்கையில் தமிழர்களுக்கு ஆதரவாகச் செயற்பட்ட சகல சிங்களவர்களையும் 'சிங்களப் புலிகள்' எனத் தூற்றி வீடுவீடாகச் சென்று இராணுவத்திடம் பிடித்துக் கொடுக்கவும் வைத்தது. 'தேசப்பற்றுள்ள தேசிய இயக்கம்' என்ற இனவாத இயக்கத்தையும் ஆரம்பிக்க வைத்தது. இந்த மனோபாவமே தமிழர்களின் அரசியல் அபிலாசைகளை மறுக்கச் செய்து, தமிழ் மக்களின் பிரச்சினையை நிர்வாகப் பிரச்சினையாகச் சித்திரிக்க வைக்கின்றது.

தமிழர்கள் இந்த நாட்டில் தென்னிந்தியப் படையெடுப்புகளால் குடியேறிய வந்தேறு குடிகள் என்ற சிங்கள மக்களின் பொதுப்புத்தி மனநிலையிலேயே ஜே.வி.பி. உறுப்பினர்களும் இருக்கின்றார்கள். தமிழ் மக்கள் சிங்கள மக்களுடன் இணைந்து வாழ்வது கட்டாயம், சிங்கள மக்கள் எதிர்கொள்ளும் பிரச்சினைகளிற்கு மேலதிகமாக, மொழி ரீதியிலான நிர்வாகப் பிரச்சினைகளே தமிழர்களுக்கு இருக்கின்றன என்ற மனநிலையிலிருந்து, தமிழ் மக்களின்

அரசியல் அபிலாசைகளை ஜே.வி.பியினர் மறுக்கின்றனர். அந்த வகையில் இவர்கள் மகிந்த ராஜபக்சவை விட ஆபத்தான இனவாதிகள். மகிந்த அதிகாரத்தைக் கைப்பற்றவும் பாதுகாக்கவும் இனவாதத்தைப் பயன்படுத்துபவர். ஒருவேளை தமிழ் மக்களுக்கு சுயாட்சியை வழங்கினால் தான், தனது ஆட்சியைத் தக்கவைக்க முடியும் என்றால் அதனையும் மகிந்த செய்வார். ஆனால் ஜே.வி.பியினர் தீவிர இனவாதிகள். இயங்கியலின் அடிப்படையில் சிங்கள இனம் முதன்மை பெறும் என்பதும் சுதந்திரமான சூழ்நிலையில் தமிழ் மக்கள் சிங்கள மொழியை விரும்பி ஏற்று கொள்வார்கள் என்பதுவுமே அவர்களின் நிலைப்பாடாகும். இவர்கள் விடுதலைப் புலிகளை மட்டுமல்ல, தமிழ் மக்களின் எந்தப் போராட்டத்தையும் இதன் காரணமாக ஏற்றுக்கொள்வதில்லை. ஓர் இனம் தன் உரிமைகளையும் சுயநிர்ணய உரிமையையும் இன மேலாதிக்கத்திலிருந்து விடுதலையையும் கோருவதை இனவாதமாகக் குறிப்பிட முடியாது. ஆனால் அந்த இனத்திற்கு அப்படி ஒரு பிரச்சினை இல்லை எனக் கூறுவதும் அவ்வாறு கோருவதை இனவாதமாகக் குறிப்பிடுவதும் அவர்களின் போராட்டத்தினை மறுதலித்து அதற்கெதிராகச் செயற்படுவதும் இனவாதம் என்றே நான் கருதுகின்றேன். தமிழ் மக்களின் வரலாறு, பண்பாடு, சமூகக் கட்டமைப்புகள் குறித்த அடிப்படை விளக்கங்கள் கூட இல்லாமல் அவர்களின் போராட்டங்களை மறுதலிப்பதற்கு காரணம் ஜே.வி.பியினர் கோட்பாடு ரீதியாக நியாயப்படுத்தி வைத்திருக்கும் இனவாதமே ஆகும். இதனை வேறுவேறு வடிவங்களில் சொல்வார்களேயொழிய ஒருபோதும் மாறமாட்டார்கள். ஜே.வி.பியின் உயர் பீடத்திற்கு யார் சென்றாலும் அவர்கள் மாறுவார்களேயொழிய கட்சி நிலைப்பாட்டில் மாற்றம் வரப்போவதில்லை.

ஜே.வி.பி உறுப்பினர்களிடையே இனவாதம் இருக்கின்றதா என்று கேட்பதை விட, ஜே.வி.பி. உறுப்பினர்களிடையே இனவாதம் இல்லாத உறுப்பினர்கள் இருக்கின்றார்களா? என்பதே பொருத்தமான கேள்வி என்று நினைக்கின்றேன். அவ்வாறான உறுப்பினர்களும் இருக்கின்றார்கள்.

● ஜே.வி.பியிலிருந்து குமார் குணரத்தினம் போன்றவர்கள் பிரிந்ததற்கான காரணங்கள் என்ன?

கருத்து முரண்பாடே காரணமாகக் கூறப்பட்டது. அதே நேரம் பல இடங்களில் கட்சி உறுப்பினர்கள் கருத்தியல்ரீதியான

தெளிவுடன் பிரியவில்லை என்றும் கூறப்பட்டது. உண்மையில் அதிகாரப் பிரச்சினையே பிரிவதற்கான காரணமாகும். 2009-ன் பின் ஜே.வி.பியின் செயற்பாடுகள் தொடர்பாக சுயவிமர்சனம் செய்யும் வகையில் சோமவன்ச அமரசிங்க, ரில்வின் சில்வா, குமார் குணரத்தினம் ஆகியோரைக் கொண்ட குழு நியமிக்கப்பட்டது. இவர்கள் மூவரும் மூன்று அறிக்கைகளைச் சமர்பித்தார்கள். இதில் குமார் குணரத்தினம் சமர்ப்பித்த அறிக்கை பெரும்பாலானோரின் ஆதரவைப் பெற்றது. ரில்வின் சில்வா தனது அறிக்கையை மீளப் பெற்று கொண்டார். சோமவன்ச அமரசிங்க தனது அறிக்கையில் விடாப்பிடியாக இருந்தார். இதன் காரணமாக கட்சிக்குள் பெரிய அளவில் விவாதங்கள் நடைபெற்றன. இந்த விவாதங்களில் முன்னுக்கு நின்று, தலைமைக்கு நெருக்கடியை ஏற்படுத்திய மத்திய குழு உறுப்பினர் அசோக்க கட்சியிலிருந்து நீக்கப்பட்டார். இதன் காரணமாகவே கட்சியோடு முரண்பட்டவர்கள் வெளியேறத் தீர்மானித்தார்கள்.

தொலைக்காட்சிகளில் காட்டப்படும் மல்யுத்தச் சண்டைகளில் சம்பியனான ஜோன் சீனாவை யாரும் வென்று விட்டார்கள் எனில் அவர்கள் பெரியவர்கள் ஆகிவிடுவார்கள். ஜே.வி.பியின் உள்ளும் இதே நிலைதான் இருந்தது. சோமவன்ச, ரில்வின் சில்வா போன்றவர்களை விவாதங்களில் வீழ்த்தி இரண்டாம் நிலைத் தலைவர்கள் பெரியவர்களாகிவிட முனைந்தார்கள். சோமவன்ச போன்றவர்கள் விவாதங்களுக்கு எழுதும் குறிப்புகளைத் திருடுவது, புத்தகங்களை ஒளித்து வைப்பதுவரை இது சென்றது. கட்சியில் நடைபெறும் விவாதங்கள் சரியான முடிவை எடுக்கும் நோக்கில் அல்லாமல் தமக்கான அதிகாரத்தை நிலைநாட்டும் நோக்கில் தான் நிகழ்ந்தன. தற்போது முன்னிலை சோசலிசக் கட்சியில் இருக்கும் புபுது ஜெயகொட, வருண ராஜபக்ச, சமீர கொஸ்வத்த, அசோக்க போன்றவர்கள் இந்தச் சின்னத்தனமான அதிகாரச் சண்டையில் முன்னின்றார்கள். கோட்பாடுரீதியான முரண்பாடுகள் பிளவிற்குக் காரணமாக இருக்கவில்லை. மகிந்த ராஜபக்சவுடனான கூட்டணியில் ஏற்பட்ட விரிசலைத் தொடர்ந்து எழுந்த நிலையைப் பயன்படுத்தி கட்சித் தலைமையை சோமவன்ச குழுவினரிடமிருந்து கைப்பற்ற இரண்டாம் நிலைத் தலைவர்கள் முனைந்ததும் கட்சிச் தலைமை அதற்கெதிராகச் செயற்பட்டமையுமே பிளவிற்கான காரணம். தலைமையின் யுத்த ஆதரவு நிலைப்பாடு, ஆளும் கட்சியுடனான கூட்டணி என்பன கீழ்மட்ட உறுப்பினர்களிடையே ஏற்கனவே

ஏற்படுத்தியிருந்த அதிருப்தி தலைமையை எதிர்த்தவர்களிற்குக் கைகொடுக்க, பிரிந்து வருவது சாத்தியமானது.

- **முன்னிலை சோசலிஸக் கட்சியின் உருவாக்கத்தில் உங்களது பங்கு என்ன?**

ஜே.வி.பியிலிருந்து வெளியேறியவர்கள் 'மக்கள் போராட்ட இயக்கம்' என்ற பெயரில் செயற்பட கலந்துரையாடல்களை நடத்திய காலத்திலே அவர்களோடு இணைந்து செயற்பட ஆரம்பித்தேன். மக்கள் போராட்ட இயக்கமானது, ஒடுக்கப்பட்டவர்களின் ஒன்றிணைந்த போராட்டத்தை புரட்சிக்கான வழிமுறையாகக் கொண்டிருந்தது. இந்த நோக்கத்தில் ஒடுக்கப்பட்டவர்களைப் பிரதிநிதித்துவப்படுத்திய அய்ம்பதிற்கும் மேற்பட்ட அமைப்புகள் ஒன்றிணைக்கப்பட்டன. வெகுசன அமைப்புக்களைக் கட்டும் பணியும் முன்னெடுக்கப்பட்டது. ஆனால் கட்சி ஒன்றின் அவசியம் விரைவாகவே உணரப்பட்டதால் நாங்கள் நடத்திய நீண்ட விவாதங்களின் பயனாக 'முன்னிலை சோசலிசக் கட்சி' உருவாக்கப்பட்டது. கட்சியின் மாணவர் அமைப்பிலும் இளைஞர் அமைப்பிலும் முக்கிய பொறுப்புகளில் இருந்தேன். கட்சியை அமைப்புரீதியாகக் கட்டியெழுப்பும் பணியுடன், கடத்தப்பட்ட லலித் - குகன் விடுதலைக்கான போராட்டங்கள், இலவசக் கல்விக்கான போராட்டங்கள், கட்சியின் இளைஞர் அணியை உருவாக்குவதற்கான வேலைகள், கட்சியின் தமிழ் உறுப்பினர்களிற்கு அரசியல் வகுப்புகளை நடத்துவது, கட்சியின் கோட்பாடு விவாதங்களில் முனைப்புடன் பங்களிப்பது என ஆரம்ப காலத்தில் எனது பணிகள் அமைந்திருந்தன.

- **லலித் மற்றும் குகனுடன் பணியாற்றிய நினைவுகள் குறித்து?**

லலித்தை அவர் கடத்தப்படுவதற்கு முன்பு ஒன்றரை வருடங்களாக எனக்குத் தெரியும். லலித், இரத்தினபுரி பிரதேசத்தைச் சேர்ந்தவர். லலித்தின் தந்தை தமிழர், தாய் சிங்களவர். அவர்கள் இறப்பர் தோட்டத்தில் பால் வெட்டும் தொழில் செய்கின்றார்கள். லலித் சிங்கள மொழியில் படித்தவர். அவர் சிங்களக் கலாசாரத்துடன் வளர்ந்தவர். தமிழ் கதைக்கத் தெரியும். அவர் ஜெயவர்தன பல்கலைக்கழகத்தின் ஆய்வுகூடத்தில் பணியில் இருந்தபோது அந்தப் பல்கலைக்கழகத்தில் ஜே.வி.பி. அமைப்பாளராக இருந்தவரால் கட்சியில் சேர்த்துக்கொள்ளப்பட்டார். மார்க்ஸியக் கொள்கைகளில் ஏற்பட்ட பிடிப்பினால் வேலையை உதறிவிட்டு

கட்சியில் முழுநேர உறுப்பினராக இணைந்து லலித் செயற்பட்டார். 2009-ற்கு பின்பு வட பிரதேசங்களில் அரசியல் செயற்பாடுகளை முன்னெடுப்பதற்காக அவர் ஜே.வி.பியால் அனுப்பப்பட்டார். அந்தக் காலப் பகுதியில் ஜே.வி.பி. பின்னால் நின்று இயக்கிக்கொண்டிருந்த அனைத்துப் பல்கலைக்கழக மாணவர் ஒன்றியத்தில் நான் செயற்பட்டுக்கொண்டிருந்தேன். அந்தத் தொடர்புகளால் லலித் என்னைச் சந்திக்க வருவார். சந்திக்க வரும் வேளைகளில் ஜே.வி.பி. தொடர்பாகக் கதைப்பார். அவரின் நிலைப்பாடுகளில் எனக்கு உடன்பாடு இருக்கவில்லை. தமிழ் மக்கள் மீதான யுத்தத்திற்கு ஆதரவு வழங்கியமைக்கு குறைந்தபட்சம் மன்னிப்புக் கோராமல் உங்களால் தமிழர்களை அணுக முடியாது என்று நிறையத் தடவைகள் அவரிடம் கூறியிருக்கின்றேன். அதனை அவர் ஏற்றுக்கொள்ள மாட்டார். விடுதலைப் புலிகளும் தமிழ் மக்களும் வேறுவேறானவர்கள் என்ற ஜே.வி.பியின் நிலைப்பாட்டையே மீண்டும் மீண்டும் கூறுவார். இந்த நிலைப்பாட்டுடன் என்னைச் சந்திக்க வரவேண்டாம் என்று அவருக்குத் திரும்பத் திரும்பச் சொல்லியிருக்கிறேன். ஆனாலும் சந்திக்க வருவார்.

கட்சித் தலைமை சொல்வதைத் தாரக மந்திரமாக ஏற்று வேலை செய்யப் பழக்கப்பட்ட ஜே.வி.பி. உறுப்பினர்களில் ஒருவராகவே லலித்தும் இருந்தார். லலித்தின் தந்தை தமிழராக இருந்தாலும் நான் மேலே குறிப்பிட்ட இனவாத மனநிலையிலேயே லலித்தும் இருந்தார். இயல்பாகவே லலித்திடம் அமைப்பு ரீதியிலான பணிகளை மேற்கொள்ளும் திறமை இருந்தது. முதலில் லலித்துடன் நட்புரீதியான சந்திப்புகளே இடம்பெற்றன. ‘நாம் இலங்கையர்’ அமைப்பில் நான் செயற்பட ஆரம்பித்த பின்னரே லலித்துடன் இணைந்து செயற்பட ஆரம்பித்தேன். காணாமற்போனவர்களின் உறவுகளைத் திரட்டி போராட்டங்களை இணைந்து நடத்தியிருக்கின்றோம். லலித் கடத்தப்படுவதற்கு மூன்று மாதங்களிற்கு முன்னால் கிளிநொச்சியில் சுவரொட்டிகளை ஒட்டிக்கொண்டிருந்த போது பொலிசாரினால் கைது செய்யப்பட்டு சிறையிலடைக்கப்பட்டார். சிறையில் வைத்தே அவர் குகனைச் சந்தித்திருக்கின்றார்.

குகன், விடுதலை புலிகளின் முன்னாள் போராளி. மணல் அகழும் தொழிலில் ஈடுபட்ட குகன், ஈ.பி.டி.பி. உறுப்பினர்களுடன் ஏற்பட்ட தகராறின் காரணமாக சிறையிலடைக்கப்பட்டிருந்தார். சிறையில் ஏற்பட்ட நட்பின் வழியே குகன் கட்சியுடன் இணைந்து செயற்படச் சம்மதித்தார். அதன்பின்பு லலித் அரசியல்

பணிகள் செய்வதற்கு குகன் உதவியுள்ளார். ஜே.வி.பிக்குள் முரண்பட்டவர்கள் வெகுசன அமைப்பொன்றைக் கட்டியெழுப்பும் கலந்துரையாடல்களில் ஈடுபட்டிருந்த காலப்பகுதியில் ஜே.வி.பியின் கார்த்திகை வீரர்களை நினைவுகூறும் நிகழ்வு நடந்தது. ஜே.வி.பியில் முரண்பட்டிருந்தவர்கள் தனியாக ஒரு நினைவுகூறல் நிகழ்வை ஏற்பாடு செய்திருந்தார்கள். அந்த நிகழ்வில் நான் கலந்துகொண்டிருந்தேன். அங்குதான் முதன் முதலாக குகனைச் சந்தித்தேன். அவருடன் சிறிது நேரமே உரையாடச் சந்தர்ப்பம் கிடைத்தது. அந்தச் சந்தர்ப்பத்தில் கட்சி தமிழர்களின் பிரச்சினையைச் சரிவர விளங்கி கொள்ளாததைக் குறித்த தனது ஆதங்கத்தை அவர் என்னிடம் வெளிப்படுத்தியிருந்தார்.

அந்த நிகழ்வு இடம்பெற்ற ஒரு மாதத்தின் பின்பாக, மக்கள் போராட்ட இயக்கத்தின் ஆரம்ப நிகழ்வு தொடர்பான ஊடக மாநாடு ஒன்று யாழ்ப்பாணத்தில் நடக்கவிருந்தது. அந்த மாநாட்டில் கலந்து கொள்ளுமாறு லலித் எனக்கு அழைப்பு விடுத்திருந்தார். நான் மக்கள் போராட்ட இயக்கத்தில் இணைவது தொடர்பாக அதுவரை எந்த முடிவையும் எடுக்காதிருந்ததால் ஊடக மாநாட்டில் பங்கு கொள்ள மறுத்திருந்தேன். லலித் அதற்கு முதல் தினமே யாழ்ப்பாணம் சென்று குகனுடன் ஊடக மாநாட்டிற்கான ஒழுங்குகளைச் செய்துகொண்டிருந்தார். மனித உரிமைகள் தினத்தில் ஊடக மாநாடு ஏற்பாடு செய்யப்பட்டிருந்தது. அன்றைய தினம் யாழ்ப்பாணத்தில் வேறு அமைப்புகளால் ஆர்ப்பாட்டம் ஒன்றும் ஒழுங்கு செய்யப்பட்டிருந்தது. அந்த ஆர்ப்பாட்டத்திலும் மக்கள் போராட்ட இயக்கத்தினர் பங்குபற்றுவதாக இருந்தது. ஊடக மாநாட்டிற்கான ஒழுங்குகளை செய்துகொண்டிருந்த லலித் என்னுடன் தொலைபேசி வாயிலாகத் தொடர்பில் இருந்தார். ஊடக மாநாட்டில் மொழிப் பிரச்சினை ஏற்படும் என்பதால் மொழிபெயர்ப்பு உதவிக்கேனும் வருமாறு கோரினார். அடுத்தநாள் நடைபெறவிருந்த ஆர்ப்பாட்டத்திற்கும் நான் செல்லவிருந்ததால் வருகின்றேன் எனக் கூறினேன். அன்று இரவு பதினொரு மணிவரை என்னுடன் தொடர்பிலிருந்த லலித்தின் தொலைபேசி மறுநாள் காலையில் நிறுத்தி வைக்கப்பட்டிருந்து. காலை 11 மணியளவில் லலித்தும் குகனும் கடத்தப்பட்டதை அறிந்தேன்.

ஜே.வி.பி. உறுப்பினர்கள் தலைமை சொல்லும் வேலையைக் கேள்விகளின்றி செய்வதற்குக் கட்சி வகுப்புகள் வழியே பழக்கப்பட்டிருந்தார்கள். உறுப்பினர்கள் கட்சியைக் கடவுள் போல் நம்பினார்கள். சரி - பிழை குறித்துச் சிந்திக்கவில்லை.

மாறி மாறி நாட்டை ஆட்சி செய்யும் முதலாளியக் கட்சிகளுக்கு எதிரான போராட்டத்தில் தமது வாழ்க்கையையே அர்ப்பணிக்கத் தயாராகயிருந்த உறுப்பினர்களைக் கொண்டு மகிந்த ராஜபக்சவின் சுவரொட்டிகளை ஒட்ட வைத்து, மகிந்தவிற்கு ஆதரவாகப் பிரச்சாரம் செய்ய ஜே.வி.பி. தலைமை உத்தரவிட்டது. லலித்தும் அவ்வாறு கட்சிக்குக் கண்மூடித்தனமான விசுவாசியாகவேயிருந்தார். லலித் வடக்கில் மிக முனைப்பாகச் செயற்பட்டார். காணாமற் போனவர்களின் உறவினர்களை ஒன்றிணைத்துப் போராட்டங்களை நடத்த அவரால் முடிந்திருந்தது. ஆரம்பம் முதலே அரசபடைகளின் கடுமையான அழுத்தம் அவருக்கிருந்தது. ஜே.வி.பியைப் பொறுத்த வரையில் பொது இடங்களில் தமது உறுப்பினர்கள் பொலிசாரால் கைதுசெய்யப்படுவதை ஊக்குவித்து வந்தார்கள். அதன் மூலம் அரசபடையினருக்கு எதிரானவர்கள் என்று காட்டிக்கொள்ள முடியும், மக்கள் மத்தியில் பிரச்சார வெளிச்சம் கிடைக்கும் என்பதே அவர்களின் கணிப்பாக இருந்தது. இதன் காரணமாக லலித்தின் பாதுகாப்புக் குறித்து கட்சி அசட்டையாகவே இருந்தது. லலித்திற்குத் துணையாகக் கட்சி மேலும் சிலரை அனுப்பியிருந்தால் நிலைமை வேறுமாதிரியானதாக இருந்திருக்கும். எப்படியிருப்பினும் காணாமற் போனவர்களிற்காக லலித் குரல் கொடுத்த தீவிரம், காணாமற் போனவர்களின் உறவுகளிடையே லலித் மீது அதிகபடியான மதிப்பை உருவாக்கியிருந்தது. அவர்கள் அனைவராலும் லலித் நேசிக்கப்பட்டார்.

குகனின் அரசியல் நிலைப்பாடுகள் குறித்துத் தெரியவில்லை. அவர் கட்சியுடன் இணைந்து செயற்பட இணக்கம் தெரிவித்த வேளையில் ஜே.வி.பியில் உட்கட்சி முரண்பாடுகள் தீவிரமடைந்திருந்தன. அவர் கட்சிச் செயற்பாடுகளில் பங்குகொள்ளும் முன்பே கடத்தப்பட்டார். இந்தக் கடத்தல்களில் அரச படைகளுடன் ஈ.பி.டி.பியினருக்கும் நெருங்கிய தொடர்பு இருக்கின்றது. லலித் - குகன் இருவரும் இறுதியாகப் பயணித்த உந்துருளி மீட்கப்பட்ட இடத்திலிருந்து துப்பாக்கி சூடு நடத்தும் தூரத்திலேயே இராணுவ முகாம் அமைந்திருந்தது. லலித் - குகன் பிரச்சினை தொடர்பாக ஈ.பி.டி.பி. உறுப்பினர்கள் கட்சியுடன் பேரம் பேசியிருந்தார்கள்.

- **புலிகள் வேறு, தமிழ் மக்கள் வேறு என லலித் உங்களிடம் சொன்னது சரிதானே. புலிகளது அரசியல் நலன்களும் தமிழ் மக்களின் நலன்களும் வேறுவேறானவை இல்லையா?**

புலிகள் இயக்கத்தைக் குறித்த உங்களது முழுமையான மதிப்பீடு என்ன?

லலித்தும், ஜே.வி.பியும் அந்த அர்த்தத்தில் சொல்லவில்லை. புலிகளை விமர்சித்துத் தமிழ் மக்களைத் தங்கள் பக்கம் வென்றுவிடலாம் என்ற அனுமானத்தின் அடிப்படையிலேயே அப்படிக் கூறினார்கள். ஆனால் விடுதலைப் புலிகளை விமர்சிக்கும் அளவிற்குப் புலிகள் குறித்த ஆய்வுகள் அவர்களிடம் இருக்கவில்லை. இப்படியான விமர்சனங்களை முன்வைக்கும் போது யுத்தத்திற்கு ஜே.வி.பி. ஆதரவு தெரிவித்ததையும் தமிழ் மக்கள் யுத்தத்தில் கொல்லப்பட்டதையும் நியாயப்படுத்தியிருந்தார்கள். புலிகளை விமர்சித்துக்கொண்டு தமிழ் மக்களைத் தங்களால் வென்றெடுக்க முடியாது என்பதைக் காலபோக்கில் விளங்கிக்கொண்டு, பின்பு புலிப் புராணமும் பாடினார்கள். புலிகள், சிங்கள மக்களின் பிரச்சினைகளையும் கதைத்திருந்தால், அப்பாவிச் சிங்கள மக்களைத் தாக்காதிருந்தால் தாங்களும் புலிகளை ஆதரித்திருப்போம் என்றெல்லாம் கூறினார்கள். வடக்கில் அரசியல் பணிகளில் ஈடுபட்ட போது பிரபாகரன் எங்களது நண்பர் என்றே கூறினார்கள். பிரபாகரனின் தந்தையாரின் மரணச் சடங்கில் கலந்து கொள்வதற்காக உதுல் பிரேமரத்ன, சேனாதீர குணதிலக்க தலைமையில் ஒரு குழு பரந்தன் வரை சென்றிருந்தது. அவர்களைத் திடீரென்று ஜே.வி.பி. தலைமை செல்லவேண்டாம் என இடைமறித்து குழுவைத் திருப்பி வரவழைத்தது. ஆங்கிலப் பத்திரிகை ஒன்றிற்கு உதுல் பிரேமரத்ன வழங்கிய செவ்வியில் முன்னாள் புலி உறுப்பினர்கள் தங்களுடன் இணைந்து பணியாற்றுகிறார்கள் என்று கூறினார். முன்னிலை சோசலிசக் கட்சியின் செயலாளர் சேனாதீர குணதிலக்க, பிரபாகரனின் மரணச் செய்தியைக் கேட்டுக் கண்ணீர்விட்டு அழுததாகக் கட்சிக்காரர்கள் கதையொன்றைப் பரப்பியும் வந்தார்கள். தற்போது 'மாவீரர் தினம்' அனுஷ்டிக்க உரிமை இருக்கின்றது என அறிக்கை வெளிவருவதெல்லாம் இதன் காரணமாகத் தான். தமிழ் மக்கள் தனியாட்சி கோரியதை மறுப்பதற்காக புலிகள் வேறு, மக்கள் வேறு என்று கூறினார்களே தவிர ஆழமான பார்வையுடன் கூறவில்லை.

விடுதலைப் புலிகளைத் தவிர்த்து விட்டுத் தமிழ் மக்களின் வரலாற்றையோ, பிரச்சினைகளையோ அணுக முடியாது. அவ்வாறு செய்வது தமிழ் மக்களை கடந்த முப்பது வருடங்களை மறக்க சொல்வதற்கு சமமானதாகும். சரி - பிழை என்பதற்கு முதல் நடந்தது போராட்டம் என்பதை ஏற்றுக்கொள்ள வேண்டும். புலிகள்

இயக்கத்தையும் ஏனைய தமிழ் இயக்கங்களையும் ஒடுக்கப்பட்ட சமூகத்திலிருந்து ஒடுக்குமுறைக்கு எதிராக உதித்த போராட்ட இயக்கங்களாகவே பார்க்கின்றேன். அந்த நிலையிலிருந்தே விமர்சனங்களை முன்வைக்க வேண்டும். நடந்த போராட்டங்கள் அனைத்திற்கும் மக்கள் ஆதரவு கொடுத்திருக்கின்றார்கள். அதற்கு காரணம் ஒடுக்குமுறைக்கு எதிரான மக்களின் உணர்வு தான். அந்த வகையில் புலிகள் நடத்தியதும் அவ்வாறான போராட்டம் தான். இந்த நிலைப்பாட்டிலிருந்தே விமர்சனங்களை முன்வைக்க வேண்டும்.

ஆயுத அதிகாரத்தை அனுபவித்திருக்காத உழைக்கும் வர்க்கத்தினர் ஆயுதங்களைக் கையிலெடுக்கும் போது பிற்போக்குத்தனங்கள் வெளிப்படவே செய்யும். புரட்சிகரமான முறையில் தயார்ப்படுத்தப்படாத போது இந்த நிலைமை இன்னும் தீவிரமாகும். இந்தக் குணாம்சத்தை போராடிய தமிழ் இயக்கங்களில் காணக் கூடியதாக இருந்தது.

பதினாறு வயதில் ஆயுதம் தூக்கிய பிரபாகரனை கார்ல் மார்க்ஸ் அளவிற்கு எதிர்பார்த்து யாரும் விமர்சித்தால் அது பயனுள்ளதாக இருக்காது. இனவொடுக்குமுறைக்கு எதிராக ஆயுதம் ஏந்திப் போராடும் இயக்கம் கோரக் கூடிய உச்சபட்சக் கோரிக்கையை புலிகள் முன்வைத்துப் போராடினார்கள். அவர்கள் தங்களை இடதுசாரிகளாக அடையாளப்படுத்தவுமில்லை. திறந்த பொருளாதார கொள்கையைத் தான் அவர்களும் முன்னெடுத்திருப்பார்கள். உண்மையில் புலிகள் இயக்கம் விடுதலை பெற்றுத் தரும் என மக்கள் நம்பினார்கள், ஆதரவு அளித்தார்கள். புலிகள் முன்வைத்த தமிழீழத்தில் மக்களுக்கு உண்மையான விடுதலை கிடைத்திருக்குமா என்றால் இல்லை என்பதே பதில். அத்தகைய பண்புகளடங்கிய போராட்டத்தை புலிகள் முன்வைக்கவில்லை. ஆனால் அவர்களின் போராட்டம் இனவொடுக்குமுறைக்கு எதிரானது. இனவொடுக்குமுறை விடயத்தில் புலிகளினதும் மக்களினதும் அரசியல் அபிலாசைகள் ஒன்றானதாகவே இருந்தன. நடந்ததை இனவொடுக்குமுறைக்கு எதிரான போராட்டமாக இனம்கண்டு சரியான விமர்சனங்களைச் செய்து கொள்வதன் மூலமே முன்செல்ல முடியும். விடுதலைப் புலிகளை முற்றாக நிராகரித்து, அழிவிற்குக் காரணம் புலிகள் என்று கூறி கொண்டிருப்பதில் பயனில்லை. ஒருவேளை புலிகள் தமிழீழத்தை வென்றிருந்தால் அங்கும் ஒடுக்குமுறைகளிற்கு எதிரான போராட்டக்களமும் வர்க்கப் போராட்டக்களமும் திறக்கப்பட்டே இருந்திருக்கும். சரியானதைச் சரி எனவும் பிழையானதைப் பிழை

எனவும் எப்பொழுதும் துணிச்சலுடன் சொல்ல வேண்டும். அப்படியானவர்கள் ஒருசிலரே இருக்கின்றார்கள். ஆகவே புலிகள் இயக்கத்தினைத் தமிழர்களின் விடுதலை நோக்கிய பயணத்தின் ஒரு போக்காகவே நான் காண்கின்றேன். இதிற் கிடைத்த அனுபவங்களுடன் நாம் எம்மைத் திருத்திக்கொண்டு முன்செல்ல வேண்டும். அவ்வாறானவர்களிற்கு பிரபாகரனின் புகழ்பாடி அரசியல் செய்ய வேண்டிய தேவை இருக்காது. ஆனால் தற்போது தமிழர்கள் பின்னோக்கிச் செல்கின்றார்கள். புலிகளுக்கு முன்னான வரலாற்றில் போராட்டத்தில் முதன்மை வகித்தவர்கள் அதே பழைய பாதையில் பயணிக்கின்றார்கள். தற்போது தமிழ்ச் சமூகம் பின்னோக்கியே செல்கின்றது. புலிகள் கடந்த மூன்று தசாப்தங்களாக குறிப்பிட்டளவு வரலாற்றை முன் நகர்த்தியிருக்கின்றார்கள். அதன் படிப்பினைகளிலிருந்தும் உலக அனுபவங்களிலிருந்தும் நாம் முன்னோக்கிய பாதையை உருவாக்க வேண்டும். அதற்கான கோட்பாடுகளை சமூகமயப்படுத்தல் வேண்டும்.

- **குமார் குணரட்ணம் மற்றும் திமுது ஆட்டிகல ஆகியோர் கடத்தப்பட்டதற்கும் விடுதலையானதிற்கும் பின்னாலுள்ள அரசியற் காரணிகளாக எவற்றைக் கருதுகிறீர்கள்?**

முன்னிலை சோசலிசக் கட்சியின் முக்கியமான முயற்சிகளின் போதெல்லாம் உறுப்பினர்களை இழப்பது துர்ப்பாக்கியமானது. மக்கள் போராட்ட இயக்கம் ஆரம்பித்த நேரத்தில் லலித் - குகன் கடத்தப்பட்டார்கள். கட்சியின் முதலாவது மாநாட்டின் போது குமார் - திமுது கடத்தப்பட்டார்கள். சம உரிமை இயக்கத்தின் ஆரம்ப நிகழ்வுகள் நடந்த அன்று கட்சியில் முழுநேரமாகப் பணியாற்றிய பல்கலைக்கழக மாணவர்கள் இருவர் விபத்தின் பேரில் காவுகொள்ளப் பட்டார்கள்.

எதிர்க்கட்சிகள் பலமிழந்திருந்த வேளையில் அரசாங்கத்திற்கு அழுத்தங்களைத் தரும் போராட்டங்களை முன்னெடுக்கக் கூடிய கட்சியாக முன்னிலை சோசலிசக் கட்சி மாத்திரமே இருந்தது. ஜே.வி.பியில் இருந்து பிரிந்து வந்தது முதல் கட்சியின் செயற்பாடுகள் மக்களைக் கவரும் விதமாக இருந்தன. தமிழ் மக்களிடமும் கட்சி குறித்து எதிர்பார்ப்பு இருந்தது. அரசாங்கம் முன்னெடுத்த தாராளமயப் பொருளாதாரக் கொள்கையை எதிர்த்து கட்சி நடத்திய பிரச்சாரம் மக்களிடையே பெரும் வரவேற்பைப் பெற்றது. இவற்றின் காரணமாக கட்சியை முளையிலேயே முடக்கும் செயல்களை அரசாங்கம் செய்தது. அரசு குறிப்பாக

மாணவர் அமைப்புகளையே குறிவைத்தது. முகமூடிகள் அணிந்த ஆயுததாரிகளால் நாம் துப்பாக்கி முனைகளில் பல தடவைகள் மிரட்டப்பட்டோம். பலர் தாக்குதலிற்கு ஆளானார்கள். எமது அலுவலகங்களை இரவு முழுவதும் கண்விழித்துப் பாதுகாக்க வேண்டிய நிலை இருந்தது. எந்நேரமும் புலனாய்வாளர்கள் எங்களைக் கண்காணித்தவாறிருந்தனர்.

அந்தளவிற்கு முன்னிலை சோசலிசக் கட்சியை நெருக்கடி தரக் கூடிய கட்சியாக அரசாங்கம் கணிப்புச் செய்திருந்தது. பிளவும் மாற்றங்களும் ஏற்படுத்திய உற்சாகம் கட்சி உறுப்பினர்களையும் தீவிரமாகச் செயலாற்ற வைத்தது. அரசாங்கம் கட்சி மீதான ஒடுக்குமுறைகளைக் கட்டவிழ்த்துவிட்டது. குறிப்பாக வடக்கு -கிழக்கில் கட்சி உறுப்பினர்களின் புகைப்படங்களை இராணுவத்திற்கு வழங்கி, செயற்பாடுகளை முடக்க உத்தரவிடப்பட்டிருந்தது.

குமார் குணரத்தினம் தமிழ் அடையாளத்துடன் சிங்களவர்களாலும் ஏற்றுகொள்ளப்பட்ட தலைவராக உருவாகியிருந்தால் அது அரசாங்கத்திற்கு பெரும் தலையிடியாகவே அமைந்திருக்கும். அத்தோடு கட்சிக்கு உறுதியான தலைமையை வழங்கக் கூடிய ஒரேயொருவர் குமார் குணரத்தினம் மாத்திரமே என்பதும் அரசாங்கத்திற்கு தெரியும். இந்த காரணங்களாலேயே குமார் குணரத்தினம் கடத்தப்பட்டார். கடத்தலில் திமுது ஆட்டிகல குறிவைக்கப்படவில்லை. அவர் பகடைக்காயாகச் சிக்கிக் கொண்டார். அவர்களைக் கொலை செய்யும் எண்ணம் அரசாங்கத்திற்கு இருந்திருக்கும் என்று நான் எண்ணவில்லை. நிலைமைகளைப் பொறுத்து நடவடிக்கை எடுக்கும் திட்டமே இருந்திருக்க வேண்டும். ஏனென்றால் குமார் குறித்த சகல விடயங்களையும் அரசாங்கம் அறிந்திருந்தது. அவர் நாடுகடத்தப்பட்டாரா அல்லது அவராகவே வெளிநாடு சென்றாரா என்பது மர்மமாகவே உள்ளது. ஏனென்றால் இந்த விடயத்தில் கட்சி பொய்களையே கூறியது. எது எப்படியோ அரசாங்கம் குமாரை அப்புறப்படுத்தியதன் மூலம் கட்சியை வலுவிழக்கச் செய்து தலைமைத்துவம் அற்றதாக்கி நெருக்கடிக்குள் தள்ளியது. அதுவே அரசாங்கத்தின் நோக்கம் என்பதிலும் சந்தேகம் இல்லை.

- **சம உரிமை இயக்கத்தின் உருவாக்கத்தில் உங்களது பங்களிப்புகள் எவை? சம உரிமை இயக்கம் உண்மையிலேயே சுயாதீன இயக்கமா? அல்லது முன்னிலை சோசலிசக் கட்சியின் துணை அமைப்பா?**

சம உரிமை இயக்கம் சுயாதீன இயக்கம் அல்ல. சிலரால் பொதுவான தளம் எனப் பிரச்சாரப்படுத்தப்பட்டாலும் உண்மையில் முன்னிலை சோசலிசக் கட்சியின் துணை அமைப்பே சம உரிமை இயக்கம்.

சம உரிமை இயக்கத்தினைக் கட்டமைப்பதற்கு மூன்று பேர் அடங்கிய குழு நியமிக்கப்பட்டது. அந்தக் குழுவில் நான் அங்கம் வகித்தேன். சம உரிமை இயக்கம் இனப் பிரச்சினைக்குத் தீர்வாக உருவாக்கப்படவில்லை. தமிழ் மக்களின் பிரச்சினையில் முனைப்பான தலையீடுகளைச் செய்யவேண்டும் என்ற நோக்கிலும், கட்சி எதிர்காலத்தில் இனப்பிரச்சினை தொடர்பான ஒரு தீர்வை முன்வைக்கும் போது ஏற்படக் கூடிய தடைகளை இல்லாதாக்கும் நோக்கிலும், சகல இன மக்களையும் ஒன்று திரட்டி அரசுக்கு எதிரான போராட்டத்தினை முன்னெடுக்கவும், இதன் மூலம் குறிப்பிட்டளவு தமிழ் உறுப்பினர்களை இணைத்துக் கொள்வதுமே கட்சியின் அடிப்படை நோக்கமாக இருந்தது.

ஆரம்பத்தில் தேர்ந்தெடுக்கப்பட்ட தமிழ், சிங்கள, முஸ்லிம் விரிவுரையாளர்கள், ஆசிரியர்கள், எழுத்தாளர்கள், மதகுருமார்கள், ஊடகவியலாளர்கள், கலைஞர்கள் எனப் பலருடன் நான்கு சுற்றுகள் கலந்துரையாடல்களை நடத்தினோம். இந்தக் கலந்துரையாடல்கள் மூலம் எம்மோடு இணைந்து செயற்பட முன்வந்தவர்களின் கருத்துகளையும் உள்வாங்கி சம உரிமை இயக்கத்திற்கான அடிப்படை வேலைத்திட்டத்தை முன்வைத்தோம். தேர்வு செய்யப்பட்டவர்களைக் கொண்டு இனவாதத்திற்கு எதிரான பிரச்சாரங்களை முன்னெடுக்கவும், சில கோரிக்கைகளை முன்வைத்து ஆர்ப்பாட்டங்களை நடத்தவும் திட்டமிட்டோம். இராணுவ ஆட்சியை நீக்கக் கோரி நாடெங்கும் பதாகைகளில் கையெழுத்திடல், ஹலால் பிரச்சினை குறித்த கருத்தரங்குகள் என்பவற்றை ஆறு மாதங்களாகத் தொடர்ச்சியாக முன்னெடுத்தோம். சம உரிமை இயக்கத்தின் இணை அமைப்பாளராக இந்தப் பணிகள் அனைத்திலும் நான் தீவிரமாக ஈடுபட்டிருந்தேன்.

- **ஆனால் புலம்பெயர்ந்த நாடுகளிலே சம உரிமை இயக்கம் என்ற பெயரிலே இயங்குபவர்கள் முன்னிலை சோசலிசக் கட்சி, சம உரிமை இயக்கத்தின் ஆதரவு மட்டத்திலேயே இருக்கிறதே தவிர சம உரிமை இயக்கம் முன்னிலை சோலிசக் கட்சியின் துணை இயக்கம் அல்லவே அல்ல என்று திரும்பத் திரும்பப் பகிரங்கமாகச் சொல்கிறார்களே?**

புலம்பெயர் நாடுகளில் சம உரிமை இயக்கத்தின் பெயரில் இயங்குபவர்கள் தங்களது அரசியல் வெறுமையை நிரப்பிக் கொள்வதற்காக சம உரிமை இயக்கத்தினைப் பயன்படுத்திக் கொண்டார்கள். உண்மையில் சரணாகதி அடைந்தார்கள் என்றே கூற வேண்டும். அதை மூடிமறைக்கவே பொதுவான தளம் என்ற கதையெல்லாம்.

சம உரிமை இயக்கத்தின் கோஷமாக இருப்பது "அனைத்துத் தேசியப்பிரசைகளினதும் சம உரிமையை வென்றெடுப்போம்" என்பதாகும். முன்னிலை சோசலிசக் கட்சி மட்டுமே இலங்கையில் தேசிய இனங்கள் இல்லை, பிரித்துப் பார்க்க முடியாத தேசியம் ஒன்றின் பிரசைகளே இருக்கின்றார்கள் என்று கூறுகின்றது. இப்படி இருக்க சம உரிமை இயக்கத்தினை கட்சி சார்பற்ற வெகுஜன இயக்கம் என்று கூறுவது மக்களை முட்டாளாக்கும் வேலையாகும். சம உரிமை இயக்கத்தின் ஆதரவு மட்டத்திலே முன்னிலை சோசலிசக் கட்சி இருக்கிறது என்றால் முன்னிலை சோசலிசக் கட்சி வெகுசனப் பணிகளை நிறுத்தி வைக்க முடிவெடுத்தபின் சம உரிமை இயக்கமும் ஏன் முடங்கியது? சம உரிமை இயக்கம் தொடர்பாக ஓர் இணையத்தளம் கூட இவர்களால் ஆரம்பிக்க முடியாது. பகிரங்க விவாதங்களிற்காக சம உரிமை இயக்கத்திற்கான உத்தியோகபூர்வ இணையத்தளம் ஆரம்பிக்கும் யோசனை என்னால் முன்வைக்கப்பட்ட போது, குமார் குணரத்தினம் அதை விரும்பாததால் அந்த முயற்சி கைவிடப்பட்டது. வெளிப்படையாகச் சொல்வதென்றால் குமார் குணரத்தினம் விரும்பாத எதனையும் சம உரிமை இயக்கத்தினரால் செய்துவிட முடியாது. புலம்பெயர் நாடுகளில் தமிழ் மொழியில் வெளிவரும் விடயங்கள் கட்சித் தலைமைக்குத் தெரிவதில்லை. அந்த விடயங்கள் இலங்கையில் தாக்கம் செலுத்தாத காரணத்தினால் கண்டுகொள்வதில்லை. அதனைச் சாதகமாகப் பயன்படுத்தி புலம் பெயர்ந்த நாடுகளில் செயற்படும் சம உரிமை இயக்கத்தினர் இவ்வாறான பொய்களைத் தங்கள் சுயநலத்திற்காகக் கூறுகின்றார்கள். சம உரிமை இயக்கத்தின் ஆதரவு அமைப்பாக முன்னிலை சோசலிசக் கட்சி இல்லை. மாறாக முன்னிலை சோசலிசக் கட்சியின் துணை அமைப்பாகவே சம உரிமை இயக்கம் இருக்கின்றது.

சம உரிமை இயக்கம் மூலம் சாதிக்கக் கூடிய விடயங்கள் நிறையவே இருந்தன. அரசாங்கத் தரப்பு உட்பட நாட்டின் அனைத்து அரசியற் செயற்பாட்டாளர்களின் கவனத்தையும் இயக்கம் ஈர்த்திருந்தது. சமூகநீதியை விரும்பிய பலர் இயக்கத்துடன்

விவாதங்களில் ஈடுபட்டனர். சிங்கள இடதுசாரிகளுக்கு, புத்திஜீவிகளுக்கு தமிழ் மக்களின் அரசியல் அபிலாசைகளை, பிரச்சினைகளை புரிய வைக்க, அவர்களின் நிலைப்பாட்டில் மாற்றத்தை ஏற்படுத்தக் கிடைத்த சந்தர்ப்பத்தை புலம் பெயர் நாடுகளில் சம உரிமை இயக்கத்தை ஏற்படுத்தியவர்கள் தவற விட்டுவிட்டார்கள். அவர்களை சம உரிமை இயக்கத்துடன் தொடர்பு படுத்தியவன் நான் தான். அவர்களிடம் இந்த அரசியற் பணிகளை கோரிக்கையாக வைத்தே தொடர்புபடுத்தி விட்டேன். ஆனால் அவர்கள் சம உரிமை இயக்கத்தைத் தங்களது சுயநலத்திற்காகப் பயன்படுத்திக் கொண்டிருக்கிறார்கள். அவர்களுக்குச் சொல்லிப் புரிய வைக்க முடியாது. ஏனென்றால் அவர்களுக்கும் உண்மை நிலை என்னவென்று தெரியும். சம உரிமை இயக்கத்தில் அவர்களின் நிலை என்ன என்பதும் அவர்களிற்குத் தெரியும். சுயநலத்திற்காக மக்களை ஏமாற்றும் விதத்தில் வாய்ப்புகளைப் பயன்படுத்தாதீர்கள் என்று மட்டுமே அவர்களை நோக்கிக்கூறமுடியும்.

- **சம உரிமை இயக்கத்திற்கு, புலம்பெயர்ந்த இலங்கையர்களால் ஏற்பட்ட நன்மைகள் என்ன?**

இலங்கையில் தொடர் வெகுஜனப் போராட்டம் ஒன்றைச் செய்வதே சம உரிமை இயக்கத்தின் நோக்கமாக இருந்தது. புலம்பெயர்ந்த நாடுகளில் செயற்படும் திட்டம் எமக்கு இருக்கவில்லை. இலங்கையில் குறிப்பிட்ட அளவில் இயக்கத்தை நிலைநிறுத்தாமல் இயக்கத்தைப் புகலிடத்திற்குக் கடத்த முடியாது. ஆகவே சம உரிமை இயக்கத்தை நாங்கள் தொடங்கும் போது, அது தொடர்பாக புலம்பெயர்ந்த நாடுகளில் யாருடனும் நாங்கள் ஆலோசனைக் கலந்துரையாடல்களை நடத்தவும் இல்லை. எல்லாவற்றிலும் முக்கியமாக, சம உரிமை இயக்கத்தின் அங்கத்தவர்களிடையேயிருந்த மிகச் சிலரைத் தவிர கட்சி உறுப்பினர்களுக்கே சம உரிமை இயக்கம் குறித்த விளக்கம் இருக்கவில்லை. புலம்பெயர்ந்த சமூகத்தினூடாக பின்கதவால் இலங்கையில் தமிழ்ச் சமூகத்தினைத் தொடர்புகொள்ளவும் நாங்கள் எண்ணியிருக்கவில்லை. புலம் பெயர்ந்து வாழும் மக்களுடன் கலந்துரையாடல்கள், அரசியல் விவாதங்களை கட்சி என்ற அடிப்படையில் நடத்தித் தொடர்புகளைப் பேணவே எண்ணியிருந்தோம்.

எனினும் புகலிடத்தில் 'புதிய ஜனநாயக மக்கள் முன்னணி' என்ற பெயரில் இயங்கிய சிலர் தங்களையும் இணைத்துக் கொள்ளுமாறு

தொடர்ச்சியாகக் கோரி வந்தனர். அவர்களுடன் கட்சிக்கு நெருக்கமான தொடர்பு இருந்தது. ஆனால் புதிய ஜனநாயக மக்கள் முன்னணியின் கட்டமைப்பும் செயற்படும்விதமும் அவர்களோடு சேர்ந்து இயங்குவதற்குப் பெரும் தடையாக இருந்தன. அமைப்பு ரீதியாக இயங்கப் பழக்கப்படாதவர்களாகவே அவர்களிருந்தனர்.

புலம்பெயர் நாடுகளில் வசிக்கும் முன்னிலை சோசலிசக் கட்சியின் உறுப்பினர்களை கொண்டு மக்கள் போராட்ட இயக்கத்தினை கட்டியெழுப்பும் திட்டமே எம்மிடமிருந்தது. ஆனால் மக்கள் போராட்ட இயக்கம் செயற்படுத்தப்படாமையினால் 'சம உரிமை இயக்கம்' என்ற பெயரில் இயங்கத் தீர்மானிக்கப்பட்டது. இதன் மூலம் அதுவரை வாய்ப்புகளின்றி இருந்த 'புதிய ஜனநாயக மக்கள் முன்னணி'க்காரர்களுக்கு செயற்படச் சந்தர்ப்பம் கிடைத்தது. முன்னிலை சோசலிசக் கட்சியும் வெளிநாடுகளில் பணியாற்றுவதாகக் காட்டிக்கொள்ள அதனைப் பயன்படுத்தியது. கொள்கை இணக்க அடிப்படையில் புலம்பெயர் நாடுகளில் சம உரிமை இயக்கம் உருவாக்கப்படவில்லை. அந்த உருவாக்கம் வெறும் சந்தர்ப்பவாதமாகவே இருந்தது. எம்முடன் இணைந்து செயற்பட்ட புலம்பெயர்ந்த இலங்கையர்கள் தங்களுக்குச் சாதகமான முறையில், முரண்பாடான வகையில் சம உரிமை இயக்கத்தினைப் பிரச்சாரப்படுத்திக் கொண்டார்கள். மொத்தத்தில் புலம்பெயர்ந்த இலங்கையர்களால் சிறிதளவு பிரச்சார வெளிச்சம் கிடைத்ததைத் தவிர வேறெந்த நன்மைகளும் கிட்டவில்லை.

உண்மையில் இந்தப் புலம்பெயர்ந்த செயற்பாட்டாளர்கள், முன்னிலை சோசலிசக் கட்சி தமிழ் மக்களின் பிரச்சினைகள் தொடர்பாகக் கடைபிடித்த தவறான கொள்கைகளைக் கேள்விக்குட்படுத்தி மாற்றங்களை ஏற்படுத்தும் வாய்ப்புகளை தவறவிட்டனர். கட்சி அதற்கான கதவுகளைத் திறந்து விட்டிருந்தபோதும் அதைச் சரியாகப் பயன்படுத்தத் தவறியதோடு கட்சியின் நிலைப்பாடு சரியானது எனச் சான்றிதழ் வேறு அளித்தார்கள். இனப்பிரச்சினை விவகாரத்தில் நானும் இன்னும் சிலரும் கட்சியின் நிலைப்பாட்டை விமர்சிக்கும் போது, சம உரிமை இயக்கத்தில் இணைந்து கொண்ட புலம் பெயர்ந்தவர்களை முன்நிறுத்தி நான் தோற்கடிக்கப்பட்டேன். கட்சியின் நிலைப்பாடு சரியானது என அவர்களைச் சுட்டிக்காட்டி வாதங்கள் முன்வைக்கப்பட்டன. அந்த வகையில் புலம்பெயர் சமூகத்தில் சம உரிமை இயக்கத்தில் இணைந்து கொண்டவர்கள் பின்னடைவையே ஏற்படுத்தியிருக்கின்றனர்.

இலங்கையில் பெரிய அளவில் எதனையும் செய்யாமல் புலம்பெயர் நாடுகளில் முன்னெடுக்கப்பட்ட நிகழ்வுகள் கட்சிக்குள்ளும் வெளியிலும் எதிர்மறையான எண்ணங்களை உருவாக்கி விட்டிருந்தன. புகலிடச் செயற்பாட்டாளர்களின் நடவடிக்கைகளை இலங்கையில் சம உரிமை இயக்கத்தின் உறுப்பினர்களாக இருந்தவர்கள் கடுமையாக விமர்சித்தார்கள். புகலிடத்தில் சரியான அரசியல் புரிதல்களின்றியே செயற்பட ஆரம்பித்து ‘மே தினம்’ கொண்டாடும் நிலைவரை சென்றிருந்தார்கள். இந்த விடயத்தில் குமார் குணரத்தினம் தன்னிச்சையாகச் செயற்பட்டமை குறித்து பலத்த விமர்சனமும் கட்சிக்குள் வைக்கப்பட்டது. இலங்கை சம உரிமை இயக்கத்திற்கும் - புகலிட சம உரிமை இயக்கத்திற்கும் இடையில் நேரடியான தொடர்புகள் இருக்கவில்லை என்பதும் குறிப்பிடத்தக்கது. இலங்கையில் சம உரிமை இயக்கத்தின் செயற்பாடு கடந்த வருடத்தின் ஏப்ரல் மாதம் முதல் சுயமாகவே முடக்கப்பட்டிருக்கின்றது.

- **நீங்கள் முன்னிலை சோசலிசக் கட்சியிலிருந்து விலகும் முடிவை எப்போது எடுத்தீர்கள்?**

முன்னிலை சோசலிசக் கட்சியில் செயற்பட ஆரம்பித்த சிறிது காலத்திலேயே இனப்பிரச்சினை விவகாரத்தில் கட்சியை விட்டு வெளியேறிச் செயற்பட நேரிடும் என்பதை உணர்ந்து கொண்டேன். கட்சியை விட்டு வெளியேறிய பலர் இதனை எனக்குக் கூறிச் சென்றிருந்தார்கள். ஆனால் இத்தனை விரைவில் வெளியேற நேரிடும் என நான் நினைத்தும் பார்க்கவில்லை.

தாய்க் கட்சியான ஜே.வி.பி மீது முன்னிலை சோசலிசக் கட்சி முன்வைத்த முதன்மையான விமர்சனமே, கட்சி உறுப்பினர்களைக் கையாள ஏதேச்சாதிகார ஏமாற்றுத் தந்திரோபாயங்களை ஜே.வி.பி. வகுத்துச் செயற்பட்டது என்பதாகும். அதே விமர்சனத்தைப் பின்பு நான் இவர்கள் மீதே வைக்க நேரிட்டது.

ஜே.வி.பியில் இருந்து பிரியும்போது ஜே.வி.பி. தலைமை பொது எதிரியாகயிருந்ததால் பிரிந்து வந்தவர்களிடையே இருந்த கருத்து வேறுபாடுகள் துலக்கமாகத் தெரியவில்லை. ஆனால் சிறிது காலம் கடந்ததுமே ஜே.வி.பியில் நடந்தது போலவே முன்னிலை சோசலிசக் கட்சியிலும் குறுக்கு வழிகளில் அதிகாரத்தை நிலைநாட்டும் நடவடிக்கைகள் ஆரம்பித்தன. கட்சிக்குள் நடந்த மோதல்கள் கட்சியை நிர்வகிக்க முடியாத

நிலைமைகளை ஏற்படுத்தின. புபுது ஜெயகொட, குமார் குணரத்தினம் தலைமையிலான குழு - அசோக்க தலைமையிலான குழு என இரண்டு பிரிவுகள் தோன்றின. புபுது ஜெயகொட தலைமையிலான குழு ஜே.வி.பியின் தலைமை போன்று தங்களது ஆதிக்கத்தை நிலைநாட்ட முயல அதற்கெதிரான கருத்துகளுடன் இருந்தவர்கள் அசோக்க தலைமையில் ஒன்று சேர்ந்தார்கள். இந்த மோதல்களில் குமார் குணரத்தினம் கடத்தப்பட்டது தொடர்பாகக் கட்சி கூறிய கட்டுக்கதைகள், மற்றும் குமார் குணரத்தினம்- திமுது ஆட்டிகல விவகாரங்கள் என்பன வெளிச்சத்திற்குவர இவை அமைப்புரீதியிலான கடுமையான பிரச்சினைகளாக உருவெடுத்தன. இதனை மூடி மறைக்க குமார் குணரத்தினம் அணியினரால் 'உட்கட்சி விவாதம்' என்ற தந்திரோபாயம் திணிக்கப்பட்டது. சொல்வதைச் செய்யப் பழக்கப்பட்ட உறுப்பினர்கள் பலர் எந்தக் கேள்வியும் கேட்கவில்லை. எதிர்த்துக் கேள்வி கேட்டவர்கள் ஓரங்கட்டப்பட்டார்கள். நெருக்கடிகள் தொடர்பாகக் கட்சித் தலைமை பொய்களைக் கூற ஆரம்பித்தது. போலியான விவாதச் சுற்றுகள் நடத்தப்பட்டன. கட்சிக்குள் தனிமனித ஒழுக்கம் சார்ந்த பிரச்சினைகள் தீவிரமாகத் தலைதூக்கின.

முன்னிலை சோசலிசக் கட்சி தற்போது தாய்க் கட்சியான ஜே.வி.பியின் நிலைக்கே சென்றுள்ளது. முன்னிலை சோசலிசக் கட்சியுடன் சேர்ந்து பணியாற்ற ஒருவரால் முடியுமாயின் அவர் ஜே.வி.பியுடனும் இணைந்து செயற்பட முடியும். கட்சியின் அதிருப்தியாளர்கள் பிரிந்து செல்ல முடியாத நிலையில் இருக்கின்றனர். ஆனால் சூழ்நிலைகள் அமையும்போது நிச்சயம் ஒரு பிளவு நடக்கும். பிரிந்து செல்பவர்கள் மீண்டும் முரண்படுவார்கள். இது ஒரு தொடர்கதையாகவே இருக்கப் போகிறது.

இவ்வாறான எதேச்சாதிகாரப் போக்கும் அதன் காரணமாக கட்சியின் நிலைப்பாடாக அறிவிக்கப்பட்ட கொள்கைகளும் கட்சியில் தொடர்ந்தும் செயற்படுவதற்கான எந்த நம்பிக்கைகளையும் எனக்குத் தரவில்லை. தமிழ் பேசும் மக்களை அரசியல்ரீதியாகச் சென்றடைய முடியாத, இடதுசாரியத் தார்மீக நெறிமுறைகளை மதிக்காத கட்சியில் செயற்படுவது அர்த்தமற்றது என்பதாலும் தமிழ் பேசும் மக்கள் மத்தியில் இடதுசாரிய அரசியலை வலுவான முறையில் கொண்டு செல்லும் பணியை ஆற்ற வேண்டும் என்ற இலட்சியத்தினாலுமே கட்சியிலிருந்து விலகிச் செயற்படும் முடிவை எடுத்தேன். இதன் அர்த்தம் சிங்கள உழைக்கும் வர்க்கத்தினுடன்

வர்க்க ஒற்றுமையை மறுப்பதும் அவர்களுடன் ஒன்றிணைந்து சாத்தியமான போராட்டங்களை நடத்துவதை மறுப்பதும் அல்ல.

- **உங்களது விலகலை முன்னிலை சோசலிசக் கட்சி எப்படி எதிர்கொண்டது, ஏதாவது அச்சுறுத்தல்கள் இருந்தனவா?**

கட்சியின் பிழையான போக்கைச் சுட்டிகாட்டி நான் முன்னெடுத்த உட்கட்சிப் போராட்டம் கட்சித் தலைமைக்கு நெருக்கடியை ஏற்படுத்தியிருந்தது. ஆகவே என்னை மாணவர் அமைப்பிலிருந்து வெளியேற்றி, கேகாலை மாவட்ட செயற்குழுவிற்கு மாற்றம் செய்தார்கள். அதன்மூலம் என்னால் எழுந்த நெருக்கடியைச் சமாளிக்கவும் மூடிமறைக்கவும் முயன்றார்கள். கட்சியின் இளையோர்கள் மத்தியில் எனது கருத்துக்களுக்கு ஆதரவு கிடைத்ததோடு கட்சியின் போக்கை எதிர்த்து வெகுசனங்கள் மத்தியில் போராட்டங்களை முன்னெடுக்கவும் இணங்கியிருந்தார்கள். அவ்வாறான ஓர் ஆர்ப்பாட்டத்திற்கு ஏற்பாடுகளைச் செய்து கொண்டிருந்த சமயத்திலேயே என்னை மாணவர் அமைப்பின் பணிகளில் இருந்து விடுவித்தனர்.

எனவே நான் அமைப்புரீதியான பணிகளில் இருந்து விலகியபோது கட்சி கவலை கொண்டது என்பதை விட நிம்மதி அடைந்தது என்பதே உண்மை. எனினும் என்னைக் கட்சியுடன் தொடர்ந்து தொடர்பைப் பேணுமாறு கேட்டதோடு பிரச்சினைகள் விரைவில் தீரும் என்றும் கூறினார்கள்.

கட்சி நான் முன்வைத்த விமர்சனங்களிற்குப் பதிலளிப்பதற்குப் பதிலாக எவ்வாறேனும் என்னைக் கட்சியில் தக்கவைக்கவே முயற்சி செய்தது. விலகிய பின்னும் தொடர்ச்சியாக தொடர்புகொண்டு என்னுடன் கதைத்தார்கள். இதன்மூலம் நான் கட்சியிலிருந்து விலகவில்லை என்ற தோற்றத்தைக் கட்சிக்குள் ஏற்படுத்தினார்கள். நான் வெளியேறிய விடயம் கட்சி உறுப்பினர்களிற்கு பரவலாகத் தெரிந்ததுமே, நான் விரைவில் மீண்டும் கட்சியில் இணைந்துகொள்வேன் என்று கூறிச் சமாளித்தார்கள். இப்போதுவரை கட்சியில் இணைந்து கொள்ளுமாறு அழைப்புவிடுத்துக்கொண்டே இருக்கின்றார்கள்.

கட்சியினர் அச்சுறுத்தல்கள் எதையும் எனக்குத் தரவில்லை. அரசாங்கத் தரப்பிலிருந்து சில அமைச்சர்களும் அமைச்சின் செயலாளர்களும் கட்சியின் தகவல்களை, குறிப்பாக மாணவர் இயக்கத்தின் செயற்பாடுகள் தொடர்பான தகவல்களைத் தருமாறு

என்னை அச்சுறுத்தினார்கள். புலனாய்வாளர்களின் அச்சுறுத்தல்கள் பலமாக இருந்தன. அச்சுறுத்தல்களிற்குப் பணிவது எனது இயல்பல்ல.

- **முன்னிலை சோசலிசக் கட்சிக்கு இப்போது மக்களிடையே, குறிப்பாகச் சிறுபான்மை மக்களிடையே எத்தகைய ஆதரவுண்டு?**

முதலில் 'மக்கள் போராட்ட இயக்கம்' என்ற பெயரில் இயங்க ஆரம்பித்த காலத்தில் மக்கள் மத்தியில் பெரும் வரவேற்பு இருந்தது. அதன் பிறகு மக்கள் மத்தியில் வரவேற்பு குறைந்தாலும் குறிப்பிடத்தக்க ஆதரவு இருந்தது. ஏராளமானோர் இணைந்து பணியாற்ற முன்வந்தனர். ஆனால் தற்போது முன்னிலை சோசலிசக் கட்சி தமிழ் மக்களின் ஆதரவை இழந்துள்ளது. கட்சியில் அரசியல் பணியாற்றக் கூடிய தமிழ் உறுப்பினர்கள் யாரும் இல்லை. ஆதரவளித்த மக்களும் வேறு கட்சிகளின் பக்கம் சென்று விட்டனர். தமிழ் மக்களிடையே மட்டுமல்ல, சிங்கள மக்களிடையேயும் கட்சி ஆதரவை இழந்துவிட்டது.

- **குமார் குணரத்தினத்தோடு அரசபடைகளால் கடத்தப்பட்ட, கட்சியின் மகளிர் அணியின் அமைப்பாளர் திமுது ஆட்டிகல இப்போது முன்னிலை சோசலிசக் கட்சியில் இல்லையா?**

திமுது ஆட்டிகல கட்சியின் மத்திய குழு கூட்டத்திலிருந்து எழுந்து சென்றது முதல் இப்போதுவரை தலைமறைவாகவே இருக்கின்றார். இறுதியாக கண்டிப் பிரதேசத்திற்குச் சென்றதாக அறியக் கிடைத்தது. தற்போது கட்சியில் அவர் இல்லை. ஆனால் கட்சியில் ஒருசிலருடன் தொடர்பில் இருக்கிறார் என நம்புகின்றேன். அவர் அமைப்பாளராகயிருந்த பெண்கள் அமைப்பும் கலைக்கப்பட்டு விட்டது.

- **வேறு யாரெல்லாம் இப்போது முன்னிலை சோசலிசக் கட்சியிலிருந்து விலகியுள்ளார்கள்?**

உண்மையில் முன்னிலை சோசலிசக் கட்சியில் முழுநேரச் செயற்பாட்டாளராக இணைந்து கொண்ட இறுதியான நபர் நானே ஆவேன். கட்சி ஆரம்பித்த பின் எவரும் முழுநேரப் பணியாளராக இணைந்து கொள்ளவில்லை. ஆனால் நிறைய முழுநேரப் பணியாளர்கள் கட்சியிலிருந்து விலகிவிட்டார்கள். முதலில் மாணவர் அணியின் பொறுப்புகளிலிருந்த இருவர்

வெளியேறினார்கள். அவர்கள் இனப்பிரச்சினை விடயத்தில் கட்சி எடுத்த நிலைப்பாடு தொடர்பாகக் கடும் அதிருப்தியுடனும் ஏமாற்றத்துடனும் வெளியேறினார்கள். அதன்பின்பு ஒன்பது மத்திய குழு உறுப்பினர்கள் கட்சியிலிருந்து வெளியேறி தனியாகச் செயற்பட ஆரம்பித்தனர். இந்த ஒன்பது பேர்களின் வெளியேற்றத்தோடு கிட்டத்தட்ட நூறு உறுப்பினர்கள் வரையில் கட்சிப் பணிகள் செய்வதை நிறுத்தியிருந்தார்கள். ஜே.வி.பியின் மத்திய மாகாணசபை உறுப்பினராகயிருந்த பூமிநாதனின் தலைமையில் தமிழ் உறுப்பினர்கள் சிலர் இலங்கைத் தொழிலாளர் காங்கிரசுடன் இணைந்து கொண்டார்கள்.

தற்போது மத்திய குழுவிலிருந்து வருண ராஜபக்ச நீக்கப்பட்டுள்ளார். திமுது ஆட்டிகலவும் நீக்கப்பட்டுள்ளார். ஜமிந்த சிறிவர்தன விலகியுள்ளார். மீனவர் அணியின் அமைப்பாளராகயிருந்த பிரசன்ன அமரசேகரவும் கட்சியை விட்டு நீக்கப்பட்டுள்ளார். கட்சியின் முழுநேர உறுப்பினர்கள் பலர் விலகியுள்ளனர். சரியான எண்ணிக்கை தெரியவில்லை. சில மாதங்களுக்கு முன்பு, கட்சியில் யார் இருக்கின்றார்கள் யார் இல்லை என்றே தெரியாத குழப்பம் நிலவுமளவிற்கு பெரும் எண்ணிக்கையானோர் கட்சியை விட்டு விலகியிருந்தார்கள். கட்சியுடன் தொடர்பில் இருந்தவர்களில் பலர் தொடர்புகளை நிறுத்தி விட்டார்கள். மேலும் பலர் வெளியேறினாலும் ஒன்றும் செய்ய முடியாது என்ற நிலையில் கட்சியில் செயற்படுகின்றார்கள். பெரும்பாலான இளைஞர்கள் அதிருப்தியுடனேயே கட்சியில் நீடிக்கிறார்கள்.

- உண்மையிலேயே முன்னிலை சோசலிசக் கட்சி சிறுபான்மை இனங்களின் சுயநிர்ணய உரிமையை ஏற்றுக்கொள்கிறதா?

இல்லை! எந்த வகையிலும் ஏற்றுக்கொள்ளவில்லை. தமிழ் மக்களின் பிரச்சினையை வெறும் நிர்வாகப் பிரச்சினையாகவே அவர்கள் பார்க்கின்றனர். தமிழ் மக்களின் போராட்டங்கள் அனைத்தையும் இனவாதப் போராட்டமாகவே காண்கின்றார்கள். முதலாளித்துவம் இனங்களிற்கு இடையிலான சுவர்களை உடைத்து இலங்கைத் தேசியத்தை ஏற்படுத்தும், இனங்கள் தமக்குள் ஒன்று கலக்கும் என்பதே முன்னிலை சோசலிசக் கட்சியின் அடிப்படைக் கொள்கை. அந்த வகையில் தமிழ்ப் பகுதிகளில் சிங்களக் குடியேற்றங்கள் ஏற்படுத்தப்படுவதை இவர்கள் உள்ளூர விரும்புகின்றார்கள். இவர்கள் ஜே.வி.பியிலிருந்த காலத்திலிருந்தே சுயநிர்ணய உரிமையை மறுப்பதற்கான காரணம் இனவாதமேயாகும்.

இப்போது அதை மூடிமறைத்து வேறு வார்த்தைகளில் சொல்கிறார்கள். இலங்கைத் தேசியத்தை உருவாக்குவதில் முதலாளித்துவம் இன்னும் வெற்றி பெறவில்லையாயினும் இனங்களுக்கிடையிலான சுவர்களை முதலாளித்துவம் உடைத்து விட்டது, ஆகவே தனித்துவமான தேசியங்கள் எதுவும் இங்கில்லை, தேசியப் பிரசைகளே இருக்கின்றனர், இந்த நிலையில் சுயநிர்ணய உரிமை பிரயோகிக்க கூடியதல்ல என்பதே இவர்களின் வாதம். சுயநிர்ணய உரிமையை மறுப்பதற்காக 'தேசிய பிரசைகளை' கண்டுபிடித்திருக்கிறார்கள். இதனைப் புலம்பெயர்ந்த தமிழர்கள் சிலரும் அப்படியே ஏற்றுக்கொண்டு நியாயப்படுத்திக்கொண்டிருப்பது கவலைக்குரியதாகும்.

- **மலையக மக்கள் விரோதம் என்பது ஜே.வி.பியின் அடிப்படைக் கொள்கைகளில் ஒன்று. இதிலிருந்து முன்னிலை சோசலிசக் கட்சி வேறுபடுவதாக நினைக்கிறீர்களா?**

இது முக்கியமானதும் பலர் கவனிக்கத் தவறியதுமான விடயமாகும். ஜே.வி.பி. மலையக மக்களை இந்திய விஸ்தரிப்புவாதத்தின் ஒருபகுதியாகவும் அவர்கள் விரும்பினால் இங்கு இருக்கலாம், அல்லது இந்தியா செல்லலாம் என்ற மாற்றான் மனப்பான்மையுடனுமே நோக்கினார்கள். மலையக மக்களை போராட்டத்தின் பிரதான சக்திகளாக ஜே.வி.பி. கருதவில்லை. இன்றும் அந்த நிலையில் பெரிதாக மாற்றம் இல்லை. மேலும் தமிழ் மக்கள் மத்தியிலான அரசியல் செயற்பாடு என்பது யாழ்ப்பாணத்தில் செயற்படுவது மட்டுமே என்றே அவர்கள் எண்ணுகிறார்கள். இது தொடர்பான விவாதங்களின்போது அரைகுறை மனதுகளுடன் பிழைகளை ஒப்புக்கு ஏற்றுக்கொள்வார்கள்.

ஜே.வி.பி. யுத்தகாலத்தில், வடக்கு - கிழக்கு மக்களுக்கு தீர்வை வழங்கினால் வடக்கு - கிழக்கிற்கு வெளியே வாழும் மக்கள் என்ன செய்வது? என்று கேள்வி எழுப்பியிருந்தார்கள். புலிகள் இனவாதத்தை முன்னெடுத்து தமிழ் மக்களைத் தம்மிடமிருந்து பிரித்து வைத்ததாகவும், தமிழ் மக்களுடன் ஜே.வி.பி.அரசியல் செய்வதற்கு புலிகளே தடையாக இருந்ததாகவும் இவர்கள் கூறிவந்திருக்கிறார்கள்.

ஆனால் வடக்கு - கிழக்கிற்கு வெளியே இருந்த தமிழர்களிடையே கூட ஜே.வி.பி. செயலாற்றவில்லை. யாழ்ப்பாணத்தை விடவும் அதிகமான தமிழர்கள் கொழும்பில் வசிப்பது குறிப்பிடத்தக்கது.

முஸ்லிம், மலையக மக்கள் மத்தியில் செயலாற்றவும் ஜே.வி.பி. பெரிய அளவில் ஆர்வம் காட்டவில்லை.

- **இலங்கையின் இன்றைய அரசியல் சூழலை எவ்வாறு மதிப்பிடுகிறீர்கள்?**

யுத்தத்தின் வெற்றி தோல்விகளே ஆட்சி மாற்றத்தை தீர்மானித்தன. யுத்தம் முடிந்த பின்னால் மகிந்த ராஜபக்சவே அதன் நிரந்தரப் பலன் பெறும் நபராகிவிட்டார். இலங்கையின் பிரதான எதிர்க்கட்சிகளுக்கு இடையில் எந்தவித கொள்கை வேறுபாடுகளுமில்லை. மகிந்த தேசியவாதத்தை வரிந்து கட்டிக் கொண்டதோடு மக்கள் மத்தியில் எளிமையான தலைவராகத் தன்னை இருத்திக்கொண்டுள்ளார். மகிந்தவின் ஆட்சி கொடுங்கோல் ஆட்சியாகும். இது சர்வாதிகார ஆட்சியல்ல. நெருக்கடிகளை சமாளிக்க நடத்தப்படும் ஆட்சியே இதுவாகும்.

இன்றைய நிலைமையில் மகிந்தவை வீழ்த்துவதற்கு, மகிந்தவை விட இனவாதம் பேசக் கூடிய, முதலாளித்துவ தாராளப் பொருளாதாரத்தை தீவிரமாக நடைமுறைப்படுத்தக் கூடிய தலைமைத்துவத்தைத் தேடுகின்றார்கள். இதன் பெறுபேறாக சஜித், சரத் பொன்சேகா போன்றவர்கள் முன்னிலைப் படுத்தப்படுகிறார்கள். யார் ஆட்சிக்கு வந்தாலும் நிலைமை சீராகப் போவதில்லை. தமிழ் மக்களின் நிலைமையிலும் மாற்றம் ஏற்படப் போவதில்லை. இன்றைய சூழ்நிலையில் குறைந்தபட்ச சனநாயக கோரிக்கைகளைத் தன்னும் வென்றெடுக்க கூடிய ஓர் அரசியல் இயக்கம் நமக்கு அவசியமாகயிருக்கிறது.

- **சிங்கள மக்களிடமிருந்து அரசுக்கு எதிரான ஓர் இடது அரசியல் இயக்கம் பலமுடன் தோன்ற வாய்ப்புகளுள்ளதா?**

வாய்ப்புகள் இல்லையென்று மறுப்பதற்குக் காரணங்கள் இல்லை. வர்க்க ஒடுக்குமுறை இருக்கும்வரை வாய்ப்புகளிற்கான கதவுகள் திறந்தே உள்ளன. ஆனால் தற்போதைய ஜே.வி.பியினாலோ அல்லது முன்னிலை சோசலிசக் கட்சியினாலோ வலுவான இடதுசாரி அரசியல் இயக்கத்தை தோற்றுவிக்க முடியாது. இவை உண்மையில் சிறுமுதலாளித்துவ சிந்தனை கொண்ட கட்சிகளாகும். இந்தக் கட்சிகளால் ஒருபோதும் புரட்சியை நடத்த முடியாது. ஒருவேளை இவர்கள் ஆட்சியைக் கைப்பற்றினால் சாதாரண மக்களால் நாட்டில் வாழ முடியாத நிலையே ஏற்படும். இவை மையப்படுத்தப்பட்ட அல்லது ஒன்று குவிக்கப்பட்ட 'சனநாயகத்தை' கொண்ட

கட்சிகளாகும். இங்கு தலைமை வெங்காயத்தை வெள்ளை பூடு எனக் கூறினால் அனைவரும் ஏற்றுகொண்டேயாக வேண்டும். விக்ரமபாகு கருணாரட்ன, சிறிதுங்க ஜெயசூர்யா, தீப்திகுமார போன்றவர்கள் தலைமையிலிருக்கும் கட்சிகளின் நிலையும் இதுதான்.

உண்மையில் இடதுசாரிகள் மக்களுக்கு எத்தகைய அரசியல் விழிப்புணர்வை ஏற்படுத்தினாலும் அது பயன் அளிப்பதில்லை. சுரண்டலையும் ஒடுக்குமுறையையும் மக்கள் எதிர்கொண்டாலும் அவற்றை எதிர்க்க மக்கள் முன்வருவதில்லை. இது உலகளாவிய பிரச்சினையாகும். சுரண்டலை மக்கள் விரும்பி ஏற்கின்றார்கள். அப்படியாயின் சுரண்டலிற்கு ஆளாவதால் மக்களுக்கு இன்னுமொரு விடயம் கிடைக்கின்றது. அது குறித்த தரவேற்றங்களையும் நிலைமை இவ்வாறு நிலைத்திருப்பதற்கான முதலாளித்துவப் பொருளாதாரத்தின் தற்போதைய பண்புகளையும் சரியாக விளங்கிக் கொண்டு அரசியலை முன்னெடுக்கும் போது பலமான இடது இயக்கம் ஒன்றைக் கட்டியெழுப்புவது சாத்தியமாகும்.

அத்தகைய முயற்சிகள் ஆரோக்கியமான முறையில் நடந்துவருகின்றன. இளைஞர்கள் பலர் துடிப்பாக இயங்கி வருகின்றார்கள். சரியான அரசியல் தலைமைத்துவம் உருவாகி இடதுசாரிய தார்மீக நெறிமுறைகளைக் கையாளும்போது பலமான இடது இயக்கம் சாத்தியமாகும். அது நீங்கள் கேட்டது போல சிங்கள மக்கள் மத்தியிலிருந்து எழும் இடது இயக்கமாகவே அமையும்.

காரணம், இங்கு முதன்மைப் பிரச்சினையாக சிங்கள இனவாதமே இருப்பதாகும். சிறுபான்மையினரின் உரிமைகளுக்காக சிங்கள மக்கள் மத்தியில் துணிவுடன் பிரச்சாரம் செய்து பௌத்த பேரினவாதத்தை எதிர்க்காமல், சிங்கள மக்கள் இயல்பாகவே கொண்டிருக்கும் தாழ்வு மனப்பான்மையைப் போக்காமல் இனவாத ஒழிப்பு சாத்தியமாகாது. பௌத்த சிங்களப் பேரினவாதத்தை எதிர்ப்பவர்கள் சிங்கள மக்கள் மத்தியில் பணியாற்றுவதில்லை. அவர்கள் ஊடகங்களிலேயே செயற்படுகின்றார்கள். சிங்களச் சமூகத்தில் ஆழமாக வேர்விட்டிருக்கும் இனவாதம் சிறுபான்மை இனத்தவர்களின் ஆதரவைப் பெற்ற இடதுசாரி இயக்கத்திற்கு வாய்ப்புகளைத் தற்காலத்தில் வழங்கிவிடாது. எனவே சிங்கள மக்களின் பரந்துபட்ட ஆதரவைப் பெறும் இடதுசாரி இயக்கத்தை உருவாக்கும் திறன் தற்போது யாருக்குமில்லை.

இதற்கு வெளியே தோன்றும் இடது இயக்கம் சிங்களத் தேசியவாதத்தைக் கொண்ட இடது இயக்கமாகவே அமையும். அந்த இயக்கத்தால் தமிழர்களுக்கு விடுதலைக்கு பதிலாக ஒடுக்குமுறையே பரிசாக வழங்கப்படும். எனவே தற்போது தமிழ் மக்கள் இல்லாத, அரசிற்கு எதிரான சிங்களத் தேசியவாத இடதுசாரி இயக்கமே சாத்தியமாகயிருக்கிறது என்பதுதான் துயரமான எதிர்வுகூறல்.

இடதுசாரிகள் ஆபத்துகளையும் கல்லெறிகளையும் பொருட்படுத்தாமல் துணிச்சலுடன் ஒன்றிணைந்து, பௌத்த சிங்களப் பேரினவாத அரசியலை எதிர்க்க முன்வருவார்களாயின் மார்க்ஸியம் பாதி இனவாதம் மீதி என்ற வகையிலான இடதுசாரி இயக்கத்தினைத் தவிர்த்து உண்மையான இடதுசாரி இயக்கத்தினைக் கட்டியெழுப்ப முடியும். அதைச் செய்ய கூடியவர்கள் என எவரும் தற்போது அரசியல் அரங்கிலில்லை.

- **இப்போது நீங்கள் 'ஈரோஸ்' அமைப்பில் இயங்குகின்றீர்கள். உண்மையிலேயே அதுவொரு செயலற்ற அமைப்பல்லவா?**

ஆம்! ஈரோஸ் செயலற்ற அமைப்புத்தான். எண்பதுகளில் இருந்த ஈரோஸ் இன்றில்லை. அதன் பெயர் மட்டுமே பயன்படுத்தப்படுகிறது. அரசு சார்பு அரசியலை முன்னெடுக்க ஈரோஸின் பெயரில் சிலர் களமிறக்கப்பட்டிருந்தார்கள். அவர்கள் இன்று பல கூறுகளாகப் பிளவுபட்டு விட்டனர். தற்போது ஈரோஸ் என்ற பெயரையும் 'ஈழவர் சனநாயக முன்னணி'யையும் தனியொருவர் தனது கட்டுபாட்டில் வைத்திருக்கிறார். ஒரு செயற்குழுவேனும் இல்லாமல் கட்சி ஒன்றை ஒருவர் வைத்திருக்கிறார் என்றால் அது எப்படியானது என்பதை நான் சொல்லித்தான் அறிய வேண்டும் என்பதில்லை. ஆனால், பழைய ஈரோஸின் ஆதரவாளர்கள் விவரம் தெரியாமல் ஈரோஸிற்கு ஆதரவளிக்கத் தயாராக இருந்தார்கள். அந்தக் காரணத்திற்காகத்தான் ஈரோஸ் என்ற பெயரை அரசாங்கம் பயன்படுத்த நினைத்தது.

முன்னிலை சோசலிசக் கட்சியிலிருந்து நான் விலகியதன் பின்பாக, என்னுடன் தோழமையான அரசியல் செயற்பாட்டிலிருப்பவர்களையும் ஈரோஸிற்கு ஆதரவளிப்பவர்களையும் அமைப்புமயப்படுத்தி சகல சிறுபான்மை இனங்களையும் உள்வாங்கக் கூடிய புரட்சிகர அமைப்பை உருவாக்கும் நோக்கிலேயே நான் ஈரோஸில் இணைந்தேன். ஈரோஸின் தற்போதைய செயற்பாடுகளைக் குறித்து விபரமாகக் கூறுவது சற்றுச் சிரமமானது. ஆனால் ஒரு விடயத்தைக் கூறலாம்,

முற்போக்குச் சிந்தனையாளர்களை அமைப்புமயப்படுத்தி விரைவில் வெகுசனச் செயற்பாடுகளை ஆரம்பிப்போம். அந்தப் பணியினை ஈரோஸின் பெயரில் செய்வதே எமது நோக்கம். தற்போது தமிழ் மக்கள் இருக்கும் மனநிலையில் இவ்வாறான அடையாளத்துடன் இயங்குவது மக்களைச் சென்றடைய எளிதான வழியாக இருக்கும். இப்படி உருவாகும் அமைப்பு பழைய ஈரோஸின் தொடர்ச்சியாகவன்றி சமகால நிலைமைகளிற்கு அவசியமான சுயவிமர்சனங்களை ஏற்றுக்கொண்ட அமைப்பாகவும் புதிய சிந்தனைகளுடனும் அமையும். வெற்றி பெற முடியும் என்பதே எனது நம்பிக்கையாகும். ஒருவேளை இந்த முயற்சி கைகூடாவிட்டாலும் நல்லதொரு தொடக்கத்திற்கான படிப்பினையாகவேனும் இது அமையும்.

கருணாகரன்

எல்லோருடைய கண்ணீரையும் எடுத்துச் செல்பவன்

ஈழநிலத்தின் நித்திய வடுவாயிருக்கும் ஆனையிறவுப் படைத்தளத்திலிருந்து அய்ந்து நிமிடப் பயணத் தூரத்திலிருக்கும் 'இயக்கச்சி' கிராமத்தில் 1963-ல் பிறந்தவர் கவிஞர் கருணாகரன். ஈழப்போராட்டம் முனைப்புற்ற எண்பதுகளின் ஆரம்பத்தில் காங்கேசன்துறை சீமெந்து ஆலையில் தொழிலாளியாகயிருந்தபோது மார்க்ஸியத்தால் ஈர்க்கப்பட்டு, இடதுசாரிச் சிந்தனையுள்ளதாக அறியப்பட்ட ஈழப் புரட்சி அமைப்பில் (ஈரோஸ்) தன்னை இணைத்துக்கொண்டவர். 1990-ல் அந்த அமைப்பு கலைக்கப்பட்டதன் பின்பாக தமிழீழ விடுதலைப் புலிகளின் அச்சு மற்றும் காட்சி ஊடகப்பிரிவுகளில் பணியாற்றியவர். 2009-ல் முள்ளிவாய்க்காலில் இலங்கை அரசபடைகளும் புலிகளும் தமிழ் மக்களுக்கு இழைத்த பெருங் கொடுமைகளை, தடுப்பு முகாமிற்குள் இருந்தவாறே தனது எழுத்துகளால் உலகம் அறியச் செய்தவர்.

யுத்தத்திற்குள்ளும், அதிகாரத்தின் கடுமையான கண்காணிப்பிற்குள்ளும் வாழ்ந்தவாறே அவற்றை எதிர்கொண்டு முப்பது வருடங்களாக இடைவிடாது எழுதிக்கொண்டிருக்கும் கருணாகரன் ஆறு கவிதைத் தொகுப்புகளையும் (ஒரு பொழுதுக்குக் காத்திருத்தல், ஒரு பயணியின் நிகழ்காலக் குறிப்புகள், பலியாடு, எதுவுமல்ல எதுவும், ஒரு பயணியின் போர்க்காலக் குறிப்புகள், நெருப்பின் உதிரம்) 'வேட்டைத்தோப்பு' என்ற சிறுகதைத் தொகுப்பையும் 'இப்படி ஒரு காலம்'

என்ற கட்டுரைத் தொகுப்பையும் நமக்கு அளித்திருக்கிறார். அவரது நேர்காணல்களின் தொகுப்பு 'ஒரு புகைப்படக்காரன் பொய்சொல்ல வேண்டியதில்லை' என்ற தலைப்பில் விரைவில் வெளிவரயிருக்கிறது.

புஷ்பராணியின் 'அகாலம்' நூலுக்கு எழுதிய முன்னுரையில் "சுயவிசாரணை என்பதும், சாட்சியமளித்தல் என்பதும் பொறுப்புக்கூறுதல் என்பதும் இரத்தத்தைச் சுத்திகரிக்கும் செயற்பாடுகளாகும். இதைச் செய்யாமல் ஏற்பட்டிருக்கும் இந்தப் பெருந்தேக்கத்திலிருந்து போராட்டத்தை எப்படி முன்னகர்த்துவது?" எனக் கேட்டிருந்த கருணாகரன் இங்கே தன் பங்கிற்கு ஓர் உரையாடல் வெளியைத் திறந்திருக்கிறார்.

18.06.2014

நான் ஒரு விவசாயக் குடும்பத்தில் பிறந்தேன். பணவசதி அதிகமில்லையென்றாலும் நிலம் தாராளமாக இருந்தது. தென்னையும் பனையும் நின்றன. வயல் இருந்தது. அய்யா, சிவராசா. ஆன்மீகவாதி. ஆனால், எந்த அமைப்பிலும் சேராதவர். அமைப்புகளில் நம்பிக்கையில்லாதவர். பற்றுகள் அதிகமில்லாதவர். நல்ல வாசிப்பாளர். அய்யாவின் சொந்த ஊர் அச்சுவேலிக்கு அருகில் உள்ள இடைக்காடு. வாசிகசாலையை உயிர்நாடியாகக் கொண்ட ஊர். அங்கே ஏற்பட்ட பழக்கம்தான் அய்யாவின் வாசிப்பு. அதனால் ஏராளம் புத்தகங்களை வைத்திருந்தார். தொழில் விவசாயம். இடைக்காட்டில் தோட்டம் செய்வது வேறு. இயக்கச்சியில் நெல் விதைப்பதும் பயிர் வளர்ப்பதும் வேறு. மழையை நம்பிய மானாவாரிச் செய்கை. மழை பிழைத்தால் வாழ்க்கையும் பிழைத்து விடும். அப்படித்தான் எல்லாமே பிழைத்தன. எனக்கு இப்பொழுதும் நினைவிருக்கிறது, எனக்கு 11, 12 வயதாக இருக்கும்போது அய்யா பழைய வயல் போதாதென்று புதுக்காடு வெட்டி வயல் விதைத்தார். பச்சைப் பசேல் என்று வளர்ந்த பயிர் ஒரு மாதத்திலேயே மஞ்சளாகிக் கருகியது. தோட்டம் செய்வதாக இருந்தால் தண்ணீர் பாய்ச்ச முடியாது. மணல் கண்டம். ஆகவே, துரவிலிருந்து பனையோலைப் பட்டையால் அள்ளி இறைக்க வேண்டும். சோளகக் காற்று எழும்ப முதல் பயிர்ப்போகத்தை முடித்திடுவது நல்லது. அதற்குப் பிறகென்றால், இறைத்துக் கட்டாது. அதைவிடக் கோடையில் துரவுகள் வற்றி விடும். அல்லது நீர் ஆழத்திற்குப் போய்விடும். ஆழத்துரவில் நீரள்ளிக் கால்நடையாக மேலேற முடியாது. இப்படியெல்லாம் சிரமப்பட்டுப் பயிர்வளர்த்தால்,

குரங்குத் தொல்லை. கூட்டம் கூட்டமாக வரும் குரங்குகள் தோட்டத்திற்குள் நுழைந்தால் அத்தனை பயிரும் நாசம். குரங்குக்குக் காவல் இருந்து மாளாது. எங்கள் ஊரில் எல்லா விவசாயிகளும் கெட்டது இந்தக் குரங்குப் பட்டாளத்தால்தான்.

அது சிறிமாவோ பண்டாரநாயக்கவின் ஆட்சிக்காலம். பாணுக்குக் கியூவில் நின்ற சனங்களில் நானும் ஒருவனாக அதிகாலை நான்கு மணிக்கு சங்கக் கடை வாசலில் நின்றிருக்கிறேன். அடுத்தடுத்த ஆண்டுகளிலும் மழை பிழைத்தது. பயிரும் பிழைத்தது. அது பிழைத்தபிறகு - வேறு வழியில்லாமல் அய்யா கூலிக்குப் போனார். எட்டுப்பேர்கள் கொண்ட குடும்பத்தை கூலிக்குப்போய் வாழ வைப்பதைப்பற்றி யோசித்துப் பாருங்கள். 'மூன்று வேளையும் சாப்பிட வேணும். அப்பிடிச் சாப்பிடக்கூடிய ஒரு வாழ்க்கை வேணும்' என்பதே அந்த வயதில் என்னுடைய பெரிய இலட்சியமாக இருந்தது,

அம்மா சிவபாக்கியம். சிறுவயதிலேயே ஒரு கண்ணில் பார்வையிழந்திருந்தாலும் நல்ல வாசகி. பெரிய எழுத்து மகாபாரதம், ராமாயணம், சிலப்பதிகாரம், மணிமேகலை என்று இதிகாசங்கள், காப்பியங்கள் தொடக்கம் விக்கிரமாதித்தன் கதைகள், ஆயிரம் தலைவாங்கிய அபூர்வசிந்தாமணி, நளவெண்பா, தேவார திருவாசகம் என்று எல்லாவற்றையும் படித்திருந்தார். பிறகு வந்த ஆனந்தவிகடன், சுடர், சுதந்திரன், கலைமகள், சாண்டில்யன், மு.வ, நா. பார்த்தசாரதி வரை தொடர்ந்து வாசித்தார். அம்மா அய்ந்தாம் வகுப்பு வரைதான் படித்தவர் என்று யாரும் சொல்ல முடியாது. தான் படித்த கதைகளையெல்லாம் அப்படியே எங்களுக்குச் சொல்வார். பிறகு அத்தைமாரும் ஒன்றுவிட்ட சகோதரியான மனோன்மணி அக்காவும் ஜெயகாந்தன், மணியன் என்று வாசித்தார்கள். அயலில் இருந்த இரத்தினசிங்கம், பத்மநாதன் இருவரும் வீரகேசரி பிரசுரங்கள் தொடக்கம் மாலைமதி வரை ஏராளம் புத்தகங்களை வாங்கினார்கள். நான் ஜெயகாந்தனின் 'ஒரு நடிகை நாடகம் பார்க்கிறாள்' நாவலை 14, 15 வயதில் வாசித்தேன்.

ஆறு பிள்ளைகளில் மூத்தவன் நான். இயக்கச்சியில் ஆரம்ப வகுப்புகளைப் படித்தேன். பிறகு பளை மகா வித்தியாலயத்தில் படித்தேன். படிக்கும்போதே அய்யாவுடன் தோட்டத்தில் வேலை செய்தேன். வயலில் உழவு, விதைப்பு, வயற்காவல், அறுப்பு, சூடடிப்பு என்று ஆயிரம் வேலைகள். இடையிடையே அய்யாவோடு கூலி வேலைக்கும் போனேன். போதாக்குறைக்கு,

மாடு மேய்ப்பு, காடு வெட்டு, கட்டை பிரட்டு, துரவு வெட்டு, வீடு மேய்ச்சல், பனை மட்டை வெட்டு, தேங்காய் உரிப்பு, குழைவெட்டு, விறகு கொத்தல், வேட்டைக்குப் போதல், சந்தையில் வியாபாரம் என்று இன்னும் ஆயிரம் வேலைகள். இப்படியெல்லாம் செய்தே படித்தேன். படிக்கின்ற காலத்தில் நல்ல ஆசிரியர்கள் கிடைத்தார்கள். அவர்களைப் பயன்படுத்திக் கொள்ளத்தான் எங்களுக்குத் தெரியவில்லை. எங்களை எப்படியாவது உருப்பட வைக்க வேண்டும் என்று ஆசிரியர்கள் எவ்வளவோ முயன்றார்கள். முறிந்தார்கள் என்றுகூடச் சொல்லலாம். எட்டாம் வகுப்பில் படித்துக் கொண்டிருக்கும் போது குழந்தை ம. சண்முகலிங்கம், சிவ பண்டிதர் க. கணபதிப்பிள்ளை போன்றவர்கள் எனக்கு ஆசிரியர்களாக இருந்தனர். ஆனால் என்ன பயன்? எங்களின் விதி வலியது. அவர்களை அது தோற்கடித்து விட்டது.

மன்னாரில் மீன்பிடித் துறைமுகக் கூட்டுத்தாபனத்தில் கட்டுமானப் பகுதியில் வேலை கிடைத்தது. அங்கே ஒரு வருடம் வேலை செய்தேன். தோதுப்படவில்லை. பிறகு ஊருக்கு வந்து உப்பளத்துக்கு வேலைக்குப் போனேன். அதுவும் சரிப்படவில்லை. பின்பு காங்கேசன்துறை சீமெந்து ஆலையில் வேலைக்குச் சேர்ந்தேன்.

இயக்கச்சி மிகத் தொன்மையான ஊராக இருந்தாலும் படித்துப் பட்டம் பெற்றவர்கள் என்று யாரும் இருக்கவில்லை. அப்பொழுது எட்டாம் வகுப்பு வரையுமான பள்ளிக்கூடம் மட்டுமே அங்கிருந்தது. பத்துப் பன்னிரண்டு ஓட்டு வீடுகள். மீதி அத்தனையும் ஓலை வீடுகள். மணல் ஒழுங்கைகள். பெரும்பாலும் கால்நடையாகத்தான் மற்ற இடத்துக்குப் போகமுடியும். சைக்கிள் ஓட்டமுடியாது. காடுகளில் உறைந்த தெய்வங்கள். என்னவோ தெரியவில்லை. காடுகளில்தான் எல்லாக் கோயில்களுமே இருந்தன. தென்னைகள் நிறைந்த தோப்புகள். மீதிக் காடுகளிலும் வெளிகளிலும் ஏராளம் பனங்கூடல்கள். இடையிடையே சிறு குளங்களும் வயல்களும். ஊரில் தோட்டமும் வயலும் காட்டு வேலையும்தான் பெரும்பாலான ஆட்களுக்கு தொழில். கொஞ்சப்பேர் பனந்தொழிலுக்குப் போவார்கள். சீசனுக்கு உப்பள வேலைக்கும் சிலர் போனார்கள்.

பங்குனி தொடங்கி வைகாசி வரை கோயில்களில் குளிர்த்தியும் பொங்கலும் கூத்தும் பாட்டும் அமர்க்களமாக இருக்கும். பெரும்பாலும் குலக்கோயில்கள்தான். ஆவணியில் கோலாகலத் திருவிழாக்கள். அக்கம் பக்கம் என பத்துப் பன்னிரண்டு

ஊர்கள் திருவிழாப் பங்கில் இருந்தன. இதில் சாதிப் பங்கும் உண்டு. வடமராட்சி கிழக்கும், பச்சிலைப்பள்ளியும் ஒன்றாக இருந்த காலமது. கடற்கரையிலிருந்தும் சனங்கள் ஊருக்கும் கோயில்களுக்கும் வருவார்கள். ஊரில் தாராளமாகத் தண்ணீர் இருந்தது. நல்ல தண்ணீரும் மண்வளமும் தாராளமான நிலமும் எல்லோருக்கும் இருந்தன. பெரிய தென்னந்தோட்டங்கள் எல்லாமே யாழ்ப்பாணத்தார்களிற்கு சொந்தமாக இருந்தன. சனங்களில் பாதிப்பேருக்குமேல் அந்தத் தோட்டங்களில்தான் வேலை செய்தார்கள். எனினும் சனங்கள் வறுமையில் வாடினார்கள்.

ஊரைப்பற்றி இன்னொன்றையும் சொல்ல வேண்டும். குலக்கோயில்கள் ஊரில் இருந்தன என்று சொன்னேன் அல்லவா. சாதிகள் நிறைந்திருக்கும் ஊரில் இப்படிக் குலக்கோயில்கள் இருப்பது வழமை. வீடுகளிலும் உறவுகளிலும் மட்டும் சாதி பார்க்கப்படவில்லை. கோயில்களில், பள்ளிக்கூடங்களில், பொதுக்கிணற்றில் என்று எல்லா இடமும் பிரிகோடுகள் தாராளமாக இருந்தன. இடையிடையே சாதிச்சண்டைகள் நடந்து பொலிசுக்கும் கோர்ட்டுக்கும் போனதும் உண்டு. ஒரு தடவை நடந்த சாதிச் சண்டையில் கிழக்குப் பகுதியில் இருந்த மக்கள் இயக்கச்சிச் சந்திக்கு வர முடியாமல், காட்டுப்பாதை வழியாக ஆனையிறவுக்குப் போய், அங்கிருந்தே பஸ் ஏறினார்கள். ஆனையிறவில் அப்பொழுது பொலிஸ் நிலையமும் சிறியதொரு இராணுவ முகாமும் இருந்தன. தங்களுக்கு கொஞ்சப் பாதுகாப்பை ஆமியும் பொலிசும் தரும் என்று கிழக்குப்பகுதி மக்கள் நம்பினார்கள். ஆனால், அங்கேயிருந்த தமிழ்ப் பொலிசார் இவர்களின் காட்டுவழியை மற்றப் பகுதியினருக்குக் காட்டிக் கொடுத்தார்கள். அவர்கள் காட்டில் காத்திருந்து இந்தப் பாதையால் வந்தவர்களைச் சுட்டனர். பிறகு பொலிஸ் பாய எல்லோரும் காட்டில் தலைமறைவாகித் திரிந்து நீதிமன்றத்தில் வெளிப்பட்டார்கள். இந்தப் பிரிகோடுகள் இன்னும் கூட மாறவில்லை.

அப்பொழுது பொது அமைப்புகளிலும் உள்ளூர் அரசியலிலும் ஈடுபட்டவர்கள் எல்லோரும் 'மேல்நிலை'யினராகவே இருந்தனர். கிராம சபை உறுப்புரிமைகளும் கிராமசபைத் தலைமைகளும் பொது அமைப்பின் நிர்வாகமும் இந்தப் 'பெரியவர்களின்' கைகளிலேயே இருந்தன. நான் பிறந்த காலத்தில் இருந்த மாதிரியே இன்னும் எனது கிராமம் உள்ளது. எந்தப் பெரிய முன்னேற்றமும் இல்லை. அப்போதாவது, ஊருக்குள் மோதல்களும் முரண்பாடுகளும்

இடையிடையே இருந்தாலும் ஒட்டுறவிருந்தது. இப்பொழுது அதுவும் இல்லை.

- 'தேனி' இணையத்தில் புலிகளின் வதைமுகாமில் அனுபவித்த சித்திரவதைகளைத் தொடராக எழுதிவரும் கொம்யூனிஸ்ட் மணியம் உங்களது ஊரவர், உறவினர். அப்போது கொம்யூனிஸ்ட் இயக்கம் உங்களது பகுதிகளில் செயலாற்றினார்களா?

நான் ஆரம்பப் பள்ளியில் படித்துக்கொண்டிருந்தபோது அவர் சீனாவுக்குச் சென்று வந்ததாக நினைவு. அந்த அளவுக்கு சீன சார்பு இடதுசாரிய இயக்கச் செயற்பாட்டாளராக இருந்திருக்கிறார். அவருடைய தொடர்பினால் அவருக்கு நெருக்கமான சில தோழர்கள் இயக்கச்சியிலும் வந்து தங்கியிருந்திருக்கிறார்கள். ஆனாலும் பிற இடங்களில் நடந்ததைப்போல இயக்கச்சி, பளை, வடமராட்சி கிழக்குப் பகுதிகளில் எத்தகைய குறிப்பிடத்தக்க நிகழ்ச்சிகளும் இடதுசாரிகளால் நடத்தப்பட்டதாகத் தெரியவில்லை. 1970-களில் வன்னியில் குறிப்பிடத்தக்க வேலைகளைச் செய்திருக்கிறார்கள். தென்பகுதியிலிருந்து வந்திருந்த மலையக மக்களுக்கு ஆதரவாக 'கழனி' என்ற சஞ்சிகையை வெளியிட்டிருக்கிறார்கள்.

பின்னாட்களில் என்னோடு அவர்கள் அறிமுகமாகியபோது இதைப்பற்றியெல்லாம் சொன்னார்கள். பிறகு கட்சி வேலைகளோடு யாழ்ப்பாணத்தில் புத்தகக்கடையும் வைத்திருந்தார் மணியம். பல இயக்கத்தவர்களும் மணியத்தோடு பழகினார்கள். தொடர்புகளை வைத்திருந்திருக்கிறார்கள். அந்த நாட்களில் நான் ஈரோஸில் இருந்தேன். சந்தித்துக்கொள்வோம். பேசுவோம். 'வெளிச்சம்' இதழின் ஆசிரியராக நான் இருந்தபோது கூட நாம் உரையாடிக்கொண்டேயிருந்தோம். துரதிர்ஷ்டவசமாக அந்தக் காலத்தில்தான் அவர் கைதாகினார். அவர் கைதாகியபோது அவருடைய மூத்த மகள் கைக்குழந்தை. குழந்தையைத் தூக்கிக்கொண்டு அவரை மீட்க உதவுமாறு கேட்க, புதுவை இரத்தினதுரையின் அலுவலகத்திற்கு அவருடைய மனைவி வந்திருந்த காட்சியை என்றும் மறக்க முடியாது. மணியம் விடுதலையானபோது அவரைப் பார்த்ததும் மறக்க முடியாத ஒரு துயர்க்காட்சியே.

- **1980களில் பல தேசிய விடுதலைப் போராட்ட இயக்கங்கள் இயங்கி வந்தபோதும் ஈரோஸ் இயக்கம் உங்களது தேர்வானது எப்படி?**

ஊரிலும் வேலைக்குப்போன இடங்களிலும் சந்தித்த பிரச்சினைகள் வெவ்வேறு வகையான அனுபவங்களைத் தந்தன. வெவ்வேறு இடங்களில் இருந்து வந்த, வேறு வேறான சமூகப் பின்புலங்களில் இருந்து வந்த மனிதர்கள் எனக்குப் புதிதான உலகங்களைத் திறந்தனர். இன்னொரு பக்கத்தில் 15, 16 வயதிலேயே எனக்குக் கடவுள் நம்பிக்கை குறையத் தொடங்கியது. விசுவாசமுடைய ஆன்மீகவாதியான அய்யாவுக்கு அவருடைய சொந்த வாழ்க்கையில் ஏராளம் துன்பங்களும் துயரங்களும் நேர்ந்தது ஏன் என்ற கேள்வி, பதில் இல்லாமல் வளர்ந்து கொண்டேயிருந்தது. தந்திரசாலிகளும் பொய்யர்களும் ஏமாற்றுப் பேர்வழிகளும் கயவர்களும் முன்னேறிக்கொண்டிருந்தனர். அவர்களே சந்தோசமாக இருந்தனர். இதெல்லாம் என்னை வேறு விதமாகச் சிந்திக்கத் தூண்டின.

1982-ல் நான் காங்கேசன்துறையில் வேலை செய்து கொண்டிருந்தபோது நா. விஸ்வலிங்கம் அறிமுகமாகினார். விஸ்வலிங்கம் சோவியத் சார்புடைய கொம்யூனிஸ்ட் கட்சியைச் சேர்ந்தவர். காங்கேசன்துறையில் நானும் அவரும் ஒரே வீட்டில் அருகருகாக இருந்த அறைகளில் தங்கியிருந்தோம். இருவருக்குமிடையில் நட்பு உருவாகி, தோழமையாக வளர்ந்தது. பலதையும் படித்தோம். விவாதித்தோம். நான் மார்க்ஸியத் தத்துவத்திலும் நடைமுறையிலும் ஈடுபாடுள்ளவனாக மாறினேன். விஸ்வலிங்கம் என்னுடைய பெயரில் 'மல்லிகை' சஞ்சிகைக்கு சந்தா கட்டினார். 'தாயகம்' இதழ்களை வாங்கிக்கொண்டு வந்தார். எனக்கு வேண்டிய புத்தகங்களையெல்லாம் எங்கெல்லாமிருந்தோ கொண்டுவந்தார். தன்னுடைய சிந்தனைக்குத் தோதாக இளைய தலைமுறையைச் சேர்ந்த ஒருவன் கிடைத்திருக்கிறான் என்ற மகிழ்ச்சி அவருக்கு ஏற்பட்டிருக்கலாம். அவருக்கூடாகவே ஈரோஸ் உறுப்பினர்களின் அறிமுகம் எனக்குக் கிடைத்தது. பவானந்தன், சின்னபாலா, நிர்மலன். ரவி (ஏழாலை), பெரிய சண் எனத் தோழர்கள் அறிமுகமாக ஈரோஸில் உள்ளீர்க்கப்பட்டேன்.

வர்க்க விடுதலைப் போராட்டத்துடன் தேசிய விடுதலைப் போராட்டத்தையும் சமாந்தரமாக எடுத்துச் செல்வது என்ற நிலைப்பாட்டை ஈரோஸ் சொன்னது. ஒடுக்குமுறையை

மேற்கொள்ளும் அரச அதிகார இயந்திரத்தை மக்களுக்கு நேரடிப் பாதிப்பு ஏற்படாத வகையில் முடக்குவது என்ற நோக்கில் ஈரோஸ் செயற்பட்டது. அடிநிலை மக்களின் மீதான கரிசனைகள் அதிகமாகத் தெரிந்தன. மலையக மக்கள், முஸ்லிம் மக்கள், தமிழ் மக்கள், சிங்கள முற்போக்கு சக்திகள் என்போரை இணைத்து போராட்டச் சக்திகளாகவும் போராட்டத்தின் ஆதரவுச் சக்திகளாகவும் கொள்ள வேண்டும் என்ற எண்ணத்தை ஈரோஸ் கொண்டிருந்தது. பால் சமத்துவம் பேணவேண்டும் என்ற அக்கறையுமிருந்தது. இப்படியான விசயங்கள் ஈரோஸில் ஈர்ப்பை ஏற்படுத்தின. இயக்கத்தில் இணைந்த போது பெரும் நம்பிக்கையும் மகிழ்ச்சியும் ஏற்பட்டது. நெஞ்சு நிரம்பக் கனவுகளிருந்தன. வெல்லுவோம் என்ற உறுதியேற்பட்டது.

- **இயக்கத்திற்குள் உங்களது பங்களிப்புகள் எவையாயிருந்தன?**

பெரும்பாலும் அரசியற் போராளியாகவே இருந்தேன். சில தாக்குதல் நடவடிக்கைகளில் மட்டுமே பங்கெடுத்திருக்கிறேன். 'பொதுமை' என்ற கொள்கை விளக்கப் பத்திரிகை, 'நாங்கள்' என்ற மாணவர் இதழ் உள்ளிட்ட ஈரோஸின் வெளியீடுகளுக்காக அவற்றின் ஆசிரிய பீடத்தில் செயற்பட்டிருக்கிறேன். பொதுமையை சின்னபாலாவுடன் நான், சூரி, பீற்றர் ஆகியோர் இணைந்து வெளிக்கொண்டு வந்தோம். இயக்கத்தின் வெளியீட்டுத்துறை என்றால், சுவரொட்டிகளை வடிவமைப்பது தொடக்கம் இயக்கத்தின் கொள்கைப் பரப்புரை சார்ந்த வேலைகள்வரை பலவாக இருக்கும். அவற்றைச் செய்தோம். கொஞ்சக்காலம் யாழ்ப்பாணத்துக்கும் யாழ்ப்பாணத்துக்கு வெளியே வன்னி, கிழக்கு மாகாணம், மன்னார் போன்ற இடங்களுக்கும் பயணம் செய்யும் போராளிகளையும் பொருட்களையும் இடமாற்றம் செய்யும் பணி. ஆனையிறவைக் கடக்க வேண்டும் என்றால் இயக்கச்சியின் பின்னால் பயணம் செய்ய வேண்டும். இந்தப் பயண வழியை நன்றாக அறிந்திருந்தவர்கள் என்ற காரணத்தினால், இந்தப் பணியை நான்கைந்து தோழர்கள் செய்ய வேண்டியிருந்தது. பிறகு பயிற்சி முகாமை நடத்தினோம். அதற்குப் பிறகு தென்மராட்சிப் பிரதேசத்தில் அரசியற்பணி.

- **உங்களது நெருங்கிய தோழர் வே. பாலகுமாரன் குறித்து உங்களது மனப்பதிவுகளைச் சொல்வீர்களா, குறிப்பாக அவரது இலக்கிய ஈடுபாடுகள் குறித்து?**

அவர் ஒரு துக்கந்தின்னியாக, மற்றவர்களின் குறைகேள் மனிதராக, பிறரை ஆற்றுப்படுத்துகிறவராக, தோழமையில்

கரைந்தவராக, இளைய தலைமுறையில் அதிக நம்பிக்கை கொண்டவராக இருந்தார். புஸ்பராணி தன்னுடைய சுயசரிதையான ‘அகாலம்’ நூலில் கூறுவதைப்போல ‘எப்போதும் எல்லாவற்றையும் சுத்தமாக வைத்திருக்க வேண்டும் என்று பாலகுமாரன் விரும்பினார். அதற்காகக் கடுமையாக உழைத்தார். ஆனால், அது சாத்தியமாகவேயில்லை’ என்றுதான் அவருடைய வாழ்க்கை இருந்தது.

ஒருபோது, தன்னுடைய அமைப்பின் தோழர்களைக் காப்பாற்றுவதற்காக ‘ஈரோஸ் அமைப்பு கலைக்கப்படுகிறது’ என்று எடுத்துக்கொண்ட தீர்மானம் பிறகு ஒட்டுமொத்த மக்களுக்கே பாதகமாக மாறியதையிட்டுத் துக்கமடைந்தார். ஆனால், 1990-ல் அவர் எடுத்திருந்த அந்த முடிவு ஈரோஸின் தோழர்களைக் காப்பாற்ற உதவியது என்பதை மறுக்க முடியாது. இதனால் அவர் அன்று ஆறுதலடைந்தார். ஆனால், அவருடைய அந்த முடிவையிட்டுப் பல தோழர்கள் அன்று பாலகுமாரன் மீது கடுமையான விமர்சனங்களைக் கொண்டிருந்தனர். என்றாலும் அவர்கள் எல்லோரும் பாலகுமாரனுக்கு நன்றியுள்ளவர்களாக இருக்கவேண்டும் என்றுதான் சொல்வேன். ஒருபோது, பல தோழர்களைக் காப்பாற்றுவதற்காக அவர் எடுத்த அந்தத் தீர்மானம் பின்னாளில் அவரைக் காப்பாற்றவில்லை, அது அவருக்குப் பாதகமாகியது என்ற வரலாற்றின் துயரத்தையும் கசப்போடு இங்கே பதிவுசெய்கிறேன். தன்னைப் பலியிட்டே அவர் மற்றவர்களை மீட்டார் அல்லது பாதுகாத்தார்.

தன்னுடைய போராட்ட வாழ்க்கையையிட்டு பின்னாளில் அவர் மிக மிக வருந்தினார். பொருந்தாத இடத்தில் தான் வந்து சேர்ந்திருப்பதாக எப்பொழுதும் துக்கப்பட்டுக்கொண்டிருந்தார். இது துக்கத்தையும் ஒருவிதமான பற்றற்ற - விடுபடல் நிலையையும் அவரிடம் உண்டாக்கியது. இடையிடையே அவரிடம் ஏனைய தோழர்கள் அவதானித்த அல்லது அவரிடம் குறையெனக்கண்ட ‘பற்றற்ற மனநிலை’ மற்றும் ‘விலகல் நிலை’ இதன்பாற்பட்டதே. ஏற்பட்ட தோல்விகளையிட்டு உண்டான துக்கத்தை விட “தோல்விக்கும் தோல்விகளுக்கான தவறுகளுக்கும் காரணமாக இருந்திருக்கிறோம். தவறுகளுக்கெல்லாம் சாட்சியாக - ஓத்தோடும் உடந்தையாளர்களாக இருந்திருக்கிறோம்” என்ற குற்றவுணர்வினால் அவர் அமைதியற்றிருந்தார். இதனால் கொந்தளிக்கும் மனதோடு அவருடைய நாட்கள் கழிந்து கொண்டிருந்தன. பிந்திய வாழ்க்கையை தன்னுடைய தண்டனைக் காலம் என்றே பாலகுமாரன் கருதினார்.

ஒரு பக்கத்தில் ஒடுக்குமுறையாளர்களின் நெருக்கடி. இன்னொரு பக்கத்தில் விடுதலை விரும்பிகள் என்போரினால் உண்டாகிய நெருக்கடிகள். அதிகாரத்தின் சுவை எங்கும் பரவிக்கொண்டிருந்தது. இது நல்லதல்ல என்று கருதினார் பாலகுமாரன். இதையெல்லாம் அவர் ஓரளவுக்கு பகிரங்க நிலையில் பலரிடமும் மனம் விட்டுச் சொல்லித் துக்கப்பட்டிருக்கிறார். கடுமையாக விமர்சித்திருக்கிறார். எந்த நிலையிலும் பகிரங்கமாகப் பேசுவதன் மூலமாக தனக்கான நெருக்கடிகளை வலிந்து உண்டாக்கிக்கொண்டேயிருந்தார். ஒரு பகிரங்க மோதலை உண்டாக்கவே அப்படிச் செய்கிறேன் என்று சொன்னார். அதேவேளை அப்படிப் பேசுவதே அவருடைய நெருக்கடிகளை நீக்குவதாகவுமிருந்தது. யாரும் பேசமுடியாத - பேசவே விரும்பாத ஒரு சூழலில் இப்படி ஒரு மனிதர் பேசிக்கொண்டிருப்பது அவசியம் என்றார். அது சரியென்றே எனக்கும் பட்டது. சில சந்தர்ப்பங்களில் அவர் தனக்கான தண்டனையாளனாக, தன்னைத்தானே மறுப்போனாக இருந்திருக்கிறார். சனங்களின் துயரத்தைத் துடைக்க வந்த நாங்கள் சனங்களுக்குச் சுமையாக மாறியிருக்கிறோம், சனங்களின் விடிவுக்காக போராடப் புறப்பட்டவர்கள் சனங்களின் சுதந்திரத்தை மறுப்பவர்களாக மாறியிருக்கிறோம், யாரும் கேட்காமல் நாங்களாகவே போராட வந்தோம், பிறகு. நாங்களே போராட்டத்தின் குறுக்கே நிற்கிறோம் என்றெல்லாம் வேதனைப்பட்டார். மரணத்தின் மூலமே இந்தத் தண்டனையிலிருந்து விடுபட முடியும் என்று அவர் சொன்னபோது அவர் கொண்டிருந்த துயரத்தின் பாரத்தை உணர்ந்தேன்.

என்றாலும் அவர் நம்பிக்கையூட்டும் விதமாகவே பொதுப்பரப்பில் பேசிக்கொண்டிருந்தார். இது ஒரு சுயமுரணாகத் தோன்றியது. இதைப்பற்றி அவரிடமே கேட்டேன். தன்னுடைய துக்கங்களை மற்றவர்களிடம் இறக்கி வைப்பது ஒரு போதுமே நல்லதல்ல. அவர்களுடைய நம்பிக்கைகளை வளர்க்க வேண்டுமே தவிர, அவர்களை நம்பிக்கையீனமடையச் செய்யக் கூடாது என்றார். தன்னுடைய மன உளைச்சலை யாரிடமும் ஏற்றிவிட அவர் விரும்பவில்லை. அத்தனை துயரங்கள், ஏமாற்றங்களின் மத்தியிலிருந்தும் தான்கூட மீண்டு விடவேண்டும் என்றே முயன்றார். இதற்காக, தான் கேட்கும் பாடல்களைக்கூட உற்சாகமூட்டும் விதமாகவே தெரிவு செய்தார். எத்தகைய தவறுகளிலிருந்தும் நாம் மீண்டுவிட முடியும், சரியை நோக்கித் திரும்பி விட முடியும் என்ற நம்பிக்கையும் அவரிடமிருந்தது.

உலகைப் புதிய முறையில் விளங்கிக் கொள்ள வேண்டும் என்று விரும்பியது அவருடைய மனம். எதற்கும் எல்லைகளை அவர் வகுத்துக்கொண்டதாக நான் உணரவில்லை. எவரிடத்திலும் எதனிடத்திலும் அவருக்குப் பேதங்கள் இருந்ததில்லை. தன்மீது படிந்துறைந்த அடையாளங்களையெல்லாம் துறந்து விடத் தவித்தார். ஆனால், அவர் நினைத்ததைப்போல எதுவும் நடக்கவில்லை. அப்படி நடப்பதற்கு எதுவும் எளியதாக இருக்கவுமில்லை. தன்னைச் சமநிலைப்படுத்திக் கொள்வதற்காக கடுமையாகப் போராடிக்கொண்டிருந்தார். இதற்காக நிறையப் படித்தார். மனித வாழ்க்கையின் விநோதத்தையும் புதிர்கள் நிறைந்த சமூக மனதையும் அறிந்து கொள்ளுவதில் அவருக்கு ஈர்ப்பாக இருந்தது. அதற்கு வாசிப்பதைத் தேர்ந்தார். நான் பார்த்த அளவில் போராட்டத்தின்போது அவரை விட அதிகமாக வாசித்தவர்கள் இல்லை. புதிதாக எழுத வந்தவர்களை ஊக்கப்படுத்தினார். புதிய சிந்தனைகளை அவர்களிடமிருந்து கோரினார்.

● நீங்கள் புலிகளின் பக்கமாக நகர்ந்ததற்கான காரணங்கள் எவை?

1990 யூன் மாதத்தில் ஈரோஸ் இயக்கம் கலைக்கப்படுவதாக இயக்கத்தின் நிறைவேற்றுக்குழு உறுப்பினர்களில் ஒருவரான தோழர் வே. பாலகுமாரன் அறிவித்தார். ஈரோஸ் இயக்கம் புலிகளோடு இணையவில்லை. இணைக்கப்படவும் இல்லை. ஈரோஸ் கலைக்கப்பட்ட பிறகு, விரும்பியவர்கள் சுயாதீனமாக எந்த முடிவையும் எடுக்கலாம் என்று சொல்லப்பட்டது. சிலர், புலம்பெயர்ந்து நாட்டைவிட்டுப் போனார்கள். சிலர் கொழும்பில் நின்றனர். சிலர் ஒதுங்கிக் கொண்டனர். சிலர் இந்தியாவுக்குச் சென்றனர். மிகச் சிலர் மட்டுமே புலிகளோடு இணைந்தனர்.

நானும் ஒதுங்கியிருந்தேன். யுத்தம் தீவிரமாகி புலிகளின் வசமே எல்லாம் என்ற நிலை உண்டானது. நான் ஊடகத்துறையைச் சேர்ந்தவன். ஈரோஸிலும் பெருமளவுக்கு அதையே செய்தவன். ஆகவே ஊடகமொன்றில் வேலை செய்ய வேண்டும் என்ற நிலை. அதேவேளை எனக்கு நாட்டை விட்டு வெளியேறக்கூடிய வசதியோ மனநிலையோ குடும்பச்சூழலோ அமையவில்லை. முக்கியமாக என்னுடைய திருமணம் என்னைத் தனிமைப்படுத்தி வைத்திருந்தது. எப்படியோ புலிகளின் கட்டுப்பாட்டுப் பகுதியில்தான் வாழ வேண்டும் என்ற நிலை. அப்பொழுது ஈரோஸ் உட்படப் பிற அமைப்புகளில் இருந்தவர்களை விடுதலைப் புலிகள்

தங்களிடம் மெதுவாக உள்ளீர்த்துக்கொள்ளத் தொடங்கினர். இந்திய இராணுவத்தின் வெளியேற்றத்துக்குப் பின்னரான காலகட்டத்தில் புலிகளிடம் ஒரு மாறுதலான நிலையும் உண்டாகியிருந்தது. அரசொன்றை நோக்கிய எத்தனிப்பில் ஈடுபட்டுக்கொண்டிருந்தனர். இதனால் பல்வேறு தரப்பினரையும் தம்மோடு இணைத்துக்கொள்ளக்கூடிய நிலைமைகள் உருவாகின. இதன்படி பலருக்கும் வெளி வேலைகள் கொடுக்கப்பட்டன. என்னையும் அவர்கள் ஏதோ ஒருவகையில் உள்ளீர்க்க முயற்சித்தனர். எங்கள் பிரதேசத்தில் இருந்த பொறுப்பாளர் செல்வராஜா - எங்கள் ஊர்க்காரர், பின்னர் தளபதியாக இருந்தவர் - அடிக்கடி என்னை அழைத்தார். தன்னுடைய வேலைகள் சிலவற்றைச் செய்து தரமுடியுமா என்று கேட்டு பொதுவான வேலைகளை ஒப்படைத்தார். பிறகு என்னிடம் அடிக்கடி வரத் தொடங்கினார்.

1991-ல் கவிஞர் புதுவை இரத்தினதுரை தொடர்பு கொண்டு, ‘ஒரு கலை - இலக்கிய சமூக இதழை வெளியிடத் திட்டமிட்டிருக்கிறேன். பலரும் அதில் பங்குபற்றுகிறார்கள். இப்படிப் பலரையும் இணைத்துப் பொதுவான ஒரு நிலைப்பாட்டை உருவாக்க விரும்புகிறோம். பலரும் பங்கேற்பதன் மூலமாகத்தான் நாம் ஒரு பொதுத்தளத்தை உருவாக்கலாம். நீ எனக்கு உதவியாக இருந்தால் நல்லது’ என்றார். அப்பொழுது புதுவை இரத்தினதுரை புலிகளின் கலை - பண்பாட்டுக் கழகத்தின் பொறுப்பாளராக இருந்தார். புதுவை ஏற்கனவே பழக்கமானவர். இடதுசாரி இயக்கத்தில் இருந்தவர். கவிஞர். ஆகவே, முற்போக்கான முறையில் சில காரியங்களைச் செய்யலாம் என்ற நம்பிக்கை பலருக்கும் ஏற்பட்டது. இதனால் பலரும் அவருடன் ஒத்துழைத்தனர். ஈரோஸின் முடிவுக்குப் பிறகு, அமைப்புகள் எதிலும் இணைவதில்லை என்ற தீர்மானத்தில் இருந்த எனக்கு, புதுவையின் அழைப்பும் செல்வராஜாவின் அழைப்பும் பெருங்குழப்பத்தை உண்டாக்கின.

புதுவை இரத்தினதுரையின் அழைப்பின்போது இதையெல்லாம் தெளிவாகச் சொன்னேன். என்னுடைய நிலையையும் நிலைப்பாட்டையும் புரிந்து கொண்ட புதுவை சம்மதித்தார். ‘உன்னுடைய சுயாதீனத்தை எந்த வகையிலும் இந்தப் பணி பாதிக்காது. உனக்குச் சுதந்திரமுண்டு. நான் அதற்குப் பொறுப்பு’ என்றார். இதற்கு முன்பு பாலகுமாரனிடமும் சின்னபாலாவிடமும் இதைப்பற்றிப் பேசியிருந்தேன். அவர்கள் என்னுடைய நிலைப்பாட்டை ஆதரித்தனர். என்றாலும் இது எந்த அளவுக்குச் சாத்தியமாகும் என்ற கேள்விகள் அவர்களிடமிருந்தன.

அமைப்பில் இணைந்து கொள்வதில்லை என்ற என்னுடைய நிலைப்பாட்டில் நான் உறுதியாகவே இருப்பது என்று முடிவு செய்து கொண்டேன். ஊரில் இருந்து நெருக்கடிப்படுவதை விட, புதுவை இரத்தினதுரையுடன் இணைந்து இதழில் வேலையைச் செய்வது பரவாயில்லை என்று பட்டது.

இடையிடையே எனக்கும் புதுவை இரத்தினதுரைக்குமிடையில் சில அபிப்பிராய பேதங்கள் ஏற்பட்டாலும் நாங்கள் மிக நெருக்கமான நண்பர்களாக, தோழர்களாக, சகோதரர்களாக இருந்திருக்கின்றோம். அவர் சொன்னதைப்போல இறுதிவரை என்னை மிகக் கௌரவமாக மதித்து நடந்து கொண்டார். ஒரு மூத்த சகோதரனாக என்மீது அதிக கரிசனையோடிருந்தார். என்னையிட்டு இயக்கத்திலும் வெளித்தளத்திலும் உண்டாகிய விமர்சனங்கள், பிரச்சினைகள் எல்லாவற்றையும் என் பொருட்டு அவரே தாங்கினார், பொறுப்பெடுத்தார். 'நீ கொஞ்சம் அவதானமாக நடந்து கொள், கண்டபடி எல்லாவற்றையும் எல்லாரிடமும் கதைக்காதே' என்று கூட எச்சரித்திருக்கிறார்.

- **புலிகள் இயக்கத்திற்குள் உங்களது அனுபவங்கள் எவ்வாறிருந்தன?**

நான் விடுதலைப் புலிகள் இயக்கத்தின் உறுப்பினர் அல்ல. ஆகவே புலிகளின் உறுப்பினர் ஒருவருடைய அனுபவம் என்னிடமில்லை. அதாவது நான் உள் ஆள் அல்ல. வெளி ஆளே. கலை - இலக்கிய சமூக இதழ் ஒன்றை பல்வேறு தரப்பினரையும் இணைத்து வெளியிடும் பணியே என்னுடையது. ஊடகத்துறையிலும் இலக்கியத்திலும் பரிச்சயமுள்ளவனாக நான் இருந்ததால், இந்தப் பணியைச் செய்யக்கூடியதாக இருந்தது. இதனையே அவர்களும் விரும்பினர். பிறகு, அவர்கள் ஒரு தொலைக்காட்சியை ஆரம்பிக்க முயன்றபோது அதற்கான ஆயத்தப்பணிகளில் இணைந்திருந்தேன். ஓர் எல்லைவரையில் அவர்களுடன் நெருங்கி வேலை செய்தவன் என்ற வகையிலும் எதையும் அவர்களிடம் வெளிப்படையாகவே சொல்லும் ஒருவன் என்றவகையிலும் என்னைப்பற்றி மதிப்பார்ந்த அபிப்பிராயம் அவர்களிடம் இருந்தது. அதைப்போல எனக்குத் தோன்றுவதையெல்லாம் பொருத்தமானவர்களிடம் நேரடியாகச் சொல்லியும் வந்தேன். அந்த அடிப்படையில் ஒரு உறவும் வளர்ந்திருந்தது.

இந்திய அமைதிப்படையின் வெளியேற்றத்தின் பின்பான காலத்தில் புலிகள் தங்களின் கட்டுப்பாட்டுப் பகுதிகளில் அரசொன்றை நிறுவத் தொடங்கியிருந்தனர். அரசொன்றை உருவாக்கும்போது ஏராளமான சவால்களும் குணமாற்றத் தேவைகளும் புலிகளுக்கு ஏற்பட்டன. இது புலிகளுக்கு மட்டுமல்ல, எந்தப் போராட்ட அமைப்புக்கும் ஏற்படும் ஒரு நிலை. ஒரு யதார்த்தம். ஒரு நிர்ப்பந்தம். ஆகவே ஏற்கனவே புலிகளிடமிருந்த பல விடயங்களையும் கடும்போக்குகளையும் புலிகள் மாற்றிக்கொள்ள வேண்டியதாயிற்று. பிரபாகரன் புதிய - வேறுபட்டதொரு - அரசையும் ஆட்சிமுறையையும் நடைமுறைப்படுத்த விரும்பினார். அதன்படி அவரையும் மீறிப் பலவற்றிலும் நெகிழ்ச்சிகள் உண்டாயின. இந்த நிலையில் என்னைப்போன்ற பலருடைய கருத்துகளுக்கும் ஓரளவு இடமளிக்கப்பட்டது.

இந்தக் காலப்பகுதியில் இயக்கத்தினுள்ளே பல விதமான போக்குகளை உடையவர்கள் வெளிப்படையாகவே இயங்கத் தொடங்கினர். சிலர் பெரியாரிஸ்டுகளாக இருந்தனர். சிலர் பெண் விடுதலையாளர்களாக இயங்கினர். சிலர் பெண்விடுதலைக்கெதிரான சிந்தனையைக் கொண்டிருந்தனர். சிலர் பிரதேசவாதிகளாக இருந்தனர். சிலர் பிரதேசவாதத்தைக் கடந்தவர்களாக இருந்தனர். சிலர் தீவிர தேசியவாதிகளாகச் செயற்பட்டனர். சிலர் இடதுசாரி நிலைப்பட்டவர்களாக இருந்தனர். சிலர் இயக்க நலனே முதன்மையானது, இயக்கம் பலமாக இருந்தால்தான் மக்களுக்காகப் போராட முடியும் என்றனர். சிலர் மக்கள் நலனே முக்கியமானது, மக்களுக்காகவே இயக்கமும் போராட்டமும், மக்களின் அபிப்பிராயம் நன்றாக இருந்தாலே இயக்கமும் போராட்டமும் வளரும் என்று சிந்தித்தனர். இப்படிப் பலவிதமான சிந்தனைப் போக்குடையவர்களும் இயங்கக் கூடிய ஒரு வெளி மெல்ல மெல்ல உருவாகி வந்தது. அரசொன்றை நோக்கிய வளர்ச்சியின் போது இதெல்லாம் நிகழ்வது தவிர்க்க முடியாதது.

பல்வேறு பட்ட சிந்தனையை உடையவர்களும் தமக்கான வெளிகளில் வேலை செய்யக் கூடியதாக, இயங்கக் கூடியதாக இருந்தது. இந்த நிலை வளர்ச்சியடைந்து ஒரு புதிய நிலையை எட்டவேண்டும் என்று பலரும் விரும்பினர். அப்படி எதிர்பார்த்தனர். இதற்கு ஏற்றமாதிரி, புலிகளிடத்திலும் பலவிதமான மாற்றங்கள் நிகழ்ந்து கொண்டிருந்தன. உதாரணமாக, 1990-ல் முஸ்லிம்களை வடக்கிலிருந்து கட்டாயமாக வெளியேற்றிய புலிகள் பின்னர் அந்த முடிவு தவறானது என்று சொன்னது மட்டுமல்லாமல் அதற்காகப்

பகிரங்கமாக மன்னிப்புக் கேட்டதும் உண்டு. அதைப்போல, முன்னர் பரம எதிரிகளாகக் கருதிய பலரை பின்னாட்களில் அரவணைத்துச் செல்ல முற்பட்டனர். மாற்றுக் கருத்துரைப்போரைச் சகித்துக்கொள்ளும் நிலையும் மெல்ல மெல்ல உருவாகி வந்தது. முன்னர் தடைசெய்யப்பட்டிருந்த 'சரிநிகர்', 'தினமுரசு' போன்ற பத்திரிகைகள் உள்ளே வரத்தொடங்கின. கோவிந்தனின் 'புதியதோர் உலகம்' தொடக்கம் புலிகளைக் கடுமையாக விமர்சித்த ஷோபாசக்தி, சக்கரவர்த்தி போன்றோரின் புத்தகங்கள் வரை புலிகளுடைய புத்தக நிலையங்களில் விற்பனையாகின. போராளிகள் பலவிதமான புத்தகங்களையும் வாசிக்க அனுமதிக்கப்பட்டனர்.

என்றாலும் மையப்பகுதி தன்னுடைய அடிப்படையான சிந்தனைப்போக்கிலிருந்து விடுபடவில்லை. இருந்தபோதும் வரலாற்றுரீதியாக மாற்றங்கள் ஏற்படுவதை மையப்பகுதியினால் கட்டுப்படுத்த முடியாது. ஒன்றில் மாற்றங்களைக் குறித்து மையப்பகுதி சிந்திக்க வேண்டும், அல்லது மாற்றங்கள் மையப்பகுதியை மாறி வருமாறு நிர்ப்பந்திக்கும் என்று எதிர்பார்த்தேன். இதுதான் விதியாகும். எனவே இதில் ஏதாவது ஒன்று நிகழும் என்று நம்பினேன்.

- **முஸ்லிம்களை வடக்கிலிருந்து வெளியேற்றியதற்காகப் புலிகள் உளப்பூர்வமாகவே வருந்தியிருந்தால், மன்னிப்புக் கேட்டபின்பு வன்னியில் புலிகளின் கட்டுப்பாட்டுப் பகுதிகளில் முஸ்லிம்கள் மீளவும் குடியேறுவதை புலிகள் அனுமதித்தார்களா? இந்த மன்னிப்புப் படலத்தின் பின்பும்கூட கிழக்கிலும் எல்லைப்பகுதிகளிலும் முஸ்லிம்கள் புலிகளால் கொல்லப்பட்டார்களே?**

இது ஒரு சிக்கலான நிலை. தங்களின் தவறை புலிகள் உணர்ந்திருந்தபோதும் அதைத் திருத்திக்கொள்வதற்கும் அதற்குப் பரிகாரம் காண்பதற்குமான சூழல் உருவாகியிருக்கவில்லை. தொடர்ந்துகொண்டிருந்த போர் இதற்கெல்லாம் வாய்ப்பளிக்கவில்லை. முஸ்லிம்களிடம் புலிகள் மன்னிப்பைக் கோரியது சமாதான முன்னெடுப்புக் காலத்திலேயே. அப்போதுதான் அவர்கள் முஸ்லிம் கொங்கிரஸையும் சந்தித்தனர். தொடர்ந்து வடக்குக் கிழக்கில் முஸ்லிம் மக்களின் பிரதிநிதிகளையும் சந்தித்தனர். ஆனாலும் அவர்களில் ஒருசாராரிடம் தொடர்ந்தும் முஸ்லிம் விரோதப் போக்கிருந்தது உண்மை. குறிப்பாகக் கிழக்கு மாகாணப் போராளிகள் பலரிடம் இதை வெளிப்படையாகவே

அவதானித்திருக்கிறேன். வடக்கிலும்கூட இத்தகைய மனநிலை உடையவர்கள் ஒரு குறிப்பிட்ட அளவில் இருந்தனர். முஸ்லிம் மக்களுக்கு இழைக்கப்பட்ட அநீதியைப் பற்றி நாம் பேசினால், அதை அவர்கள் ஏற்றுக்கொள்ள மாட்டார்கள். நியாயப்படுத்துவார்கள். 'வடக்கில் இருந்து கொண்டு நீங்கள் இப்படிப் பேசலாம், அங்கே கிழக்குக்கு வந்து பாருங்கள். எப்படியெல்லாம் தமிழ் மக்கள் பாதிக்கப்பட்டிருக்கிறார்கள் என்று தெரியும்' என்பார்கள். இதை நாம் மறுத்து, 'தமிழர் தரப்பிலும் தவறுகள் நிகழ்ந்திருக்கிறது தானே' என்றால் அதை ஏற்றுக்கொள்வதற்கு அவர்கள் தயாராக இல்லை. இதனால், எதிர்பார்த்த மாற்றங்களைக் கொண்டுவருவதற்கு வாய்ப்புகள் ஏற்படவில்லை. புலிகளின் தலைமை இதற்கான முயற்சிகளை இன்னும் அழுத்தமாக முன்னெடுத்திருக்கலாம் என்பது ஏற்றுக்கொள்ளப்பட வேண்டியதே. இதேவேளை முஸ்லிம்களுடன் உறவைக்கட்டியெழுப்ப வேண்டும் என்று உள்ளே பலர் வலியுறுத்தி வந்தனர்.

இங்கே நீங்கள் மேலும் ஒரு விடயத்தைக் கவனிக்கலாம்... புலிகளிடத்தில் மட்டுமல்ல, இப்பொழுதுகூட மட்டக்களப்பு, திருகோணமலை, மூதூர், அம்பாறை, கல்முனை போன்ற இடங்களுக்குப் போனீர்கள் என்றால், அங்கேயுள்ள தமிழ் மக்களில் அநேகமானவர்கள் முஸ்லிம்களிடம் கோபமாக - விரோத மனப்பாங்கோடு இருப்பதைக் காணலாம். அதேபோல தமிழ் மக்களைக் குறித்து எச்சரிக்கை உணர்வோடு, சந்தேகத்தோடு, அச்சத்தோடு, விரோதத்தோடு முஸ்லிம்கள் உள்ளதையும் அறிவீர்கள். இதைச் சிலர் மூடிமறைக்கலாம். ஆனால், இதுதான் உண்மை. உள்ளே சூடு ஆறாத தணலாகக் கொதிநிலையில் இந்தப் பிரச்சினை உள்ளது. இதைச் சீர்செய்வதற்கான நடவடிக்கைகள் எந்தத்தரப்பிலும் முறையாக அப்பொழுதும் மேற்கொள்ளப்படவில்லை, இப்போதும் நடைபெறவில்லை.

போர் நடந்து கொண்டிருந்த சூழலில் முஸ்லிம்களின் மீள்குடியேற்றம் மட்டுமல்ல, வெளியேறிச் சென்ற தமிழர்கள் திரும்பி வரக்கூடிய சூழலும் உருவாகவில்லை. பதிலாக புலிகளின் பகுதியை விட்டு இன்னும் இன்னும் வெளியேறவே மக்கள் விரும்பினர். 'பாஸ்' நடைமுறையைப் பயன்படுத்தித்தான் மக்களைப் புலிகள் கட்டுப்படுத்தி வைத்திருந்தனர்.

தங்களிடமுள்ள விரோதத்தைப் பிரயோகித்துக்கொள்வதற்கு போர் பலருக்கும் வாய்ப்பளித்தது. இதனால் நீங்கள் குறிப்பிட்ட

மாதிரியான தவறுகளும் பிழைகளும் குற்றங்களும் தாராளமாகவே நடந்தன. எல்லாத் தவறுகளுக்குமான தண்டனையாகவே இறுதி நிகழ்ச்சிகள் அமைந்தன.

- புலிகள் இயக்க அணிகளிற்குள் இலக்கியச் செயற்பாடுகள் எப்படியிருந்தன? உங்களது இலக்கியச் சகாக்களாக யார் இருந்தார்கள்?

நான் முன்னரே சொன்னதைப்போல அமைப்பினுள்ளே பலவிதமான சிந்தனைப் போக்குடையவர்களும் நிலைப்பாடுகளை உடையோரும் இருந்தனர். இதனால் பகிரங்கமாகவே உள் மோதல்களும் உள் முரண்களும் அணிகளும் இருந்தன. அமைப்புக்கு வெளியிலும் இந்த மாதிரியான வெவ்வேறு சிந்தனை, ரசனை, இலக்கிய நோக்கு உள்ளவர்கள் இயங்கினர். அவரவர் தமக்குத் தமக்குச் சாத்தியமான இலக்கியப் போக்கினைக் கொண்டனர். இதற்குத்தோதாக இயக்கத்தினுள்ளேயே பலவிதமான ஊடகங்கள் இயங்கின. மேலும் மேலும் புதிய புதிய வெளியீடுகள் உருவாகிக் கொண்டேயிருந்தன. அதற்கேற்றமாதிரிப் போட்டிகளும் பகைமையும் உண்டாகியிருந்தன.

என்னுடைய இலக்கியப் பணிகளுக்கும் போக்குகளுக்கும் அமைவாக பாலகுமாரன், புதுவை இரத்தினதுரை, அன்ரன் பாலசிங்கம், கு. கவியழகன், மருதம், மலைமகள், கலாநிதி க. சோமஸ்கந்தன், வளநாடன், சேரலாதன், தமிழ்க்கவி, தூயவன், பொபி. பேப்பர் ரவி போன்ற பலர் இருந்தனர்.

- புலிகள் இயக்கத்தில் மாற்றுக் கருத்துகளையும் விமர்சனங்களையும் சகித்துக்கொள்ளும் பண்பு உங்கள் காலத்தில் எவ்வாறிருந்தது?

1990-களில் இருந்த நிலை, 2000-களில் இன்னும் வளர்ச்சியடைந்தது. மாற்றுக்கருத்துள்ளோரையும் மாற்று ஊடகங்களையும் சகித்துக்கொள்ளும் - ஏற்றுக்கொள்ளும் நிலை சற்று வேகமாக உருவாகி வந்தது. ஆனையிறவு வெற்றி புலிகளைப் பற்றிய அபிப்பிராயத்தைப் பலரிடம் மாற்றியமைத்தது. அதுவரையிலும் புலிகளுக்கு எதிர்முனையில் நின்ற கருத்தாளர்களில் ஊடகவியலாளர் தராகி சிவராம் உள்ளிட்ட பலர் புலிகளுடன் நெருக்கமாகத் தொடங்கினர். சரிநிகர். தினமுரசு போன்ற பத்திரிகைகள் தடை நீக்கப்பட்டு வன்னியில் விற்பனையாகின. சம்மந்தன், சுரேஸ் பிரேமச்சந்திரன், செல்வம் அடைக்கலநாதன் போன்ற பிறநிலை

அரசியல்வாதிகள் எல்லோரையும் ஏற்றுக்கொண்டு அல்லது இவர்கள் எல்லாம் உள்வரக் கூடிய ஒரு நிலையைப் பேண வேண்டும் என்ற எண்ணம் புலிகளிடம் உருவாகியிருந்தது. துரோகி - தியாகி என்ற புனித எல்லைப் பிரிப்பைக் கைவிடும் நிலை ஏற்பட்டது. ஆனால், இவையெல்லாம் தம்மை மீறிப்போவதையும் அவர்கள் விரும்பவில்லை. தங்களுடைய பிடி தளர்வதை புலிகள் ஒருபோதும் விரும்புவதில்லை, அதற்கு அனுமதிப்பதுமில்லை என்பது நீங்கள் அறிந்ததே.

● மாற்றுக் கருத்துள்ளோரைச் சகிக்கும் பண்பு புலிகளிடம் வளர்ந்தது, ஆனால் மாற்றுக் கருத்தாளர்கள் தங்களை மீறிப் போவதை அவர்கள் விரும்பவில்லை என்பது முரணான நிலையல்லவா. மாற்றுக் கருத்தாளர்கள் எனச் சொல்லப்படுபவர்கள் புலிகளுடைய நிலைப்பாட்டையும் அதிகாரத்தையும் அடிப்படையில் ஏற்றுக்கொண்டால் அவர்களிற்கு 'கருத்துச் சுதந்திரம்' வழங்கப்பட்டது என்றுதானே இதை எடுத்துக்கொள்ளவேண்டும்? மாற்றுக் கருத்தாளர்கள் புலிகளின் அதிகாரத்தைக் கடந்து சென்றபோது அவர்கள் கொல்லப்பட்டது உண்மைதானே. நீங்கள் குறிப்பிடும் காலப்பகுதிகளை ஒட்டித்தானே சின்னபாலா, கேதீஸ், அதிபர் கணபதி இராசதுரை, சபாலிங்கம் எல்லோரும் புலிகளால் கொல்லப்பட்டார்கள். 2002க்குப் பின்னான சமாதான காலத்தில் மட்டும் புலிகள் 400க்கும் மேற்பட்ட மாற்றுக் கருத்தாளர்களையும் மாற்று அமைப்புகளைச் சேர்ந்தவர்களையும் கொன்றொழித்திருப்பதற்கு சாட்சியமாக சர்வதேச மனிதவுரிமை அமைப்புகளின் ஆவணங்களுள்ளன. இதிலெங்கே இருக்கிறது மாற்றுக் கருத்துகள் மீதான கரிசனையும் சுதந்திரமும்?

உண்மை. ஆனாலும் தொடக்ககாலப் புலிகளுக்கும் நாம் இப்பொழுது பேசிக்கொண்டிருக்கும் 1995-க்குப் பிந்திய புலிகளுக்கும் அதற்குப் பிறகு 2002-க்குப் பிறகான புலிகளுக்கும் இடையில் நிறைய வேறுபாடுகள் இருந்தன. நீங்களும் நானும் குறிப்பிட்டுள்ளதைப்போல, மாற்றுக்கருத்தாளர்களை அவர்கள் தங்கள் வரையறைக்குள் - அதிகார எல்லைக்குள் சமரசப்படுத்தி வைத்திருந்தது ஏற்றுக்கொள்ளப்படவேண்டியதே. இதனால் பின்னாளில் புலிகளுடன் மென்போக்கை அல்லது சாய்வுப்போக்கைக் கொண்ட தராகி சிவராம் போன்றவர்கள் கடுமையான விமர்சனத்துக்கு உள்ளானார்கள். இப்படிப் புலிகளிடம்

சாய்ந்தால் பிறகு எப்படி மாற்றுக்கருத்தாளராக - மாற்றுக்கருத்துகளை முன்வைக்கக்கூடியதாக இருக்க முடியும்? என்ற கேள்வி எழுவதும் நியாயமானதே.

இதேவேளை வெளியரங்கில் இல்லாமல், உள்ளரங்கில் கருத்துகளைச் சொல்வோரையும் விமர்சிப்போரையும் புலிகள் ஏற்றுக்கொண்டனர். உள்ளரங்கில் முன்வைக்கப்படும் கருத்துகளின் அடிப்படையில் முழுமையாக இல்லாது விட்டாலும் பல மாற்றங்களைச் செய்யத் தலைப்பட்டனர். இதனால், தங்களுக்குள் மாற்றுக் கருத்துக்களை வைத்திருந்தவர்களும் சில விட்டுக்கொடுப்புகளுடன் அல்லது மாற்றங்கள் நிகழும் என்ற அடிப்படையில் புலிகளுடன் இணைந்து வேலை செய்தனர். ஆனால் யாராக இருந்தாலும் தங்கள் கருத்துக்கு ஆதரவாகச் செயற்பட்டவர்களையே புலிகள் அனுமதித்தனர் என்பது ஏற்றுக்கொள்ளப்பட வேண்டியதே. ஆகவே முழு அளவில் மாற்றுக் கருத்துடையவர்களை அனுமதித்தார்கள் எனச் சொல்லமுடியாது. அப்படியானவர்கள் தொடர்ந்தும் குறிவைக்கப்பட்டார்கள் என்பது உண்மை.

வெளியரங்கில் முன்வைக்கப்படும் கருத்துகளும் விமர்சனங்களும் எதிரிக்கு - அரசுக்குச் சார்பாக அமைந்து, தங்களையும் போராட்டத்தையும் பலவீனப்படுத்திவிடும் என்று கருதினர். இதை அவர்கள் பகிரங்கமாகவே தெரிவித்தும் வந்தனர். ஆகவே, கடினமான விமர்சனங்களையும் எதிர்க்கருத்துகளையும் பகிரங்கத்தளத்தில் யாரும் முன்வைப்பதை அவர்கள் விரும்பவில்லை. பதிலாக அத்தகைய கருத்துகளையும் விமர்சனத்தையும் ஏன் கடுமையான விவாதங்களையும் தங்களிடம் நேரடியாக முன்வைப்பதையே விரும்பினார்கள். அப்படிச் செய்வது ஆபத்தில்லாததாக இருக்கும் என்ற நம்பிக்கை அவர்களிடமிருந்தது. போரில் ஈடுபடும் தரப்புகளின் பொதுக்குணவியல்பு இது. ஆனால், முந்திய புலிகளிடம் இதற்குச் சாத்தியமிருக்கவில்லை. முந்திய புலிகளிடம் கடும்போக்கும் இறுக்கமும் அதிகமாக இருந்தது. தங்களை விமர்சித்தவர்களுடன் அவர்கள் எந்த வகையிலும் சமரசம் செய்துகொள்ள விரும்பவில்லை. பிந்திய புலிகளிடத்தில் நெகிழ்ச்சியிருந்தது. ஒரு விதமான குணமாற்றம் நிகழ்ந்தது.

இதற்கொரு உதாரணம் இறுதிப்போர் ஆரம்பிக்கப்பட்ட நாட்களில் மு. திருநாவுக்கரசு கிளிநொச்சியில் புலிகளின் அணுகுமுறை மற்றும் தீர்மானங்கள் தொடர்பாகக் கடுமையான

உரையொன்றை ஆற்றியிருந்தார். அந்த உரை பெருமளவுக்கு, பிரபாகரனின் தீர்மானங்களில் உள்ள தவறுகளை அல்லது பிரபாகரனின் தவறான முடிவெடுப்புகளை - அவருடைய அரசியல் வழிமுறையைக் குற்றம் சாட்டிக் கண்டித்தது. இதை அவர் வன்னிக்கு வெளியே எழுத்திலோ பேச்சிலோ கொண்டு வந்திருக்க முடியாது. அப்படிக் கொண்டு வந்திருந்தால் அவர் வேறு பட்டியலில் சேர்க்கப்பட்டிருக்கலாம்.

எனவே, இப்படியான சூழலில் ஓரளவுக்கு உள்ளரங்கில் உரையாடல் ஒன்று நடக்கக் கூடிய நிலை உருவானது. இது முன்னேற்றகரமானது என்பேன். சற்றுக் கால நீட்சி ஏற்பட்டிருந்தால் இதில் மேலும் குணமாற்றங்கள் - நல்நிகழ்ச்சிகள் நிகழ வாய்ப்பிருந்திருக்கும். இது அவர்களுக்குள் நிகழ்ந்த பண்புவிருத்தி என்பதை விட புறநிலைமைகளின் விளைவானது என்றுதான் சொல்ல வேணும்.

மற்றது நீங்கள் குறிப்பிட்டமாதிரி 2002-க்குப் பின்னான சமாதான காலத்தில் மாற்றுக்கருத்தாளர்களையும் மாற்று அமைப்புகளைச் சேர்ந்தவர்களையும் பலியிட்டதற்குச் சாட்சியமாக இருந்த சர்வதேச மனிதவுரிமை அமைப்புகளின் ஆவணங்கள்தான் புலிகளுக்கான இறுதிக்கால நெருக்கடிகளை உண்டாக்கியதில் பெரும்பங்காற்றின என்பதையும் இங்கே நாம் கவனத்தில் கொள்ள முடியும்.

- நீங்கள் புலிகள் அமைப்பில் செயற்பட்டுவிட்டு அவர்களது தோல்விக்குப் பின்பே அவர்களை விமர்சிக்கும் சுடலை ஞானம் பெற்றவரென பரவலாகக் கிளம்பும் விமர்சனங்கள் குறித்து?

அவர்களையிட்டு வருந்துகிறேன். அவர்களுக்குப் பதில் சொல்லவும் முடியாது. அதற்கு அவசியமும் இல்லை. ஏனென்றால், ஒருவரைப் பற்றி, அல்லது ஒரு விசயத்தைப் பற்றி முழுமையாக அறியாமல் எழுந்தமானமாகக் கருத்துரைப்போரையிட்டு நாம் கவலைப்பட முடியாது. அவர்களைக் கருத்திற் கொள்வதற்கு அவசியமும் இல்லை.

உங்கள் கேள்வியே தப்பானது. நான் ஒரு போதுமே புலிகள் அமைப்பில் சேரவும் இல்லை. செயற்படவும் இல்லை என்பதை முன்னரே தெளிவாக்கியுள்ளேன். ஆகவே வெளியில் இருந்து கொண்டு எப்படி அனுசரணையாளராக - பணியாளராக இயங்கினேன் என்பதைப் பற்றியே நாம் பேசலாம்.

அவர்களுடன் ஊடகப் பணியாற்றியவன் என்ற வகையில் என்னுடைய பார்வையையும் விமர்சனத்தையும் அவர்களிடமே பகிரங்கமாகச் சொல்லி வந்திருக்கிறேன். இதனை அவர்கள் ஏற்றுக்கொண்டிருக்கின்றனர். இதற்கு இன்னும் பல உயிருள்ள சாட்சியங்கள் உண்டு. இப்பொழுது புலிகள் களத்தில் இல்லை. ஆகையால் இப்போதைய என்னுடைய விமர்சனத்தையும் அபிப்பிராயத்தையும் உள்ளரங்கில், அவர்களின் முன்னிலையில் வைக்க முடியாது. அத்துடன் அந்த அமைப்புத் தோற்ற பின்னர், அந்தத் தோல்வி எதனால் ஏற்பட்டது, இனி என்னமாதிரியான அணுகுமுறைகள் தேவை என்று சொல்வது அவசியமானது என நினைக்கிறேன். இது அவர்களைத் தூற்றுவதாகவோ அவமதிப்பதாகவோ அமையாது. அப்படி ஒரு காரியத்தை நான் செய்யவும் இல்லை. ஒரு காலகட்டத்தில் முக்கியமான பாத்திரத்தை வகித்த ஓர் இயக்கத்தின் எழுச்சியும் வீழ்ச்சியும் அதனால் மக்களுக்கு ஏற்பட்ட நன்மை தீமைகளும் பகுத்தாயப்படுவது அவசியமானதே. இதில் தப்பென்ன!

புலிகள் தற்போது இல்லாதபோதும் கடந்த காலத்தின் சரி பிழைகளை பரிசீலனை செய்ய வேண்டிய கட்டத்தில் - அவசியத்தில் நாம் இருக்கிறோம். இது தவிர்க்கவே முடியாத ஒன்று. எமது தவறுகளையும் பலவீனங்களையும் நாம் களைவது மாயைகளில் இருந்து விடுபடுவதற்கு உதவும். அப்பொழுதுதான் வெற்றியை நோக்கிப் பயணிக்க முடியும். அப்படிப் பயணிக்க வேண்டுமாயிருந்தால் எதார்த்த தளத்தில் நமது கால்கள் பதியவேண்டும். இதை நோக்கியே செயற்பட்டுக் கொண்டிருக்கிறேன்.

- **நீங்கள் இப்போது ஈ.பி.டி.பி.யின் ஆதரவாளரென்றும் அவர்களோடு இணைந்து வேலை செய்கிறீர்களென்றும் சமூக வலைத்தளங்களில் சிலர் காய்கிறார்களே.. இது எவ்வளவிற்கு உண்மை?**

நான் அரசியல்வாதியல்ல. சனங்களில் ஒருவன். ஊடகத் துறையாளன். இலக்கியவாதி. சமூகச் செயற்பாட்டில் ஆர்வமுள்ளவன். அதிகாரப் பசியோ அமைப்புகளில் ஈடுபாடோ இல்லாதவன். எனவே, அவர்களுடைய காய்ச்சலுக்கு அவர்கள்தான் எங்காவது மருந்தெடுத்துக் கொள்ள வேண்டும். அது சரி.. இப்படிக் காய்கின்றவர்கள் யார்? அவர்களெல்லாம் எங்கே இருக்கிறார்கள்?

அவர்கள் என்ன செய்து கொண்டிருக்கிறார்கள்? முன்னர் என்ன செய்தார்கள்? இனி என்ன செய்யப் போகிறார்கள்?

மேலும் ஒரு கவிதை.

அப்போது நாங்கள் கிழக்குத் தெருவிலிருந்தோம்
எங்களைக் கிழக்குத் தெருக்காரர் என்றார்கள்.
பிறகு,
எங்கள் தெருவுக்குக் கிழக்கே இன்னொரு தெரு வந்தது.
அப்போது எங்களை மேற்குத் தெருக்காரர் என்றனர்.
ஆனால், நாங்கள் அப்போதும் இப்போதும் இருப்பது ஒரே
தெருவில்தான்.

- **இன்றைய ஈழத்துத் தமிழ் இலக்கியச் சூழலை எவ்வாறு மதிப்பிடுகிறீர்கள்?**

பூக்கள் மலர்ந்து கொண்டிருக்கின்றன. மேலும் பூக்கள் மலரட்டும். நூறு பூக்களாக, ஆயிரம் பூக்களாக... லட்சம் மலர்களாக... ஆனால் அப்படி ஏராளம் பூக்கள் மலர்வதை விரும்பாத சூழலே தமிழ்த் தேசிய அரங்கில் காணமுடிகிறது. இது தமிழ்ச் சமூகத்துக்கும் அதனுடைய எதிர்காலத்துக்கும் நல்லதல்ல. இந்தப் போக்கினால் பெரும் நட்டத்தைத் தமிழ் மொழியும் தமிழ்ச் சமூகமும் உலகமும் ஏற்கவேண்டியிருக்கிறது.

- **புகலிடத் தமிழ் இலக்கியம், ஈழத்து இலக்கியப் பரப்பில் எவ்வாறு எதிர்கொள்ளப்பட்டது? புகலிட இலக்கியத்தின் தாக்கம் தாயகப் படைப்பாளிகளைப் பாதித்துள்ளதா?**

புகலிட இலக்கியம் தொடர்பாகக் கூர்மையான அவதானிப்பும் ஈடுபாடும் விருப்பார்வமும் 1990-களிலிருந்தே உள்ளது. அதேவேளையில் புகலிட இலக்கியத்தையும் கருத்தாடல்களையும் எதிர்த்த - கடுமையாக விமர்சித்த நிலையும் உண்டு. நாட்டைவிட்டுப் போனவர்கள் எவருக்கும் நாட்டைப் பற்றியும் போராட்டத்தைப் பற்றியும் கதைக்க உரிமையில்லை என்றமாதிரியான ஒரு மனப்பாங்கின் வெளிப்பாடு இது.

ஆனால், இது பின்னாளில் மாறி, புகலிடத் தேசியவாதிகளும் நாட்டிலுள்ள தேசியவாதிகளும் ஒன்றாகக் கொடியேற்றுகின்றனர். மாற்றுக்கருத்தாளர்கள் தொடர்ந்தும் சவால்களை எதிர்கொண்டவாறே உள்ளனர்.

இந்தப் பின்னணியில் தாயகத்தை நினைவு கூரும் புகலிட இலக்கியத்தை விட, புகலிட நாடுகளில் எதிர்கொள்ளும் சவால்களையும் நெருக்கடிகளையும் பேசும் இலக்கியம் தாக்கத்தை ஏற்படுத்தியதுண்டு. புதிய களம், புதிய பிரச்சினைகள், புதிய திணை என்பதெல்லாம் வியப்பையும் ஆர்வத்தையும் உண்டாக்கியது. அது பல புரிதல்களுக்கும் வழியேற்படுத்தியது.

அதேவேளையில் மாற்றுக்கருத்துத் தளத்தில் நடைபெற்ற, கடந்த மற்றும் நிகழ்காலத்தை விமர்சனத்துக்குள்ளாக்கும் இலக்கிய எழுத்தும் விவாதமும் இன்னொரு சாராரிடம் கரிசனையை உண்டாக்கியது. குறிப்பாக எதிர்ப்பிலக்கியம். எதிர்ப்பிலக்கியத்துக்கான களத்தைப் புகலிடமே வழங்கியது. நாட்டில் எதிர்ப்புக் குரலையும் விமர்சனத்தையும் முன்னிறுத்த முடியாதபோது புகலிடமே அதற்கான சாத்தியத்தை ஓரளவுக்கு வழங்கியது. அப்படியான ஒரு சாத்தியம் இருந்தபடியால்தான் உங்களுடைய கதைகளே எழுதப்படக் கூடியதாக இருந்தது. ஆகவே, இதையும் நாம் புகலிட இலக்கியத்துடன்தான் அடையாளம் காணவேண்டும். ஈழத்து இலக்கியத்தின் ஒரு காலகட்ட ஜனநாயகக் குரலை உயிர்ப்பித்ததில் புகலிட இலக்கியத்திற்கு முக்கியமான பாத்திரமும் பங்களிப்பும் உண்டு. இரண்டு வகையான எழுத்துகளும் போக்குகளும் இரண்டு சாராரிடமும் தாக்கத்தை உண்டாக்கின. தமிழ் இலக்கியத்திற்கு அதுவொரு திறமான வளம்.

- **யுத்தம் இவ்வாறுதான் முடியும், புலிகள் தோற்கடிக்கப் படுவார்கள் என்று நீங்கள் முன்பே எதிர்பார்த்திருந்தீர்களா?**

'தெருவெங்கும் வெடியோசை கேட்கும்
எங்கள் தேசமே தீப்பற்றி எரியும்.
எல்லாமே ஒரு நாளில் முடியும்'

என்று 1993-ல் ஒரு நாள் சட்டத்தரணி பொன். பூலோகசிங்கம் பாடினார். அப்பொழுது

'தெருவெங்கும் தமிழோசை கேட்கும்
தமிழ் தேசத்தில் விடிவெள்ளி பூக்கும்
திருநாளில் தமிழீழம் வெல்லும்...'

என்ற பாடல் பிரசித்தமாக இருந்தது. இந்தப்பாட்டையே அப்படி பொன். பூலோகசிங்கம் மாற்றிப்பாடினார். இயக்கத்தினுள்ளிருந்த

குறைபாடுகளையும் போராளிகளின் போக்குகளையும் மதிப்பிட்டதனால் வந்த அனுமானம் இது.

இதைப்போல இன்னும் பல நண்பர்கள் இயக்கத்தையும் போராளிகளின் நடத்தைகளையும் விமர்சிக்கத் தொடங்கினார்கள். பிறகு, தளபதிகள், பொறுப்பாளர்களின் மத்தியிலேயே இப்படியான சிந்தனையும் விமர்சிக்கும் பழக்கமும் ஏற்பட்டன. இயக்கத்தை விமர்சித்ததற்காகவே பொறுப்புகளிலிருந்து அகற்றப்பட்ட பல பொறுப்பாளர்களும் தளபதிகளும் உள்ளனர். அவர்களில் பலர் புலம்பெயர் நாடுகளிலேயே தற்போதுள்ளனர்.

'வெளிச்சம்' இதழில் இணைந்து வேலை செய்த காலத்தில் நா. யோகேந்திரநாதனும் நானும் இந்த நிலையைக் குறித்து பல நாட்கள் துக்கத்துடன் பேசியிருக்கிறோம். 1990-ன் நடுப்பகுதியிலிருந்து ஒடுக்குமுறையாளரைப்பற்றி கதைப்பதை விட ஒடுக்குமுறைக்கு எதிராகப் போராடிக்கொண்டிருப்போரின் குறைபாடுகளைப் பற்றிக் கதைப்பதிலேயே அதிக கவனமும் அதிக நேரமும் செலவிடப்பட்டது. இந்த நிலை எங்கே கொண்டுபோய் விடுமென்று பலரும் கவலைப்பட்டனர். 1995 யாழ்ப்பாண இடப்பெயர்வின்போது கடுமையான விமர்சனங்களை அன்ரன் பாலசிங்கமே பலரிடத்திலும் சொன்னார். இப்போதைய யாழ்ப்பாணச் சிவில் சமூக அமைப்பைச் சேர்ந்த பலர் அந்த நாட்களில் இயக்கத்தின் செயற்பாடுகளைப் பற்றி என்னுடன் விவாதித்திருக்கின்றனர், விமர்சித்திருக்கின்றனர். இன்னும் பல போராளிகளுடன் கடுமையாக விமர்சனத்தில் ஈடுபட்டிருக்கிறோம். எல்லாம் நல்லதோர் எதிர்காலத்துக்காகவும் சனங்களின் நன்மைக்காகவுமே.

இதை ஒத்த கருத்தொன்றை ஏறத்தாழ தமிழீழம் சாத்தியமற்றது என்பதை பூடகமாக 2007-ல் நிலாந்தன் ஒரு தொலைக்காட்சி நேர்காணலில் கூறியிருந்தார். "இரண்டாம் உலக மகா யுத்தத்திற்குப் பின்னரான சுமார் அரை நூற்றாண்டு காலத்துக்கும் மேலான பகைப் பிராந்திய யதார்த்தத்துள் தமிழீழ விடுதலைப் போராட்டம் சிக்குண்டிருக்கிறது. இக்கால கட்டத்துள் இப்பிராந்தியத்துள் மேற்கொள்ளப்பட்ட அனைத்து ஆயுதப் போராட்டங்களும் நசுக்கப்பட்டிருக்கின்றன. அல்லது முறியடிக்கப்பட்டிருக்கின்றன. அல்லது தோற்கடிக்கப்பட்டு அரை குறைத்தீர்வுக்குள் முடக்கப்பட்டிருக்கின்றன. இப்பகைப்பிராந்திய யதார்த்தத்தை மேவி எழுவதென்றால் தீர்க்கதரிசனம் மிக்க முடிவுகளை எடுக்க வேண்டும்" என அவர் வலியுறுத்தினார். பாலகுமாரன், இந்த

மாதிரி ஓர் அபாய நிலை ஏற்பட்டுள்ளது என்று பிரபாகரனிடம் நேரிலேயே தெரிவித்திருந்தார். பிறகு இதைக் குறித்து விரிவான கடிதத்தையும் எழுதினார். இப்படிப் பலர் இந்த முடிவை ஓரளவுக்கு முன்னுணர்ந்திருந்தனர்.

போரில் பெறும் வெற்றிகள் அல்லது இராணுவபலம் மட்டுமே எதையும் தீர்மானிக்கும் என்ற எண்ணம் புலிகளிடம் மேலோங்கியிருந்தது. எப்போதும் சண்டைக்காரர்களுக்கே, போரில் தீரச்செயல்களைச் செய்வோருக்கே அதிக மதிப்பும் செல்வாக்கும் கொடுக்கப்பட்டது. அரசியலைக் குறித்தும் இராசதந்திரத்தைக் குறித்தும் பிராந்திய - சர்வதேச உறவைக் குறித்தும் மக்களைக் குறித்தும் கவனமெடுத்துச் சிந்திப்போரைப் பற்றிப் பெரிய அளவில் நம்பிக்கைகளும் வேலைத்திட்டங்களும் இருக்கவில்லை.

ஆனால், புறச்சூழலின் அரசியல் மண்டலம் வேறு விதமாக உருவாகி வந்தது. அந்த அரசியலுக்கு ஏற்ப, பொறிமுறைகளை புலிகள் உருவாக்கவில்லை. அல்லது போதவில்லை. ஜனநாயக வெளியை உண்டாக்கவில்லை. பல்வேறு தரப்பினரும் தோழமையுடன் உறவு கொள்ளக்கூடிய நிலையைப் பேணவேண்டும் என்று சிந்திக்கவில்லை. அப்படியான உறவு பேராட்டத்தைப் பலவீனப்படுத்தி விடும், இறுதி இலக்கான தமிழீழ இலட்சியத்தைப் பழுதாக்கி விடும் என்ற எண்ணமும் சந்தேகமும் தலைமைப்பீடத்திடம் இருந்தது.

இதனால், உலக அரசியல் மற்றும் மாறிவரும் பொருளாதாரச் சிந்தனைகள் எப்படியுள்ளன என்று மதிப்பிடாமல், பிராந்திய சக்திகளின் அசைவுகளைப் பற்றிச் சரியாக அறியாமல் தங்கள் விருப்பத்தை மட்டும் முதன்மைப்படுத்துவதற்கு முயன்றனர். இது பேரபாயத்திலேயே போய் முடியும் என்று உணர்ந்திருந்தோம். அப்படி உணர்ந்தபடியால்தான் அதைத் தடுத்து நிறுத்துவதற்காக அவர்களுடன் விவாதிக்கவும் விமர்சிக்கவும் வேண்டியிருந்தது.

- **புலிகள் இயக்கத்தின் தோல்வியை ஒட்டுமொத்த ஈழத் தமிழர்களின் அரசியல் தோல்வியெனக் கொள்ளலாமா?**

அப்படித்தான் அது பார்க்கப்படுகிறது. இதுதான் துயரம். ஓர் அமைப்பு ஏன் தோற்றது என்பதை அறியாமல், அதைப்பற்றிய நேர்மையான ஆய்வுகளைச் செய்யாமல், அந்த அமைப்பை அப்படியே கண்ணை மூடிக்கொண்டு பின்பற்றினால், தோல்வி நிரந்தரமாகி விடும். தோல்வியைப் படிப்பினையாகக்

கொள்வதென்பது, தோல்வியிலிருந்து மீள்வதற்கே வழிவகுக்கும். தோல்வியுற்ற வழியிலேயே தொடர்ந்தும் செல்வதென்பது மீண்டும் தோல்விகளையே தரும். தமிழர்கள் நிரந்தரமாகத் தோற்றுக்கொண்டிருப்பதற்குக் காரணம், அவர்கள் எதையும் மறுபார்வைக்குட்படுத்த விரும்புவது குறைவு. தங்கள் மீதான விமர்சனத்தை விரும்புவதில்லை. இது ஒரு பெருங்குறைபாடு. இந்தக் குறைபாடே ஏனையவர்களுக்கான வெற்றியைக் கொடுக்கிறது. தமிழர்களுக்குத் தோல்வியை நிரந்தரமாக்குகிறது.

எந்த இயக்கத்தின் தோல்வியும் இறுதித் தோல்வியாக அமைய முடியாது. எவருடைய இழப்பும் நிரந்தர இழப்பாக, நிரந்தர வெற்றிடமாக, நிரந்தரத் தோல்வியாக அமைந்து விடுவதில்லை. தோல்விகளுக்குக் காரணமாக அமைந்த அடிப்படைகளைக் கண்டறிந்து அவற்றுக்கு மாற்று உபாயங்களையும் மாற்று வேலைத்திட்டங்களையும் முன்னெடுக்கும்பொழுது வெற்றி நிச்சயமாகக் கிட்டும். மனிதர்கள் ஆற்றல் மிக்கவர்கள். புதிதாகச் சிந்திக்கும் திறனுள்ளவர்கள். மனித இயல்பும் திறனும் இதுதான். படிப்பினைகளிலிருந்து புதிதாகச் சிந்திப்பது புதிய வழிகளில் பயணிப்பதாகும். இந்த விதியை மீறினால், மாறினால் பின்னடைவும் தோல்வியும் நிச்சயமாகும். அப்படித் தோற்றால் அதுவே அழிவைத் தரும். ஆகவே, வெற்றியும் தோல்வியும் எங்கள் சிந்தனைமுறையில், எங்களுடைய மனதில்தான் உள்ளது.

- **இன்று தாயகத்தில் மக்களது அரசியல் உணர்வுநிலை எப்படியிருக்கிறது? அவர்கள் இன்னொரு தமிழீழப் போராட்டத்திற்குத் தயாராக இருக்கிறார்களா?**

எந்தச் சமூகத்திலும் பல விதமான எண்ணப் போக்குடையவர்கள் இருப்பார்கள். அதில் ஒருசாரார் தமிழீழப் போராட்டம் தேவை என்று சொல்லக் கூடும். பெரும்பாலானவர்கள் வேறு எண்ணங்களோடிருக்கிறார்கள். இழப்புகளை அதிகமாகச் சந்தித்தவர்களில் ஒருசாரார் பிச்சையும் வேண்டாம் நாயும் வேண்டாம் என்றிருக்கிறார்கள். சிலர் தங்களுக்கு ஏற்பட்ட இழப்புகளுக்கும் வலிகளுக்கும் நிச்சயமாக தக்கபாடம் படிப்பிக்க வேண்டுமென்று எண்ணுகிறார்கள். சிலர் நியாயமான தீர்வொன்றை அரசாங்கம் முன்வைத்தால் அதை ஏற்றுக்கொள்வது நல்லது என்கிறார்கள். வேறு சிலர் இது ஒரு தீர்க்க முடியாத பிரச்சினை, இன்னும் இதற்காக நாம் அலைய முடியாது என்று சலிக்கிறார்கள். சிலருக்கு இந்தப் பிரச்சினை நல்ல பிழைப்பு. பலருக்கு இது

நெருக்கடி. பெரும்பாலான மக்கள் மீண்டும் கடந்த காலத்துக்குச் செல்ல விரும்பவில்லை.

● கடந்த வட மாகாணசபைத் தேர்தலில் தமிழ்த் தேசியக் கூட்டமைப்பு மக்களின் மிகப்பெரிய ஆதரவைப் பெற்றிருக்கிறது. விடுதலைப் புலிகளின் மீதுள்ள மக்களின் அபிமானமே தமிழ்த் தேசியக் கூட்டமைப்புக்கான வாக்குகளாக உருமாறியிருக்கிறது என்று சொல்லப்படும் கருத்து எவ்வளவுக்குச் சரியானது?

அரசாங்கத்தின் மீதான அதிருப்தியும் கோபமும் தமிழ்த் தேசியக் கூட்டமைப்புக்கு வாய்ப்பாகியது. இதேவேளை போர்க் குற்றங்கள் தொடர்பான சர்வதேச விசாரணை போன்ற செய்திகளும் வினையாற்றின. இதை ஒரு வாய்ப்பாகப் பயன்படுத்தி, அரசின்மீது அழுத்தத்தைப் பிரயோகித்து, தமிழ் மக்களின் பாதிப்புக்கு நிவாரணமாக ஒரு தீர்வைப் பெற்றுவிடலாம் என்ற எண்ணம் தமிழ் மக்களிடம் உண்டாகியது. இதைச் செய்ததில் ஊடகங்களின் பங்கும் புலம்பெயர்ந்த தமிழர்களின் பங்களிப்பும் மிகக் கூடுதலாகவே இருந்தன. இதுவும் கூட்டமைப்புக்கு வாய்ப்பாகியது.

புலிகளின் மீதுள்ள அபிமானத்திற்காக தமிழ்த் தேசியக் கூட்டமைப்புக்கு மக்கள் வாக்களித்தனர் என்றால், புலிகளின் உறுப்பினர்களாக இருந்தவர்கள் எவரையும் கூட்டமைப்பு தன்னுடைய வேட்பாளர் பட்டியலில் உள்ளடக்கியிருக்கவில்லையே என்பதையும் நீங்கள் கவனத்திற்கொள்ள வேண்டும். விடுதலைப் புலிகள் மீதுள்ள மக்களின் அபிமானமே தமிழ்த் தேசியக் கூட்டமைப்புக்கான வாக்குகளாக உருமாறியிருக்கின்றன என்று சொல்வோர் இதைக் குறித்து என்ன சொல்கிறார்கள் என்பதை நீங்கள் சொல்ல வேண்டும்! ஆகவே, அரசும் தமிழ்த் தேசியக் கூட்டமைப்பும் எதிரெதிர் முனைகளில் பிரதானப்படுத்திய இனவாதத்திற்கே - அதன் அடிப்படையிலேயே தமிழ்த் தேசியக் கூட்டமைப்பிற்கு அதிகளவான வாக்குகள் கிடைத்தன. ஏனையவை துணைக் காரணங்களே.

● தமிழ்க் கட்சிகள் எல்லாம் எதிர்காலத்தில் தமிழ்த் தேசியக் கூட்டமைப்பிற்குள் உள்வாங்கப்படும் சாத்தியமுண்டா? குறிப்பாக ஈழமக்கள் ஜனநாயகக் கட்சியும், தமிழ் மக்கள் விடுதலைப் புலிகளும் கூட்டமைப்பில் இணைய வாய்ப்புகளுள்ளனவா?

நேர்காணல்கள்: ஷோபாசக்தி | 145

இனவாதத்தை அரசியலின் அடிப்படையாக வைத்திருக்கும்வரை - அதை முதலீடாகக் கொண்டிருக்கும் வரையில் இந்த மாதிரியான விருப்பங்கள் நிறைவேறாது என்றே கருதுகிறேன். அப்படி நிறைவேறினாலும் அவற்றினால் நன்மை ஏதும் கிட்டாது. ஏற்கனவே இணைந்த கட்சிகளினால், கூட்டமைப்பினால் என்னதான் நடந்திருக்கிறது? இதற்கு மேல் எத்தனை கட்சிகள் இணைந்தாலும் அதனால் எந்த நன்மையும் கிட்டும் என்றில்லை. ஈ.பி.டி.பி தமிழ்த் தேசியக் கூட்டமைப்போடு சேர்ந்தால், அதனால் என்ன நன்மைகள் மக்களுக்குக் கிட்டும்? கிழக்கின் நிலைமைகள், தமிழ் மக்கள் விடுதலைப் புலிகளை எப்படிச் சிந்திக்கத் தூண்டும் என்று சொல்லத் தெரியவில்லை.

இவை இப்படியே ஒன்று சேர்வதற்கு முன் புதிய முறையிலான சிந்தனைக்கும் செயல்முறைக்கும் செல்ல வேண்டும். எல்லாத்தரப்புகளிடமும் குணாம்சரீதியான மாற்றம் தேவை. அதற்குத் தம்மைத் தயார்ப்படுத்தக் கூடிய, அர்ப்பணிக்கக் கூடிய மனம் இவர்களிடம் வரவேண்டும். அதற்கான சாத்தியங்கள் உண்டா? அப்படியான ஓர் அதிசயம் நடந்தால்... அப்பப்பா நினைக்கவே மயிர்க்கூச்செறிகிறது!

- **ஈழப்போராட்டத்தின் மிகப் பெரிய ஆதரவுச் சக்திகள் புகலிடத் தமிழர்கள். புகலிடத் தமிழர்களின் ஆதரவுத் தளத்தைத் தாயக மக்கள் எவ்வாறு புரிந்துகொள்கிறார்கள்?**

புகலிடத் தமிழர்கள் ஈழப்போராட்டத்தின் ஆதரவுச் சக்திகளா? அவர்கள் தாங்கள் சந்திக்க விரும்பாத யதார்த்தத்தை எங்களின் மீது திணிக்க முற்படுகிறார்கள். இது என்ன அடிப்படையில் நியாயமாகும்? இந்த யதார்த்தத்தைத் தாங்களோ, தங்கள் சொந்த பந்தங்களோ சந்திக்கக் கூடாது என்று வேறு பாதுகாப்பான புலத்துக்கு - தளத்துக்கு நகர்ந்துகொண்டு தங்கள் எண்ணங்களையும் நிலைப்பாட்டையும் மட்டும் மாறாப்புள்ளியில் வைத்திருக்கிறார்கள். தூரத்துத் தண்ணீர் ஆபத்துக்கு உதவாது.

- **புலம் பெயர்ந்த தமிழர்களின் பங்களிப்பை இவ்வளவு எளிமைப்படுத்திவிட முடியுமா என்ன? அவர்கள் கடுழியம் செய்து சிறுகச் சிறுகச் சேர்த்த பணத்தை மாதாமாதம் புலிகளிற்குக் கொடுத்திருக்கிறார்கள். வங்கிகளில் பெருந்தொகைகளைக் கடனாகப் பெற்றும் புலிகளிற்குக் கொடுத்திருக்கிறார்கள். இன்றுவரை அந்தப்**

பணத்திற்கு வட்டி கட்டி மாய்கிறார்கள். ஈழத்தில் யுத்தம் நடந்தபோது போர்நிறுத்தத்தை வேண்டி உலகம் முழுவதும் ஆர்ப்பாட்டங்களையும் போராட்டங்களையும் பேரணிகளையும் நிகழ்த்தினார்கள். இலங்கை அரசின் கொடுமைகளை சர்வதேச மக்களிடம் தங்களால் முடிந்தளவுக்கு எடுத்துச் சென்றார்கள். இப்போது கூட இலங்கை அரசின் யுத்தக் குற்றங்களின் மீது சர்வதேச விசாரணை வேண்டுமெனப் போராடிக்கொண்டிருக்கிறார்கள் இவையெல்லாம் போராட்டத்திற்கான காத்திரமான பங்களிப்புகளில்லையா?

புலம்பெயர் தமிழர்களின் உணர்வு மதிக்கத்தக்கது. ஆனால், வழிமுறை பொருத்தமற்றது.

இப்படியெல்லாம் கொடுக்கப்பட்ட பணத்திற்கான விளைவு அல்லது பயன் என்ன? இந்த உச்சமான போராட்டங்களின் மூலமாக எதனைத் தாயக மக்களுக்குப் பெற்றுக்கொடுக்க முடிந்தது? போரை நிறுத்த முடிந்ததா? அழிவுகளைத் தடுக்க முடிந்ததா? குறைந்த பட்சம் ஓர் உயிரையாவது பாதுகாக்க முடிந்ததா? இனப்பிரச்சினைக்கான தீர்வை முன்மொழியவோ, அதை நோக்கி இலங்கை அரசை நகர்த்தவோ, இனப்பிரச்சினைக்கான தீர்வை வலியுறுத்துமாறு இலங்கை அரசுக்கு அழுத்தம் கொடுக்கிற ஒரு நிலையை சர்வதேச சமூகத்திடம் உருவாக்கவோ முடிந்ததா?

அல்லது போர் முடிந்த பிறகு ஒரு அய்ம்பது பேர்களுக்காவது அழிந்துபோன வீடுகளைக் கட்டிக்கொடுத்திருக்கிறார்களா? பொதுமைப்பட்ட உதவும் அமைப்புகள் ஏதாவது உருவாக்கப்பட்டு மக்களுக்கான முறையான உதவிகள் செய்யப்படுகின்றனவா? சிறிய அளவிலான மனிதாபிமான உதவிகள் உதிரியாகக் கிடைக்கின்றன என்றபொழுதும் இவர்கள் சொல்லும் அளவுக்கும் காட்டப்படும் பிம்பங்களின் அளவுக்கும் ஏதுமில்லை.

நீரை இறைப்பதல்ல முக்கியம். அதை எப்படிப் பயன்படுத்துகிறோம்? எதற்காக இறைக்கிறோம் என்பதிலேயே நீரின் பெறுமதியும் உழைப்பின் பெறுமதியும் தங்கியுள்ளன.

- தமிழகத்திலுள்ள புலிகள் ஆதரவுச் சக்திகளான நாம் தமிழர் கட்சி, மே பதினேழு இயக்கம், பெரியார் திராவிடர் கழகம், விடுதலைச் சிறுத்தைகள் கட்சி போன்றவை குறித்து நமது மக்களின் மதிப்பீடு எப்படியிருக்கிறது?

சனங்கள் இவற்றையெல்லாம் பொருட்படுத்துவதேயில்லை.

- **சரி.. உங்களது மதிப்பீடு என்ன?**

எல்லாமே பயனற்றவை. ஈழத்தமிழருடைய அரசியலை மேலும் சிக்கலாக்கி விட்டதில்தான் இவற்றின் பங்கு அதிகம்.

- **அண்மையில் பிரசன்ன விதானகேயின் 'ஒப நத்துவ ஒப எக்க' திரைப்படம் சென்னையில் திரையிடப்பட்டபோது தமிழ்த் தேசியவாதக் குழுக்கள் அவற்றை எதிர்கொண்டவிதம் குறித்து என்ன கருதுகிறீர்கள்? நீங்கள் பிரசன்னவுடன் இணைந்து பணியாற்றியுள்ளீர்களா?**

எனக்கு பிரசன்னவுடன் இணைந்து பணியாற்ற வாய்க்கவில்லை. ஆனால், அவருடைய படைப்புகளின் மீதும் அவர்மேலும் மதிப்புண்டு. நாங்கள் அவரிடமிருந்து கற்றுக்கொள்ளவும் பெற்றுக்கொள்ளவும் ஏராளமிருக்கின்றன. தமிழ்நாட்டில் தமிழ்த் தேசியவாதக் குழுக்கள் தங்கள் வழமையை ஒத்த காரியத்தையே செய்திருக்கிறார்கள். அவர்கள் அப்படித்தான் செய்வார்கள். அப்படிச் செய்யாமல் இருந்தால்தான் ஆச்சரியப்பட முடியும்.

கடுந்தேசியவாதத்திற்குக் கண்கள் கிடையாது.

- **இலங்கை இனமுரண்களிற்கு என்னதான் தீர்வு? பெருகிவரும் சிங்கள இனவாதத்தையும் பவுத்த மதவாதத்தையும் தடுத்து நிறுத்தவே முடியாதா?**

இனமுரண்தான் இலங்கை அரசியலின், ஊடகத்துறையின் அசல் முதலீடு. இனவாதிகளையே இலங்கையர்கள் கொண்டாடுகிறார்கள். இனவாதத்திற்கு எண்ணெய் ஊற்றிக்கொண்டிருப்பவர்கள் மக்கள். அவர்களை ஊற்ற வைப்பவர்கள், அரசியல்வாதிகளும் ஊடகங்களும் புத்திஜீவிகளும் மதவாதிகளும். இடதுசாரிகள் கூட இனவாதத்தைப் பேசினால்தான் அங்கீகாரம் கிடைக்கும் என்று உணர்த்தியவர்கள் இலங்கையர்கள். இதனால் இடதுசாரிகளே இனவாதத்திற்குக் கட்டுப்பட்டுச் சேவகம் செய்ய முற்பட்டனர்.

இனவாதிகளைத் தங்களுடைய அரசியல் தலைமையாகத் தெரிவு செய்யும்வரையில், அவர்களை அதிகாரத்தில் இருத்தும்வரையில் இனவாதமே கொடிகட்டிப்பறக்கும். இனவாதத்தின் விளைவாக ஒரு பெரும் போர் நடந்து முடிந்திருக்கிறது. ஆனால், இனவாதம் முடிவுக்கு வரவில்லை. இந்தப் போரினால் பேரழிவுகளையும்

பாதிப்புகளையும் இலங்கைச் சமூகங்கள் அத்தனையும் நேரடியாகச் சந்தித்தன. இன்னும் அந்தப் பாதிப்புகள் தீவிரமாகவே உள்ளன. ஆனாலும் எந்தத் தரப்பும் இதிலிருந்து பாடங்களைப் படித்ததாகத் தெரியவில்லை. முன்னர் இருந்ததை விட மேலும் மேலும் இனவாதம் தீவிரமடைந்துகொண்டு போகிறது. இனக் கட்சிகள் பெருகிக்கொண்டிருக்கின்றன. அவையே பலமடைந்துகொண்டுமுள்ளன. நான் இந்தப் பதிலை உங்களிற்குச் சொல்லிக்கொண்டிருக்கும்போது, பேருவளையில் முஸ்லிம் மக்களின் மீது பொதுபல சேனாவைச் சேர்ந்தவர்கள் தாக்கிக் கொண்டிருக்கிறார்கள். ஏட்டிக்குப்போட்டியாக இனரீதியான நிகழ்ச்சிகள் நடந்து கொண்டிருக்கும் வரையில் இதற்குத் தீர்வில்லை.

சமூகத்தின் பொறுப்பு மிக்க தரப்பினர்கள், ஊடகங்கள், கல்வி அமைப்பினர், கலைஞர்கள், மதபீடங்களைச் சேர்ந்தோர் எல்லாம் இனவாதத்திற்கு மாற்றாகச் சிந்திக்கும் முறையைப் பலமாக்க வேண்டும். ஆனால், அது சாதாரணமானதல்ல. அப்படி மாற்றாகச் சிந்திப்போரை துரோகிகளாக்கும் போக்கு நீடிக்கும் வரையில், அதைச் சனங்கள் நம்பும்வரையில் இலங்கையில் மாற்றங்கள் நிகழச் சாத்தியமில்லை. அனுமன் இலங்கையை எரித்ததை விட இவர்கள் இலங்கையை எரிப்பதே பெரிய எரிப்பாகும்.

- **ஈழத் தமிழ்த் தேசிய நிலைப்பாடு என்பது வெள்ளாளர்களின் அரசியல் விருப்புத்தானே தவிர ஒடுக்கப்பட்ட சாதிகளின் விருப்பல்ல, அவர்கள் தேசியவாதக் கோரிக்கைகளிற்கு அப்பாலுள்ளவர்கள் என்று சொல்லப்படுவது குறித்து?**

முற்றிலும் உண்மை. சரியானது. மேட்டுக்குடியினரின் இந்த விருப்பம் ஏனைய சமூகத்தினரிடத்திலும் பொதுமைப் படுத்தப்பட்டுள்ளது. அப்படியொரு தோற்றப்பாடும் கட்டியெழுப்பப்பட்டுள்ளது. அந்த அளவுக்கு ஏனைய விடயங்கள் பொதுமைப்படுத்தப்படவில்லை. அல்லது பகிரப்படவில்லை.

தேசிய நிலைப்பாட்டை விட்டு விலகி நின்றால் தம்மீது 'பின்னிலைச் சமூகத்தினர்' என்ற அடையாளம் வந்து விடுமோ என்ற அச்சத்தில் பின்தங்கிய நிலையுடைய மக்களும் தேசிய முலாமைப் பூசிக்கொள்கிறார்கள். குறிப்பாக பின்தங்கியநிலைச் சமூகங்களிலிருந்து படித்து முன்னேறியவர்களும் நிதிப்பலத்தினால் முன்னுக்கு வந்தவர்களும் இந்த முலாமை வலிந்து பூசிக்கொள்ள விரும்புகிறார்கள். அப்படிப் பூசிக்கொள்வதன் மூலமாகத்

தாங்களும் பொதுத்தளத்தில் நிற்கக்கூடிய ஒரு தகுதி கிட்டும் என்று நம்புகின்றார்கள். ஆனால், இவர்கள் நம்புவதைப்போல இந்தத் தமிழ்த் தேசியத்தில் உள்ளடக்க விரிவு கிடையாது.

- **ஆனால் ஈழவிடுதலைப் போராட்டம் வீறாக எழுந்தகாலம் முதல் அது முள்ளிவாய்க்காலில் வீழும்வரை வெள்ளாளர்கள் அல்லாதவர்களின் தலைமையையும் போராளிகளையும் பெருமளவில் கொண்டிருந்தது உண்மையல்லவா? ஆரம்பகாலப் போராளித் தலைமைகளான புஸ்பராஜா, கி.பி. அரவிந்தன் போன்றவர்கள் கடுமையான வெள்ளாள மேலாதிக்க எதிர்ப்பு மனநிலையைக் கொண்டவர்கள். பிரபாகரனும் அப்படியே. 1983களில் ஈ.பி.ஆர்.எல்.எவ். இயக்கத்திற்கு பின்பு திரண்ட தலித் இளைஞர்களின் மிகப்பெரும் எழுச்சியை வெள்ளாளச் சிந்தனைகளிற்குப் பலியானதன் விளைவு என்றா மதிப்பிட முடியும்? ஆயிரக்கணக்கான தலித் இளைஞர்கள் தங்களது உயிர்களை இந்தப் போராட்டத்தில் பலியிட்டிருக்கிறார்கள். அவர்களையெல்லாம் சுயசிந்தனைகளற்றவர்கள் என்றா கருதுகிறீர்கள்?கடந்த வட மகாணசபைத் தேர்தலின்போதும் கூட தலித் மக்களின் வாக்குகள் சிந்தாமல் சிதறாமல் தமிழ்த் தேசியக் கூட்டமைப்புக்குத்தானே கிடைத்துள்ளன. "மேட்டுக்குடியினரின் இந்த விருப்பம் ஏனைய சமூகத்தினரிடத்திலும் பொதுமைப்படுத்தப்பட்டுள்ளது" என்ற உங்களது பதில் சிங்கள இனவாதத்திற்கு எதிரான அர்ப்பணிப்புகள் நிறைந்த போராட்ட வரலாறை வெள்ளாளர்களிற்குக் குத்தகைக்குக் கொடுத்துவிடுவது போன்றதல்லவா?**

இங்கே நாம் ஒரு விடயத்தை முதலில் கவனத்திற்கொள்ள வேண்டும். அதிகாரத்திலும் வளர்ச்சியிலும் இருக்கும் ஒரு தரப்பை முன்னுதாரணமாகக் கொண்டுதான் ஏனைய சமூகங்கள் தங்களை வடிவமைக்கின்றன. கல்வி அறிவிலும் பொருளாதாரத்திலும் வளர்ச்சியடைகின்ற ஏனைய சமூகத்தினர் - பின்நிலையினர் - தங்களை வடிவமைப்பது அல்லது தங்களைக் கருதுவது அல்லது தம்மை நிறுவ முயற்சிப்பது தங்களுக்கு மேலான சமூகங்களைப் போன்றவர்கள்தான் தாங்களும் என்பதையே. வெள்ளையர்களைப்போல அல்லது ஐரோப்பியர்களை, அமெரிக்கர்களைப்போல தாங்களும் வரவேண்டும், நடக்கவேண்டும் என்று கறுப்பர்களும் ஆசியர்களும் முயற்சிப்பதை அறிவீர்கள்.

பிராமணர்களைப்போல தாங்கள் மாறவேண்டும் என்று பிற இந்திய சமூகத்தினரிற் பெரும்பாலானவர்கள் குறிப்பாகப் படித்தவர்களும் நிதிவசதியுடையோரும் முயற்சிக்கின்றனர். இங்கே இலங்கையில் வெள்ளாளரைப்போல வரவேண்டும் என்று ஏனையவர்கள் சிந்திக்கின்றனர். இந்த எண்ணத்தை தமிழ்த் தேசியத்தைத் தூக்கும் வெள்ளாள மேலாதிக்கம் வாய்ப்பாகப் பயன்படுத்திக்கொள்கிறது. இதற்குச் சிங்கள இனவாதம் பொருத்தமாக உதவுகிறது.

நீங்கள் குறிப்பிட்டபடி கி.பி. அரவிந்தனோ, சி. புஸ்பராஜாவோ, பிரபாகரனோ வெள்ளாள மேலாதிக்க எதிர்ப்பு மனநிலையைக் கொண்டவர்களாக இருந்தாலும் அவர்களும் இந்தத் தேசியவாத அலைக்குப் பலியானவர்கள்தான். என்றபடியால்தான் இன்னும் - இத்தனை பெரிய போராட்டத்திற்குப் பிறகும் சிங்கள மேலாதிக்கத்திடமிருந்து மட்டுமல்ல, வெள்ளாள மேலாதிக்கத்திடமிருந்தும் தமிழ்ச் சமூகத்தின் பிற அடுக்கினர் விடுதலையைப் பெறமுடியவில்லை. மாற்றங்களை உருவாக்க முடியவில்லை. ஏனென்றால் வெள்ளாள மனநிலையை - வெள்ளாள அதிகாரத்தைக் கடந்து செல்ல இவர்கள் யாராலும் முடியவில்லை. ஆகவே, இவர்கள் எதிர்பார்த்த - போராடிய இலக்கை எட்டமுடியவில்லை.

இந்த அடிப்படையின்படி, இந்த அவதானிப்பின் பிரகாரம் நான் இங்கே வெள்ளாள மேலாதிக்கம் என்று குறிப்பிடுவது தனியே ஒரு சாதிப்பிரிவினரை மையப்படுத்தியது மட்டும் அல்ல. அது குணாம்சரீதியானது என்ற பொருளிலேயே அதைப் பயன்படுத்துகின்றேன். 1983-களில் ஈ.பி.ஆர்.எல்.எவ். இயக்கத்திற்குப் பின்பு திரண்ட தலித் இளைஞர்களின் மிகப்பெரும் எழுச்சியை வெள்ளாளச் சிந்தனைகளிற்குப் பலியானதன் விளைவு என்றே சொல்வேன். கடந்த மாகாணசபைத் தேர்தலின்போது பின்னிலை (தலித்) மக்கள் திரண்டு தமிழ்த் தேசியக் கூட்டமைப்புக்கு வாக்களித்ததையும் அப்படித்தான் பார்க்கிறேன். இன்னும் ஒன்றையும் அழுத்திக்கூற விரும்புகிறேன். போராட்டம் தீவிரமடைந்து பெரும் நெருக்கடி உண்டானபோது அந்த வலியை அதிகமாகச் சுமந்தவர்கள் பின்னிலைச் சமூகத்தினரே. பின்னாளில் போராட்டத்தில் அதிகளவில் ஈடுபட்டவர்களும் பாதிப்புக்குட்பட்டவர்களும் அவர்களே. புஸ்பராணி தன்னுடைய ‘அகாலம்’ நூலிலேயே இதனைத் தெளிவாகக் குறிப்பிடுகிறார். தேடுதலும் கைதும் சிறையும் என்று வரும்போது பெரும்பாலான இளைஞர்கள் மிகச் சாதுரியமாகத் தப்பிச் சென்று விட்டார்கள் என்கிறார் அவர். இப்படித்

தப்பிச் சென்றவர்கள் பெரும்பாலும் மேட்டுச் சமூகத்தினர்கள்தான் என்பதை நீங்கள் அவதானிக்க முடியும். பின்னிலைச் சமூகத்தினர் நெருக்கடி நிலையிலிருந்து தப்பிச்செல்லும் மனநிலையை அதிகமாகக் கொண்டிருப்பதில்லை என்பது ஒரு காரணம். அவர்களுடைய வாழ்க்கைமுறை எதையும் திரளாக - ஒருமித்து - எதிர்கொள்ளும் இயல்பைக் கொண்டது. எனவே தப்பிச்செல்லும் நுட்பங்களை அவர்கள் அதிகம் அறிந்திருப்பதில்லை. இதற்குக் காரணம் அவர்களிடம் இருந்த, இருக்கின்ற கல்வி அறிவு மற்றும் தொடர்பாடல் போதாமைகள். இன்னொரு காரணம், பொருளாதார வசதியில் பின்தங்கிய நிலை. இந்த மாதிரியான விசயங்கள் இவர்களை நெருக்கடிக்குள்ளேயே வைத்திருந்தன. நெருக்கடிக்குள்ளிருந்த மக்களை இனவாத அலையில் கிளர்ந்தெழச் செய்வது இலகுவானது. அதுதான் நடந்ததும்.

ஆகவே வெள்ளாள மனநிலை என்பது பிற சமூகத்தினரிடத்திலும் ஒரு விசமாகப் பரவியுள்ளது என்பேன். போராட்டத்தையே வெள்ளாள மனநிலைக்குத்தானே குத்தகைக்கு விட்டிருந்தோம். இப்பொழுதுகூட இதுதானே நிலை.

இந்தச் சந்தர்ப்பத்தில் நாம் இன்னொரு விடயத்தையும் பார்க்கலாம். இப்பொழுதும் வெள்ளாளச் சமூகத்தினர்தான் ஒப்பீட்டளவில் ஏனையவர்களை விட கல்வி மற்றும் நிதிப்பலத்தோடு இங்கே உள்ளனர். ஏனென்றால், இவர்கள் நெருக்கடிகளிலிருந்தும் பாதிப்புகளிலிருந்தும் ஏற்கனவே வெளியேறி, தங்களைப் பாதுகாப்பான தளங்களில் வலுவாக நிலைப்படுத்திக்கொண்டதால் இந்த வளர்ச்சியைப் பெற்றனர். மற்றவர்கள் நெருக்கடிக்குள் சிக்கிப் பாதிப்பை அதிகமாகச் சந்தித்ததால் நலிந்து போயிருக்கின்றனர்.

● தமிழர்களது பாரம்பரிய வாழ்நிலங்களில் இன்று நடைபெறும் சிங்கள மக்களுடைய குடியேற்றங்களை இயல்பானதென்றா கருதுகிறீர்கள்? இது சிங்கள இனவாதத்தின் விஸ்தரிப்பு நடவடிக்கைதானே? இதைத் தடுத்து நிறுத்தவே முடியாதா?

இதொரு சிக்கலான விசயம். சிங்களவர்கள் இலங்கையின் எந்தப் பாகத்திற்கும் போய் வேலை செய்யவும் வாழவும் தயாராக உள்ளனர். அப்படித்தான் வாழ்ந்துகொண்டும் இருக்கிறார்கள். தமிழர்கள் யாழ்ப்பாணத்துக்கு வெளியே செல்வதை விரும்பமாட்டார்கள். அப்படி வெளியே செல்வதாக இருந்தால், வெள்ளவத்தைக்கோ

வத்தளைக்கோ தெகிவளைக்கோதான் போவார்கள். அல்லது புலம்பெயர்ந்து போகத்தயாராக இருக்கிறார்கள். வன்னிக்கோ படுவான்கரைக்கோ வாகரைக்கோ விடத்தற்தீவுக்கோ போவதற்கு யாரும் தயாராக இல்லை. இது திருகோணமலையிலும் மட்டக்களப்பிலும் மன்னாரிலும் யாழ்ப்பாணத்திலும் உள்ள நகரம் சார்ந்த மனதின் பொதுவான நிலை. ஆனால், இவர்கள்தான் சிங்களக் குடியேற்றத்தைப் பற்றி அதிகமாகக் கதைக்கிறார்கள். இப்படிக் கதைப்பவர்கள் தங்கள் சொந்த ஊரில் குடியிருப்பதற்கே விரும்புதில்லை. தீவிலும் வன்னியிலும் வலிவடக்கிலும் ஏனைய எல்லா இடங்களிலும் தரிசாகிக்கொண்டிருக்கும் வயல் நிலங்களும் காடுமண்டிக்கொண்டு போகும் வளவுகளும் இதற்குச் சாட்சி.

வாய்ப்புகளையும் வளங்களையும் தேடிச்செல்லும் மனித இயல்பிற்கு அரச அங்கீகாரமும் பாதுகாப்பும் இருந்தால் அது மேலும் ஊக்கமாக அமையும். இதைச் சிங்கள மக்கள் வாய்ப்பாகப் பயன்படுத்திக் கொள்கிறார்கள். அரசாங்கமும் இதைச் சாதகமாகப் பயன்படுத்துகிறது.

தமிழ்த் தேசிய அரசியலுக்கும் இது தேவை. ஏனென்றால், இதைப்பற்றி அறுபது ஆண்டுகளுக்கும் மேலாகப் பேசிக்கொண்டிருக்கிறார்களே... இப்படி ஏதாவது பிரச்சினைகள் இருந்தால்தான் அதை வைத்து அரசியல் பண்ணிக்கொண்டிருக்கலாம். இப்படியெல்லாம் இருக்கும்போது தடுத்து நிறுத்துவதைப் பற்றிக் கதைப்பது சிரிப்புக்கிடமானது.

ஆனால், இலங்கைத்தீவில் அமைதியை உருவாக்க வேண்டும், இனங்களுக்கிடையில் நல்லெண்ணத்தை உண்டாக்க வேண்டுமென்றால் இந்தக் குடியேற்றங்களை அரசு ஊக்கப்படுத்தக் கூடாது.

- **முள்ளிவாய்க்காலில் நடந்து முடிந்தது ஒரு முழுமுச்சிலான இனப்படுகொலை என்பதில் உங்களிற்கு மாற்றுக் கருத்துண்டா? நடந்தது இன அழிப்பல்ல. அது புலிப் பயங்கரவாதத்தை அழிப்பதற்கான நடவடிக்கையே என்ற தொனியில்தானே மருத்துவர் நடேசன் போன்றவர்கள் பேசிவருகிறார்கள். *INSD*-யைச் சேர்ந்த சுசீந்திரன் நேர்காணலொன்றில் நடந்ததை இனப்படுகொலை என வரையறுக்க முடியாது என்றாரே?**

இலங்கையில் சமூகங்கள் இனவாத ரீதியாகவே வளர்த்தெடுக்கப்பட்டுள்ளன. இன்னும் அப்படியே

வளர்க்கப்படுகின்றன. இப்படி வளர்க்கப்படும்போது எந்தத் தரப்பு அதிகாரத்தை உச்சமாக வைத்திருக்கிறதோ அது தனக்கு எதிர்நிலையில் இருக்கும் தரப்பை உச்சகட்டமாகப் பலவீனப்படுத்த முனைகிறது. முள்ளிவாய்க்காலில் நடந்ததும் இதுதான். முள்ளிவாய்க்காலுக்கு முன்பு நடந்ததும் இதுதான். முள்ளிவாய்க்காலுக்குப் பிறகு நடப்பதும் இதுதான். வல்வெட்டித்துறையில், உடும்பன்குளத்தில், காத்தான்குடியில், அனுராதபுரத்தில், அளுத்கமவில் நடந்ததும் இனி நடக்கப்போவதும் இதுதான். வாய்ப்புக் கிடைக்கும்போது அடுத்தவரின் வயிற்றில் கத்தியைப் பாய்ச்சுவதற்கே பலரும் காத்திருக்கிறார்கள்.

இதேவேளை நாங்கள் இன்னொன்றையும் கவனிக்க வேண்டும். 1971, 1989-1990 ஆகிய காலகட்டங்களில் ஜே.வி.பியை ஒடுக்கும்போது அரசாங்கம் செயற்பட்ட விதம் எப்படியிருந்தது? கேள்விக்கிடமில்லாத வகையில் மனிதக்கொலைகள் நடந்தன. 2009-ல் இசைப்பிரியாவைப்போல 1971-ல் மனம்பெரி சிதைக்கப்பட்டாள். இதை எப்படிச் சொல்வது? அரசு, அதிகாரம், ஏகாதிபத்தியம் போன்றவற்றிற்கு எதிராக எந்தச் சக்தி தலையெடுத்தாலும் அதன்பேரால் அந்தத் தரப்பு மக்களும் பிரதேசங்களும் அழிக்கப்படுவதொன்றும் புதியதல்ல.

தவிர, இவை தொடர்பாக ஒவ்வொருவருக்கும் மாறுபாடான அபிப்பிராயங்கள் இருக்கின்றன.

அறமும் அரசியலும் அவரவர் நிலைப்பாடு சார்ந்தது.

- **கருணாகரனின் இலக்கிய நோக்கு எது? இலக்கிய ஆதர்சங்கள் யார்?**

சனங்களைக் குறித்தும் வாழ்வைக் குறித்தும் எழுதுவதும், இயங்குவதும் நோக்கு. இந்த நோக்கில் இயங்குகின்ற அனைவரையும் பால், மொழி, இன, மத, நிற, வயது வேறுபாடுகள் மற்றும் அடையாளங்களுக்கு அப்பால் ஆதர்சமாகக் கொள்கிறேன். இதில் நீங்களும் உண்டு. சிரியக் கவிஞர் அடோனிசும் உண்டு. சிங்களப் படைப்பாளி இசுரு சாமர சோமவீர, லத்தீன் அமெரிக்க எழுத்தாளர் எடுவர்டோ கலியானோரும் உண்டு. இதுபோலப் பலர்.

- **யாழ்ப்பாணத்தில் நடந்த 41வது இலக்கியச் சந்திப்பின் முதன்மையான செயற்பாட்டாளர்களில் நீங்களுமொருவர். அந்தச் சந்திப்பு பல சர்ச்சைகளையும் விமர்சனங்களையும்**

கிளப்பியது. நிலாந்தன், யேசுராசா, யோ. கர்ணன் போன்ற முக்கியமான படைப்பாளிகள் சந்திப்பில் கலந்துகொள்ளவில்லை. உண்மையில் அவர்கள் சந்திப்பைப் புறக்கணித்தார்கள். நிகழ்வில் பங்குபெறுவதாக அறிவிக்கப்பட்டிருந்த நிலையிலும் யாழ்ப்பாணம் வரை வந்த கவிஞர் சோலைக்கிளி சந்திப்பில் கலந்துகொள்ளாமல் திரும்பிச் சென்றார். எங்கே தவறு நிகழ்ந்தது?

இலக்கியச் சந்திப்புக் குறித்து 'தீராநதி' இதழிற்காக லீனா மணிமேகலையுடன் நிகழ்த்தியிருந்த உரையாடலில் இவைபற்றியெல்லாம் தெளிவாகச் சொல்லியிருக்கிறேன். மேலதிகமாகச் சொல்வதென்றால், ஒரு நிகழ்வில் கலந்து கொள்ளாமல் விடுவது வேறு. அதைப் புறக்கணிப்பது வேறு. எதிர்ப்பது வேறு. நீங்கள் குறிப்பிட்ட நண்பர்கள் உட்பட இன்னும் சிலர் அந்த நிகழ்ச்சியில் கலந்துகொள்ளவில்லை. இவர்களில் நிலாந்தனைத் தவிர, பலரும் யாழ்ப்பாணத்தில் நடக்கிற வேறு நிகழ்ச்சிகளுக்கும் போவதில்லை. அப்படியென்றால், அவற்றையும் இவர்கள் தங்களுடைய அரசியலின் நிமித்தம் புறக்கணிக்கிறார்களா?

இந்த நிகழ்ச்சிக்குத் திட்டமிட்ட புறக்கணிப்போ, எதிர்ப்போ என்றால் அதற்கொரு எதிர்வினை வடிவம் கண்டிப்பாக இருக்கும். யோ. கர்ணன் மட்டும் தன்னுடைய எதிர்ப்பை கலந்து கொள்ளாமல் விடுவதன் மூலமாகவும் எழுத்தின் வழியாகவும் வெளிப்படுத்தியிருந்தார். ஏனையவர்கள் அந்த அளவுக்குச் செல்லவில்லை. சோலைக்கிளி அவருடைய நண்பர்களால் வழிமாற்றப்பட்டுச் செல்லப்பட்டார். பின்னர் வருத்தம் தெரிவித்தார். மற்றும்படி வேறு எதிர்ப்புகளை நான் அறியவில்லை. சிலர் வழமையைப்போல இணையவெளியில் குப்பைகளைக் கொட்டியிருந்ததாக அறிந்தேன்.

இலக்கியச் சந்திப்பு அரச சார்பு நிகழ்வு, அரசாங்கத்தின் ஏற்பாட்டில் நடக்கிற நிகழ்வு என்றமாதிரியான ஒரு தோற்றப்பாட்டை உருவாக்கச் சிலர் முயன்றனர். அரசாங்கத்தின் ஜனநாயக விரோதப்போக்கை மறைக்கிற ஒரு முயற்சி இது என்றும் சொல்ல விரும்பினார்கள். எதிர்க் கற்பனைக்கும் எதிர்மனநிலையின் விளைவாக உருவாகிற குற்றச்சாட்டுக்கும் எல்லைகளில்லை. அந்த நிகழ்ச்சி இந்தக் கற்பனைகளையும் குற்றச்சாட்டுகளையும் பொய்யாக்கும் வகையிலேயே நடந்து முடிந்தது. நிகழ்வின் முன்னர் காட்டப்பட்ட எதிர்ப்புகள், குற்றச்சாட்டுகள், குசுகுசுப்புகள்

எதுவும் பின்னர் காணப்படவேயில்லை. உண்மையில் இந்த நிகழ்வு இவர்கள் சொன்னதைப்போலவோ கருதியதைப்போலவோ அரசு சார்பாக நடந்திருந்தால், நிகழ்வுக்குப்பின்னர் கடுமையான விமர்சனங்கள் எழுந்திருக்க வேண்டும். அப்படி எதுவும் எழவில்லை. அதேவேளை இலக்கியச் சந்திப்பு அனைத்து நிலைப்பாடுகளுக்கும் கோட்பாடுகளுக்கும் இடமளிக்கும் திறந்த களவெளியாகவே இருந்தது. இது வெற்றி என்றே சொல்வேன். யாழ்ப்பாணச் சூழலில், தமிழ்ச் சூழலில் இது ஒரு மாறுதலாக, உடைப்பாகவே இருந்தது.

இலக்கியச் சந்திப்பை நடத்தக்கூடிய சூழல் யாழ்ப்பாணத்திலோ இலங்கையிலோ இல்லை என்று சொல்லப்பட்டது. ஆனால், இலக்கியச் சந்திப்புக்கு முன்பும் பின்பும் யாழ்ப்பாணத்திலும் யாழ்ப்பாணத்துக்கு வெளியிலும் புலம்பெயர்ந்தவர்கள் வந்து கோயில்களுக்குப் போகிறார்கள். சுற்றுலாச் செல்கிறார்கள். நல்லூர்த் திருவிழாத் தொடக்கம் எல்லா ஊர்க்கோயில்களின் திருவிழாக்களும் பொங்கல்களும் சிறப்பாக நடக்கின்றன. நூல் வெளியீடுகளும் இலக்கியக் கூட்டங்களும் நிகழ்கின்றன. இலக்கியத்தின் மீது ‘பேராவல்’ கொண்ட புலனாய்வுப் பிரிவினரோ அப்போதும் இப்போதும் எல்லா நிகழ்ச்சிகளுக்கும் வந்து கொண்டேயிருக்கிறார்கள்.

நாங்கள் அடிப்படையில் தீண்டாமைச் சமூகத்தின் பிரதிநிதிகள். அந்த எண்ணமே பல விதமாக, பல அளவுகளில், விகித வேறுபாட்டில் எல்லோரிடமும் உள்ளது. இலக்கியச் சந்திப்பில் மட்டுமல்ல சாதாரண நூல் வெளியீடுகளில் கூட இந்தத் தீண்டாமை வருத்தத்தையும் வருத்தக்காரரையும் நீங்கள் காணலாம்.

மலவாசலில் மூக்கை வைத்திருப்பதில் சிலருக்கு அலாதிப் பிரியம் என்றால் அதற்கு நாமென்ன செய்ய முடியும்?

- **அகதியாகப் புலம்பெயர்ந்து வெளிநாடொன்றுக்குச் சென்று விடலாம் என்று எப்போதாவது நீங்கள் யோசித்ததுண்டா?**

எங்காவது வெளியேறிப் போய்விடலாம் என்று பல தடவைகள் யோசித்திருக்கிறேன். ஆனால், அந்த எண்ணம் பிறகு தீர்ந்தடங்கி விடும். அதற்கு இரண்டு பெரிய காரணங்களிருந்தன. ஒன்று, என்னோடு போராட்டத்தில் இயங்கி மண்ணாகிப் போனவர்கள். அல்லது இனி என்ன செய்வது என்று தெரியாமல் இருப்பவர்கள். இவர்களை விட்டு நான் வெளியேறிச் செல்ல முடியவில்லை.

இன்னொரு காரணம், அப்படித்தான் வெளியேற வேண்டும் என்ற நெருக்கடி நிலை வந்தபோதும் வெளியேறுவதற்கான சூழலும் பொருளாதாரமும் அமையவில்லை.

நாம் நினைப்பதைப் போலவா எல்லாம் நடந்தன! நடந்து கொண்டிருக்கின்றன!!

- எழுத்தாளர் தமிழ்க்கவி அம்மா எனக்களித்த நேர்காணல் பல புலி ஆதரவாளர்களிற்குக் கடுமையான அதிருப்தியைக் கொடுத்தது. அவர் விலைபோய்விட்டார் என்றெல்லாம் வசைகளை வீசினார்கள். இந்த நேர்காணலைத் தொடர்ந்து உங்கள் மீதும் அவ்விதமான வசைகளை எதிர்பார்க்கலாம். போராட்டத்திற்காகத் துரும்பைக் கூடக் கிள்ளிப்போடாதவர்கள் இத்தகைய வசைகளையும் சாபங்களையும் போராட்டத்திற்காகத் தங்களது நீண்ட காலங்களை அர்ப்பணித்தவர்கள் மீது வீசும்போது உங்களது மனநிலை எவ்வாறிருக்கும்?

இதையிட்டுச் சிரிப்பதைத் தவிர வேறு எதுவும் செய்வதற்கில்லை.

பொதுவெளியில் இயங்கும்போது, கடந்த காலத்தை மீள்பரிசீலனை செய்ய முற்படும்போது, தோல்விகளிலிருந்து பாடங்களைக் கற்க வேண்டுமென்று சொல்லும்போது இப்படியெல்லாம் எதிர்ப்புகள் வரும். தோல்வியடைந்த தரப்பின் உளவியல் எளிதில் சமநிலைப்படுவதில்லை. ஆகவே, இதையெல்லாம் நாம் எதிர்ப்பார்க்கவே வேண்டும். நாங்கள் எங்களைக் குறித்துச் சிந்திப்பதை விடவும் எதிர்காலச் சமூகத்தைப் பற்றியே சிந்திக்க வேண்டியவர்களாக இருக்கிறோம். தேவையானதைச் செய்யப்போய், சொல்லப்போய் கடுமையான விமர்சனத்துக்குள்ளாகுவதை விட போகிற போக்கில் நாங்களும் தேசியவாதத்தைப் பேசித் தாராளமாகச் சம்பாதிக்கலாம். உலகம் சுற்றலாம். புனிதர்களாகத் தோற்றமளிக்கலாம். அது எங்களுக்குப் பயன்தருமே தவிர, அதனால் சனங்களுக்கோ எதிர்காலத் தலைமுறைக்கோ எதுவும் கிடைக்கப்போவதில்லை. ஆகவே சிலுவைகளையும் முள்முடிகளையும் சுமந்து கொண்டு எங்களால் முடிந்ததைச் செய்ய விரும்புறோம்.

அடுத்தது, நாங்கள் தமிழ்ச் சமூகத்தைச் சேர்ந்தவர்கள். நடிப்புச் சுதேசிகளை அதிகமாகக் கொண்ட சமூகம் நமது. நடிப்புச்

சுதேசிகள் போடுகின்ற வேசமும் அவர்களுடைய குரைப்பும் கடுமையாகத்தானிருக்கும்.

தமிழர்கள் பல படிகளில் முன்னேற வேண்டிய நிலையில் இருக்கும்போது இந்த மாதிரியான பிரச்சினைகளும் பார்வைகளும் இருந்தே தீரும். குறிப்பாக ஜனநாயக உரிமைகளைப் பற்றியும் ஜனநாயக அடிப்படைகளைப் பற்றியும் ஜனநாயக நடைமுறைகளைப் பற்றியும் தமிழர்களுக்குச் சரியான அறிமுகமோ அறிவோ கிடையாது. அவர்கள் தங்கள் கருத்து மட்டுமே சரியானது, அதையே மற்றவர்களும் ஏற்றுக்கொள்ள வேண்டும் என்று விரும்புகிறார்கள். அதுவே ஜனநாயகம் என்றும் நம்புகிறார்கள். இத்தகைய நம்பிக்கையோடுதான் சோக்கிரட்டீஸ் நஞ்சூட்டப்பட்டார். புருனே உயிரோடு எரிக்கப்பட்டார். இயேசு கிறிஸ்து சிலுவையில் அறையப்பட்டார். காந்தி சுடப்பட்டார். கலிலியோ சிறையிலடைக்கப்பட்டார். வரலாறு இப்படித்தான் சிரிப்புக்கிடமளித்தபடி துயரமாக நீள்கிறது.

இதற்கும் மேலுமொன்று சொல்வதென்றால், எந்த அமைப்பிலும், எப்போதும் உண்மையான போராளிகள் நடந்த எல்லாவற்றையும் நிதானமாகவே பார்க்கிறார்கள். அரைகுறைகளே புலம்புகின்றன.

- **கருணாகரன் யார்? உங்களது முதன்மையான அடையாளமாக எதை முன்னிருத்த விரும்புவீர்கள்?**

நானொரு வழிப்போக்கன். எந்த அடையாளத்தையும் நான் விரும்பவில்லை. அப்படி ஏதேனும் அடையாளங்கள் இருந்தால் அதைத் துறந்து விடவே விரும்புகிறேன்.

என்னுடைய புன்னகையைத் தந்து விட்டு
எல்லோருடைய கண்ணீரையும் எடுத்துச் செல்கிறேன்
மாபெரும் சவப்பெட்டியில்
நிரம்பியிருக்கும் கண்ணீரைப்போக்கி விடுகிறேன்
கள்ளிச்செடிகள் இனியில்லை
காற்றுக்கு வேர்களில்லை
ஒளிக்குச் சுவடுகளில்லை.

கருப்புப் பிரதிகளின்

கதைப் பிரதிகள்

1. **'ம்'** (நாவல்) – ஷோபாசக்தி, (இலங்கை – பிரான்ஸ்)............. 80.00
2. **திசையெங்கும் சுவர்கள் கொண்ட கிராமம்** (குறுநாவல்கள்) அழகிய பெரியவன்.. 120.00
3. **உறையும் பனிப்பெண்கள்** (சிறுகதைகள்) – சுமதி ரூபன் (இலங்கை – கனடா).. 60.00
4. **எம்.ஜி.ஆர். கொலை வழக்கு** (சிறுகதைகள்) – ஷோபாசக்தி (இலங்கை – பிரான்ஸ்).. 110.00
5. **பிரண்டையாறு** (சிறுகதைகள்) – மெலிஞ்சிமுத்தன் (இலங்கை – கனடா)..65.00
6. **சடையன்குளம்** – (நாவல்) – சிறீதர கணேசன் 250.00
7. **மௌனவதம்** (நாவல்) – அர்துரோ வான்வாகனோ தமிழில்: ராமநுஜம் 225.00
8. **கொரில்லா** (நாவல்) – ஷோபாசக்தி (இலங்கை – பிரான்ஸ்).. 110.00
9. **தேசத்துரோகி** (சிறுகதைகள்) – ஷோபாசக்தி (இலங்கை – பிரான்ஸ்)..120.00
10. **அத்தாங்கு** (நாவல்) – மெலிஞ்சிமுத்தன் (இலங்கை – கனடா).. 60.00
11. **வண்ணத்துப்பூச்சியும் சில மார்புகளும்** (சிறுகதைகள்) – தமயந்தி (இந்தியா)..75.00

கருப்புப் பிரதிகள்

பி55, பப்பு மஸ்தான் தர்கா, லாயிட்ஸ் சாலை

சென்னை 600 005 பேச: 9444272500

மின்னஞ்சல்: karuppupradhigal@gmail.com

கருப்புப் பிரதிகளின்

கவிப் பிரதிகள்

1. **ஏதிலியைத் தொடர்ந்துவரும் நிலா** – ம. மதிவண்ணன்
2. **ரகசியத்தின் நாக்குகள்** – நெற்கொழு தாசன், (இலங்கை – பிரான்ஸ்)
3. **ஒரு பயணியின் போர்க்காலக் குறிப்புகள்** – கருணாகரன் (இலங்கை)
4. **சாவுகளால் பிரபலமாத ஊர்** – தர்மினி, (இலங்கை – பிரான்ஸ்)
5. **பிறத்தியாள்** – பானுபாரதி, (இலங்கை – நார்வே)
6. **நமக்கிடையிலான தொலைவு** – ம. மதிவண்ணன்
7. **புலிபாய்ந்தபோது இரவுகள் கோடையில் அலைந்தன** – மஜித், (இலங்கை)
8. **நெரிந்து** – ம. மதிவண்ணன்
9. **கள்ளக்காதல்** – ஆதிரன் – வசுமித்ர
10. **ஆகவே நீங்கள் என்னைக் கொலை செய்வதற்கு காரணங்கள் உள்ளன** – வசுமித்ர
11. **போதலின் தனிமை** – யாழன் ஆதி
12. **காலிக்கோப்பையும் தானாய் நிரம்பும் தேநீரும்** – யாழன் ஆதி
13. **உம்மா: கருவண்டாய் பறந்து போகிறாள்** – ஹெச்.ஜி. ரசூல்

கருப்புப் பிரதிகள்

பி55, பப்பு மஸ்தான் தர்கா, லாயிட்ஸ் சாலை

சென்னை 600 005 பேச: 9444272500

மின்னஞ்சல்: karuppupradhigal@gmail.com